ਨੂਰੀ

ਲੇਖਕ ਦੀਆਂ ਹੋਰ ਪੁਸਤਕਾਂ

ਨਾਵਲ

1.	ਰੰਗ ਤਮਾਸ਼ੇ	2011
2.	ਕਿਸ ਨੂੰ ਮੰਦਾ ਆਖੀਐ	2010
3.	ਮੋਤੀਆਂ ਵਾਲੀ ਸਰਕਾਰ	2009
4.	ਸੰਧੂਰੀ ਅੰਬੀਆਂ	2008
5.	ਕਾਲੀ ਬੋਲੀ ਰਾਤ	2007
6.	ਖਾਲਸਾ	2001
7.	ਸਿੱਖ	1999
8.	ਹੀਰੋ (ਚਲਦੀ ਵਹੀਰ)	1998
9.	ਨੂਰੀ	1996
10.	ਦਿਲ ਦਰਿਆ ਸਮੁੰਦਰੋਂ ਡੂੰਘੇ	1987
11.	ਧਰਤੀ ਧੱਕ ਸਿੰਘ	1986
12.	ਇਸ਼ਕ	1986
13.	ਮੇਰੀ ਮਹਿੰਦੀ ਦਾ ਰੰਗ ਉਦਾਸ	1985
14.	ਲਾਲੀ	1985
15.	ਤੇਰਾ ਕੀਆ ਮੀਠਾ ਲਾਗੈ	1984
16.	ਰਾਤਾਂ ਕਾਲੀਆਂ ਕੱਲੀ ਨੂੰ ਡਰ	1983
17.	ਮੁੱਲ ਵਿਕਦਾ ਸੱਜਣ	1983
18.	ਪਾਪੀ ਪਾਪ ਕਮਾਂਵਦੇ	1982
19.	ਰੂਹ ਦਾ ਹਾਣੀ	1982
20.	ਬੰਜਰ ਧਰਤੀ ਟਹਿਕਦਾ ਫੁੱਲ	1977
21.	ਬਾਝ ਭਰਾਵਾਂ ਸੱਕਿਆਂ	1975
22.	ਰੋਹੀ ਦਾ ਫੁੱਲ	1974
23.	ਕੁੱਤਿਆਂ ਵਾਲੇ ਸਰਦਾਰ	1973
24.	ਅੱਧੀ ਰਾਤ ਪਹਿਰ ਦਾ ਤੜਕਾ	1971
25.	ਮਿੱਤਰ ਪਿਆਰੇ ਨੂੰ	1970
26.	ਕੋਰਾ ਬਦਨ	1969

ਕਹਾਣੀ ਸੰਗ੍ਰਹਿ

1.	ਗੋਰਾ ਰੰਗ ਟਿੱਬਿਆਂ ਦਾ ਰੇਤਾ	1977
2.	ਸੈਦਾਂ ਜੋਗਨ	1973
3.	ਮੋਰਨੀ	1970
4.	ਖੱਟ ਕੇ ਲਿਆਂਦਾ ਟੱਲ	1971
5.	ਕੱਚੀ ਸੜਕ ਦਾ ਗੀਤ	1969

ਨੂਰੀ

ਬੂਟਾ ਸਿੰਘ ਸ਼ਾਦ

Noori

by

Boota Singh Shaad

61, Versova Seaside, J.P. Road Versova-Mumbai-61

Ph. No. 022-26365663, M: 98332-84282

E-mail:- bsshaad@hotmail.com

2018

Published by Lokgeet Parkashan

Printed & bound at Unistar Books Pvt. Ltd.

301, Industrial Area, Phase-9,

S.A.S. Nagar, Mohali-Chandigarh (India)

email : unistarbooks@gmail.com

website : www.unistarbooks.com

Ph. +91-172-5027427, 5027429, 4027552

ਸੋਧੀ ਹੋਈ ਐਡੀਸ਼ਨ

ਭਤੀਜ ਨਾਇਬ ਬਰਾੜ ਬਠਿੰਡਾ

ਦੇ ਨਾਂ

'ਸ਼ਾਦ'

ਕਿਹਾ ਜਾਂਦੈ ਸੰਖੇਪਤਾ ਲੇਖਣੀ ਦੀ ਰੂਹ ਹੈ ਤੇ ਮੇਰਾ ਇਹ ਨਾਵਲ "ਨੂਰੀ" ਇਸ ਗੱਲ ਇਸ ਕਥਨੀ ਦੀ ਮਿਸਾਲ ਹੈ। ਪਾਤਰ, ਸਥਾਨਕ ਚਿਤਰਨ ਤੇ ਪਾਤਰਾਂ ਦੀ ਵਾਰਤਾਲਾਪ ਅਪਣੇ ਆਪ 'ਚ ਇਕ ਉਦਾਹਰਣ ਹੈ। ਕਲਾਈਮੈਕਸ ਨਾਵਲ ਦੀ ਜਾਨ ਹੈ– ਪੜ੍ਹਦਿਆਂ ਮੇਰਾ ਹੰਝੂਆਂ ਨਾਲ ਰੁਮਾਲ ਭਿੱਜ ਗਿਆ। ਨੂਰੀ ਪੜ੍ਹਕੇ ਵੱਖਰਾ ਹੀ ਸਰੂਰ ਤੇ ਅਨੰਦ ਆਇਆ ਹੈ। ਮੈਂ ਪੜ੍ਹਦਿਆਂ ਭੁੱਲ ਗਿਆ ਸਾਂ ਕਿ ਇਹ ਮੇਰੀ ਹੀ ਕ੍ਰਿਤ ਹੈ–ਮੈਂ ਸਿਚੂਏਸ਼ਨ ਵਿਚ ਵਹਿ ਕੇ ਪਾਤਰਾਂ ਨਾਲ ਦੁੱਖ▾-ਸੁੱਖ ਬੋਲਦਾ ਤੇ ਸੁਣਦਾ ਹੰਝੂਆਂ ਵਿਚ ਵਹਿ ਗਿਆ ਸਾਂ। ਜ਼ਰਾ ਵੀ ਵਾਧੂ ਫੈਲਾਅ ਨਹੀਂ–ਬਸ ਮਤਲਬ ਦੀ ਗੱਲ ਹੈ। ਮੈਂ ਇਹ ਨਾਵਲ ਪੰਜ ਦਿਨਾਂ ਵਿਚ ਬਠਿੰਡੇ ਅਪਣੀ ਕੋਠੀ ਵਿਚ ਲਿਖਿਆ ਸੀ। ਮੇਰਾ ਪਬਲਿਸ਼ਰ ਇਸ ਨਵੇਂ ਨਾਵਲ ਲਈ ਖਹਿੜੇ ਪੈ ਕੇ ਮੇਰੇ ਸਿਰ ਤੇ ਬੈਠਾ ਸੀ। ਉਹ ਬੰਬਈ ਵੀ ਕਈ ਗੇੜੇ ਮਾਰ ਗਿਆ ਸੀ, ਪਰ ਮੈਨੂੰ ਲਿਖਣ ਦਾ ਵਕਤ ਨਹੀਂ ਮਿਲ ਰਿਹਾ ਸੀ। ਮੇਰੀ ਭੋਲੀ ਅਨਪੜ੍ਹ ਮਾਂ ਕਹਿੰਦੀ "ਭਾਈ ਇਹ ਮੁੰਡਾ ਤੈਥੋਂ ਕੀ ਮੰਗਦੈ ਵਿਚਾਰਾ "ਵਿਲੂ ਵਿਲੂ" ਕਰਦੈ–ਤੂੰ ਦਿੰਦਾ ਕਿਉਂ ਨਹੀਂ ? ਕਿਸੇ ਨੂੰ ਵਿਲੂ ਵਿਲੂ ਕਰਵਾਨਾ ਚੰਗਾ ਨਹੀਂ ਹੁੰਦਾ–ਪਾਪ ਲਗਦੈ"

"ਬੇਬੇ ਇਹ ਨਾਵਲ ਮੰਗਦੈ।"

"ਤੂੰ ਦਿੰਦਾ ਕਿਉਂ ਨਹੀਂ" ਬੇਬੇ ਨੇ ਗੁੱਸੇ ਨਾਲ ਕਿਹਾ। ਬੇਬੇ ਨੂੰ ਪਤਾ ਨਹੀਂ ਸੀ ਨਾਵਲ ਕੀ ਹੁੰਦੈ। ਮੈਂ ਮਾਂ ਦੀ ਕਦੇ ਵੀ ਕੋਈ ਗੱਲ ਮੋੜੀ ਨਹੀਂ ਸੀ। ਮੈਂ ਨਾਵਲ ਲਿਖ ਦਿੱਤਾ। ਉਤਨੇ ਦਿਨ ਸੁਖਦੇਵ ਨਈਅਰ ਮੇਰੀ ਕੋਠੀ 'ਚ ਹੀ ਬੈਠਾ ਰਿਹਾ ਸੀ।

ਸੰਨ 1960 ਦੀ ਕਹਾਣੀ ਹੈ।

ਤਾਰੇ ਪਾਰੇ ਵਾਂਗ ਡਲ੍ਹਕ ਰਹੇ ਸਨ। ਪਿੰਡ ਰਾਤ ਦੀ ਚੁੱਪ ਵਿਚ ਡੁੱਬਿਆ ਹੋਇਆ ਸੀ। ਖੇਤ ਗਹਿਰੀ ਨੀਂਦ ਵਿਚ ਸੁੱਤੇ ਹੋਏ ਸਨ। ਕੁੱਤੇ ਵੀ ਅਜੇ ਸੁੱਤੇ ਸਨ। ਗੁਰਦੁਆਰੇ ਵਲੋਂ ਵੀ ਅਜੇ ਬਾਣੀ ਦਾ ਰਸ ਵਰ੍ਹਨਾ ਸ਼ੁਰੂ ਨਹੀਂ ਹੋਇਆ ਸੀ। ਪਰ ਨੂਰੀ ਕਦੋਂ ਦੀ ਜਾਗ ਚੁੱਕੀ ਸੀ। ਨਹਾ-ਧੋ ਕੇ ਉਸ ਨੇ ਕੇਸ ਵਾਹ ਲੰਮੀ ਗੁੱਤ ਕਰ ਲਈ ਸੀ। ਉਸ ਦੀਆਂ ਕਾਲੀਆਂ ਅੱਖਾਂ ਸੁਰਮੇ ਦੀ ਧਾਰ 'ਚ ਡੁੱਬੀਆਂ ਹੋਈਆਂ ਸਨ।

"ਤਿਆਰ ਹੋ ਗਈ ਧੀਏ?" ਜਗਤਾਰ ਸਿੰਘ ਤਾਏ ਨੇ ਕਮਰੇ 'ਚ ਝਾਕ ਕੇ ਪੁੱਛਿਆ। ਜਗਤਾਰ ਸਿੰਘ ਨੂਰੀ ਦਾ ਤਾਇਆ ਸੀ। ਸਾਧੂ ਸੀ। ਹਰ ਸਮੇਂ ਪਾਠ ਕਰਨਾ ਜਾਂ ਨੂਰੀ ਨੂੰ ਪਿਆਰ ਕਰਨਾ ਉਸ ਦਾ ਜੀਵਨ ਸੀ। ਸ਼ਾਇਦ ਨੂਰੀ ਜੱਗ ਜਹਾਨ 'ਚ ਨਾ ਹੁੰਦੀ ਜੇਕਰ ਜਗਤਾਰ ਤਾਇਆ ਨਾ ਹੁੰਦਾ। ਨੂਰੀ ਧੀ ਸ਼ੇਰ ਸਿੰਘ ਦੀ ਸੀ ਪਰ ਪਾਲਣਹਾਰ ਜਾਂ ਕਹੋ ਰੱਖਣਹਾਰ ਜਗਤਾਰ ਤਾਇਆ ਸੀ। ਨੂਰੀ ਨੂੰ ਸਕੂਲ ਮਗਰੋਂ ਕਾਲਜ ਪੜ੍ਹਾਉਣਾ ਜਗਤਾਰ ਤਾਏ ਦਾ ਹੀ ਕੰਮ ਸੀ। ਸ਼ੇਰ ਸਿੰਘ ਨੂੰ ਜਗਤਾਰ ਦਾ ਨਾ ਇਹ ਕੰਮ ਪਸੰਦ ਸੀ ਨਾ ਹੀ ਉਸ ਨੂੰ ਨੂਰੀ ਨਾਲ ਪਿਆਰ ਸੀ। ਇਕ ਤਰ੍ਹਾਂ ਜਗਤਾਰ ਸਿੰਘ ਨੇ ਨੂਰੀ ਦੀ ਜਾਨ ਬਖ਼ਸ਼ਾ ਕੇ ਸ਼ੇਰ ਸਿੰਘ ਤੋਂ ਨੂਰੀ ਧੀ ਆਪਣੀ ਝੋਲੀ ਪੁਆ ਲਈ ਸੀ। ਸ਼ੇਰ ਸਿੰਘ ਨੂੰ ਪਸੰਦ ਨਹੀਂ ਸੀ ਕਿ ਉਸ ਦੀ ਧੀ ਹਵੇਲੀ 'ਚੋਂ ਬਾਹਰ ਜਾ ਕੇ ਪਿੰਡ ਦੇ ਬੱਚਿਆਂ ਨਾਲ ਸਕੂਲ 'ਚ ਪੜ੍ਹੇ ਪਰ ਸ਼ਾਇਦ ਉਹ ਸੰਤ ਭਾਈ ਜਗਤਾਰ ਅੱਗੇ ਝੁਕ ਗਿਆ ਸੀ। ਸਾਰੇ ਪਿੰਡ ਵਾਂਗ ਘਰ ਦਾ ਕੋਈ ਜੀਅ ਸ਼ੇਰ ਸਿੰਘ ਸਾਹਮਣੇ ਬੋਲਣ ਦੀ ਹਿੰਮਤ ਨਹੀਂ ਕਰਦਾ ਸੀ ਪਰ ਜਗਤਾਰ ਸਿੰਘ ਅੱਗੇ ਉਸ ਦੀ ਵੀ ਜੀਭ ਠਾਕੀ ਜਾਂਦੀ ਸੀ। ਜਗਤਾਰ ਸਿੰਘ ਨੇ ਸ਼ੇਰ ਸਿੰਘ ਨੂੰ ਮੌਤ ਦੇ ਮੂੰਹੋਂ ਬਹੁਤ ਵਾਰ ਬਚਾਇਆ ਸੀ। ਛੇ ਮਹੀਨੇ ਤੋਂ ਕਤਲ ਕਰਨਾ ਜਾਂ ਕਰਵਾਣਾ ਸ਼ੇਰ ਸਿੰਘ ਦੀ ਆਦਤ ਸੀ ਤੇ ਜਗਤਾਰ ਸਿੰਘ ਦਾ ਉਸ ਨੂੰ ਕਤਲ ਕੇਸ 'ਚ ਬਚਾਣਾ ਮੁੱਖ ਧਰਮ ਹੋ ਜਾਂਦਾ ਸੀ। ਨਾ ਸ਼ੇਰ ਸਿੰਘ ਦੇ ਕੁਕਰਮ ਖ਼ਤਮ ਹੁੰਦੇ ਸੀ ਨਾ ਜਗਤਾਰ ਸਿੰਘ ਦਾ ਸਬਰ। ਉਹ ਲੱਕ ਬੰਨ੍ਹ, ਕੋਰਟ ਕਚਹਿਰੀ, ਥਾਣੇ ਤੇ ਜੇਲ੍ਹਾਂ 'ਚ ਘੁੰਮਣਾ ਸ਼ੁਰੂ ਹੋ ਜਾਂਦਾ ਸੀ। ਭਰਾ ਅੱਗੇ ਮਨੁੱਖ ਦੇ ਕਤਲ ਨੂੰ ਮਹਾਂ-ਪਾਪ ਦੱਸਕੇ ਪਸ਼ਚਾਤਾਪ ਕਰਨ ਲਈ ਪਰੇਰਦਾ-ਪਰੇਰਦਾ ਉਹ ਖ਼ੁਦ ਸਾਧੂ ਬਣ ਗਿਆ। ਇਕ ਤਰ੍ਹਾਂ ਜੀਵਨ ਤਿਆਗ ਹੀ ਦਿੱਤਾ। ਨਾ ਸ਼ਾਦੀ ਕਰਵਾਈ ਨਾ ਪਰਿਵਾਰ ਦਾ ਮੁੱਢ ਰੱਖਿਆ। ਸ਼ੇਰ ਸਿੰਘ ਦੀ ਰੱਖਿਆ ਕਰਨੀ ਜਾਂ ਨੂਰੀ ਦੀ ਪਾਲਣਾ ਕਰਨੀ ਉਸ ਦਾ ਮੁੱਖ ਜੀਵਨ ਉਦੇਸ਼ ਬਣ ਗਿਆ। ਜਦ ਤਕ ਸਕੂਲ ਦੀ ਛੁੱਟੀ ਹੁੰਦੀ ਤਦ ਤਕ ਉਹ ਸਕੂਲ ਦੇ ਬਾਹਰ ਬੈਠਾ ਰਹਿੰਦਾ। ਛੁੱਟੀ ਮਗਰੋਂ ਨੂਰੀ ਨੂੰ ਮੋਢਿਆਂ ਤੇ ਚੁੱਕ ਕੇ ਲੈ ਆਂਦਾ।

"ਜੁਆਕੜੀ ਦਾ ਭਾਰ ਮਰਦੈਂ। ਘਰ ਦੇ ਨੌਕਰ ਮਰ ਗਏ।"

ਇਕ ਦਿਨ ਸ਼ੇਰ ਸਿੰਘ ਨੇ ਕਿਹਾ।

"ਤੂੰ ਕੀ ਜਾਣੇ ਸ਼ੇਰ ਸਿਆਂ ਧੀਆਂ ਤਾਂ ਫੁੱਲਾਂ ਤੋਂ ਵੀ ਹੌਲੀਆਂ ਹੁੰਦੀਆਂ ਨੇ।"

"ਸਾਈਂ ਲੋਕਾ ਮੈਨੂੰ ਸ਼ਰਮ ਆਉਂਦੀ ਹੈ ਜੁਆਕੜੀ ਨੂੰ ਮੋਢਿਆਂ ਤੇ ਚੁੱਕੀ ਆਉਨੈਂ।"

"ਜੇਹੜੇ ਕੰਮਾਂ ਤੋਂ ਸ਼ਰਮ ਆਉਣੀ ਚਾਹੀਦੀ ਹੈ, ਉਨ੍ਹਾਂ ਤੋਂ ਤਾਂ ਆਉਂਦੀ ਨਹੀਂ।"

"ਤੂੰ ਹੱਡ ਤੇ ਨਾ ਮਾਰਿਆ ਕਰ।" ਸ਼ੇਰ ਸਿੰਘ ਜਿਵੇਂ ਹਾਰ ਮੰਨ ਕੇ ਤੁਰ ਗਿਆ ਸੀ।

* * *

"ਬਾਪੂ ਜੀ ਟਾਈਮ ਕੀ ਹੈ?" ਨੂਰੀ ਤਾਏ ਨੂੰ ਬਾਪੂ ਕਿਹਾ ਕਰਦੀ ਸੀ।

"ਅਜੇ ਇਕ ਘੰਟੇ ਤੱਕ ਤੁਰਾਂਗੇ ਧੀਏ।" ਜਗਤਾਰ ਸਿੰਘ ਨੇ ਬਾਂਹ ਤੇ ਲੱਗੀ ਘੜੀ ਵੇਖ ਕੇ ਕਿਹਾ, "ਤੂੰ ਆਪਣੇ ਬਾਪੂ ਜੀ ਨੂੰ ਮਿਲਕੇ ਤੁਰੀਂ।"

"ਬਾਪੂ ਜੀ ਦੇ ਤਾਂ ਨਾਲ ਜਾ ਰਹੀ ਹਾਂ। ਕਹੋ ਚਾਚਾ ਜੀ ਨੂੰ ਮਿਲ ਕੇ ਤੁਰੀਂ।" ਨੂਰੀ ਨੇ ਜਗਤਾਰ ਦੇ ਗਲ ਲੱਗ ਕੇ ਪਿਆਰ 'ਚ ਘੁਲ ਕੇ ਕਿਹਾ। ਨੂਰੀ ਸ਼ੇਰ ਸਿੰਘ ਨੂੰ ਚਾਚਾ ਕਿਹਾ ਕਰਦੀ ਸੀ ਤੇ ਜਗਤਾਰ ਨੂੰ ਬਾਪੂ। ਜਦ ਉਹ ਹਾਈ ਸਕੂਲ ਵਿਚ ਦਾਖ਼ਲ ਹੋਈ ਸੀ ਤਾਂ ਪਿਤਾ ਦਾ ਨਾਂ ਜਗਤਾਰ ਸਿੰਘ ਲਿਖਾਣ ਦੀ ਜ਼ਿੱਦ ਕੀਤੀ ਸੀ। ਜਗਤਾਰ ਸਿੰਘ ਦੇ ਮਨਾਣ ਤੇ ਵੀ ਨਹੀਂ ਮੰਨੀ ਸੀ। ਸ਼ਾਇਦ ਨੂਰੀ ਇਹ ਜ਼ਿੱਦ ਪੂਰੀ ਕਰਨ ਲਈ ਹਫ਼ਤਾ ਭਰ ਰੋਂਦੀ ਰਹੀ ਸੀ। ਫੇਰ ਜਗਤਾਰ ਸਿੰਘ ਮੰਨ ਗਿਆ ਸੀ ਸਕੂਲ ਦੇ ਰਜਿਸਟਰ ਵਿਚ ਨੂਰੀ ਦਾ ਬਾਪੂ ਜਗਤਾਰ ਸਿੰਘ ਹੀ ਲਿਖਿਆ ਹੋਇਆ ਸੀ।

"ਕੀ ਘੁਸਰ-ਮੁਸਰ ਹੋ ਰਹੀ ਹੈ।" ਦੂਜੇ ਕਮਰੇ 'ਚੋਂ ਸ਼ੇਰ ਸਿੰਘ ਦੀ ਨੀਂਦਰ ਤੇ ਸ਼ਰਾਬ ਲੱਦੀ ਆਵਾਜ਼ ਆਈ।

"ਅੰਮ੍ਰਿਤ ਵੇਲਾ ਹੋ ਗਿਆ ਚਾਚਾ ਜੀ ਵਾਹਿਗੁਰੂ ਦਾ ਨਾਂ ਲੈ ਰਹੇ ਹਾਂ। ਵੈਸੇ ਤੁਹਾਡੇ ਉਠਣ ਦਾ ਵੇਲਾ ਨਹੀਂ ਹੋਇਆ।" ਨੂਰੀ ਨੇ ਹੱਸ ਕੇ ਕਿਹਾ।

"ਉਹ ਤਾਂ ਠੀਕ ਹੈ। ਸ਼ੇਰ ਤਾਂ ਸੁੱਤੇ ਹੀ ਚੰਗੇ ਹੁੰਦੇ ਨੇ ਪਰ ਤੁਸੀਂ ਐਨੀ ਸਵਖਤੇ ਕਿਉਂ ਉਠ ਪਏ?"

"ਚਾਚਾ ਜੀ ਮੇਰੀਆਂ ਛੁੱਟੀਆਂ ਖ਼ਤਮ ਹੋ ਗਈਆਂ। ਮੈਂ ਕਾਲਜ ਜਾ ਰਹੀ ਹਾਂ।"

"ਪਰ ਮੈਂ ਰਾਤ ਤੇਰੇ ਤਾਏ ਨੂੰ ਕਾਲਜ ਜਾਣ ਤੋਂ ਮਨ੍ਹਾ ਕੀਤਾ ਸੀ। ਤੈਨੂੰ ਅਸੀਂ ਜੱਜ ਤਾਂ ਨਹੀਂ ਬਨਾਣਾ; ਘਰ ਮੌਜ ਨਾਲ ਰਹਿ। ਤੈਨੂੰ ਪਤੈ ਤੂੰ ਅਠਾਰਾਂ ਸਾਲ ਦੀ ਹੋ ਚੁੱਕੀ ਹੈਂ?"

"ਮੈਨੂੰ ਸਾਰਾ ਪਤੈ ਚਾਚਾ ਜੀ ਪਰ ਇਸ ਗੱਲ ਦਾ ਮੇਰੇ ਕਾਲਜ ਜਾਣ ਨਾਲ ਕੀ ਸਬੰਧ ਹੈ?"

—"ਤੂੰ ਨਿਆਣੀ ਹੈਂ। ਤੂੰ ਅਜੇ ਇਹ ਗੱਲਾਂ ਨਹੀਂ ਸਮਝਦੀ। ਇਕ ਵਾਰ ਕਹਿਤਾ ਕਿਤੇ ਨਹੀਂ ਜਾਣਾ। ਬਾਈ ਜਗਤਾਰ ਸਿੰਘ ਇਸ ਬਲਾ ਨੂੰ ਸਮਝਾ। ਨਹੀਂ ਤਾਂ ਮੈਂ ਇਸ ਦੀਆਂ ਕਤਾਬੜੀਆਂ ਜੇਹੀਆਂ ਪਾੜ ਸੁੱਟਾਂਗਾ। ਮੈਂ ਰੱਤੇ-ਟਿੱਬੇ ਵਾਲਿਆਂ ਨਾਲ ਇਸ ਦੇ ਰਿਸ਼ਤੇ ਦੀ ਗੱਲ ਕੀਤੀ ਹੈ।"

"ਧੀ ਮੇਰੀ ਤੂੰ ਕੌਣ ਹੁੰਨੈ ਇਸ ਦੇ ਰਿਸ਼ਤੇ ਦੀ ਗੱਲ ਕਰਨ ਵਾਲਾ?" ਸ਼ਾਇਦ ਜਗਤਾਰ ਸਿੰਘ ਨੇ ਜ਼ਿੰਦਗੀ 'ਚ ਪਹਿਲੀ ਵਾਰ ਸ਼ੇਰ ਸਿੰਘ ਸਾਹਮਣੇ ਇਤਨੀ ਕੌੜੀ ਗੱਲ ਕੀਤੀ ਸੀ।

"ਮੈਂ ਇਹਦਾ ਚਾਚਾ ਨਹੀਂ ਅਸਲੀ ਪਿਉ ਹਾਂ ਤੇ ਮੈਂ ਤੈਨੂੰ ਆਪਣੀ ਇੱਜ਼ਤ ਵਰਾਣ ਨਹੀਂ ਕਰਨ ਦੇਣੀ।" ਸ਼ੇਰ ਸਿੰਘ ਨੇ ਪਗੜੀ ਸੰਭਾਲ ਲਈ ਤੇ ਉਸ ਦੀ ਆਵਾਜ਼ ਵਿਚ ਗੁੱਸਾ ਘੁਲ ਗਿਆ ਸੀ।

"ਵਰ੍ਹਿਆਂ ਪਹਿਲਾਂ ਫੈਸਲਾ ਹੋ ਚੁੱਕਿਐ। ਬਾਈ ਜੀ ਹੀ ਨੂਰੀ ਦੇ ਬਾਪੂ ਨੇ।"

"ਤੇਰੇ ਨਾਲ ਬਾਈ ਸੁੱਤਾ ਸੀ?" ਸ਼ੇਰ ਸਿੰਘ ਗੱਜਿਆ।

"ਦੂਰ ਫਿੱਟੇ ਮੂੰਹ ਤੇਰੇ। ਕਰਮ ਤਾਂ ਕਦੇ ਚੰਗਾ ਨਹੀਂ ਕੀਤਾ ਬੁਰੇ ਬਚਨ ਤਾਂ ਨਾ ਬੋਲ।"

"ਬਾਈ ਮੈਂ ਕੁੜੀ ਕਾਲਜ ਨਹੀਂ ਜਾਣ ਦੇਣੀ।" ਸ਼ੇਰ ਸਿੰਘ ਭੋਥਾ ਸੰਭਾਲਦਾ ਨੂਰੀ ਦੇ ਕਮਰੇ ਵਿਚ ਆ ਗਿਆ ਸੀ।

ਨੂਰੀ ਭਿੱਜੀ ਘੁੱਗੀ ਵਾਂਗ ਤਾਏ ਦੀ ਬੁੱਕਲ ਵਿਚ ਸਿਮਟ ਗਈ ਸੀ। ਸੁਰਮਾ ਹੰਝੂਆਂ ਦੇ ਹੜ੍ਹ 'ਚ ਘੁਲ ਕੇ ਗੱਲ੍ਹਾਂ ਤੇ ਉਤਰ ਆਇਆ ਸੀ। ਚਾਰ ਬੋਲ ਸਾਰੇ ਪਿੰਡ ਦੀ ਚੁੱਪ ਤੋੜਨ ਲਈ ਕਾਫ਼ੀ ਸਨ।

ਹਵੇਲੀ ਅੱਗੋਂ ਖੇਤਾਂ ਵੱਲ ਜਾਂਦੇ ਲੋਕ ਮਲ-ਮਲ ਕੇ ਤੁਰ ਰਹੇ ਸਨ। "ਤੇਰੀਆਂ ਮੈਂ ਰਗਾਂ ਪੱਟ ਦੂੰ।" ਸ਼ੇਰ ਸਿੰਘ ਘਰ ਵਾਲੀ ਸਰਦਾਰਨੀ ਤੇ ਗਰਜ ਰਿਹਾ ਸੀ।

"ਪੱਟ ਦੇ ਉਮਰਾਂ ਦਾ ਦੁੱਖ ਤਾਂ ਮਿਟ ਜਾਏ। ਵੈਸੇ ਵੀ ਕਦੇ ਸਿੱਧਾ ਸਾਹ ਲੈ ਕੇ ਨਹੀਂ ਦੇਖਿਆ ਜਦੋਂ ਦੀ ਤੇਰੇ ਲੜ ਲੱਗ ਤੇਰੇ ਵਿਹੜੇ ਆਈ ਹਾਂ।"

—"ਹਜ਼ਾਰਾਂ ਘੁਮਾਵਾਂ ਦੀ ਮਾਲਕ ਸਰਦਾਰਨੀ ਬਣ ਕੇ ਵੀ ਤੂੰ ਮਿਹਣੇ ਦਿੰਨੀ ਹੈਂ ਕਮਜਾਤੇ?"

"ਔਰਤ ਦਾ ਸੁੱਖ ਜਾਇਦਾਦ ਜ਼ਮੀਨ ਨਹੀਂ ਹੁੰਦਾ। ਉਸ ਦਾ ਪਤੀ ਹੁੰਦੈ। ਕਦੇ ਸੁੱਖ ਦਾ ਸੁਨੇਹਾ ਆਇਆ ਤੇਰੇ ਵੱਲੋਂ। ਮੇਰੇ ਸਦਾ ਸਾਹ ਸੁਕਦੇ ਰਹੇ ਤੇ ਮੇਰੇ ਏਸ ਧਰਮੀ ਵੀਰ ਦਾ ਤੇਰੇ ਕਾਰਨ ਕੋਈ ਪਰਿਵਾਰ ਨਾ ਬਣ ਸਕਿਆ। ਕਚਹਿਰੀਆਂ ਤੇ ਥਾਣਿਆਂ ਦੀਆਂ ਲੰਮੀਆਂ ਵਾਟਾਂ 'ਚ ਇਸ ਸਤਜੁਗੀ ਮਨੁੱਖ ਦੀ ਜੁਆਨੀ ਰੁਲ ਗਈ। ਮੈਂ ਪੁੱਛਦੀ ਹਾਂ ਸਰਦਾਰ ਸ਼ੇਰ ਸਿਆਂ ਇਸ ਸਤਜੁਗੀ ਮਨੁੱਖ ਦਾ ਲੇਖਾ ਕਿਹੜੇ ਜੁਗ ਦੇਵੇਂਗਾ। ਕਦੇ ਸੋਚਿਐ! ਦਿਨ ਰਾਤ ਸ਼ਰਾਬ ਤੇ ਸ਼ਰੀਕਾਂ ਦੇ ਖ਼ੂਨ ਨਾਲ ਹੱਥ ਰੰਗਦਾ ਰਹਿਣਾ ਏਂ।" ਸਰਦਾਰਨੀ ਵਰ੍ਹਿਆਂ ਦਾ ਦੁੱਖ ਬੋਲਣ ਲੱਗ ਪਈ ਸੀ।

ਸ਼ੇਰ ਸਿੰਘ ਪਤਾ ਨਹੀਂ ਕਿਉਂ ਨਿਰੁੱਤਰ ਹੋ ਗਿਆ। ਉਹ ਝੂਠਾ-ਝੂਠਾ ਸਾਹਮਣੇ ਗਰਜ ਰਹੀ ਸਰਦਾਰਨੀ ਵੱਲ ਤੇ ਕਦੇ ਜਗਤਾਰ ਤੇ ਵੇਲ ਵਾਂਗ ਲਮਕ ਰਹੀ, ਸਿਸਕ ਰਹੀ ਨੂਰੀ ਵਲ ਤਕਦਾ ਬਾਹਰ ਤੁਰ ਗਿਆ।

ਥੋੜ੍ਹਾ ਸਮਾਂ ਚੁੱਪ ਤਣੀ ਰਹੀ।

ਸ਼ਾਇਦ ਜਗਤਾਰ ਸਿੰਘ ਡਰ ਗਿਆ ਸੀ।

ਨੂਰੀ ਬੇਹੋਸ਼ ਜੇਹੀ ਹੋ ਗਈ। ਸਵੇਰ ਸਾਰ ਇਸ ਝਗੜੇ ਦਾ ਕਿਸੇ ਨੂੰ ਵੀ ਖ਼ਿਆਲ ਨਹੀਂ ਸੀ।

"ਬਾਈ ਜੀ ਤੁਸੀਂ ਸਾਰੀ ਉਮਰ ਇਸ ਸਰਦਾਰ ਦੀ ਪਰਵਾਹ ਕੀਤੀ ਹੈ- ਅੱਜ ਪਰਵਾਹ ਨਹੀਂ ਕਰਨੀ। ਨੂਰੀ ਦੁਬਾਰਾ ਮੂੰਹ ਠੀਕ ਕਰ ਕੇ ਤੁਰਨ ਲਈ ਤਿਆਰ ਹੋ। ਮੈਂ ਦੇਖਦੀ ਹਾਂ ਇਸ ਬੱਬਰ ਸ਼ੇਰ ਸਰਦਾਰ ਨੂੰ, ਕਿਹੜਾ ਕਿਹਨੂੰ ਢਾਉਂਦੇ। ਬਾਈ ਜਗਤਾਰ ਸਿੰਘ ਨਾ ਹੁੰਦਾ ਕਦੋਂ ਦਾ ਫਾਂਸੀ ਦੇ ਰੱਸੇ ਨਾਲ ਤੋਰੀ ਵਾਂਗ ਲਟਕਿਆ ਹੁੰਦਾ। ਵੱਡਾ ਸ਼ੇਰ ਬਣਿਆ ਫਿਰਦੈ। ਇਕ ਘਰ ਤਾਂ ਡੈਣ ਵੀ ਛੱਡ ਦਿੰਦੀ ਹੈ।"

ਬਾਹਰ ਵਿਹੜੇ 'ਚੋਂ ਬੰਦੂਕ ਚੱਲੀ।

ਕੁਝ ਪਲ ਸੰਨਾਟਾ ਛਾ ਗਿਆ।

"ਮੇਰੀ ਹਿੱਕ 'ਚ ਮਾਰ ਜੇਕਰ ਤੂੰ ਸ਼ੇਰ ਹੈਂ। ਕੰਧਾਂ 'ਚ ਮਾਰ-ਮਾਰ ਸਿੱਕਾ ਕਿਉਂ ਫੂਕਦੈਂ।" ਸਰਦਾਰਨੀ ਗਰਜਦੀ ਹੋਈ ਵਿਹੜਾ ਚੀਰਦੀ ਸ਼ੇਰ ਸਿੰਘ ਸਾਹਮਣੇ ਸੀਨਾ ਤਾਣੀ ਖੜ੍ਹੀ ਸੀ। ਸ਼ੇਰ ਸਿੰਘ ਦੁਬਾਰਾ ਬੰਦੂਕ ਭਰ ਰਿਹਾ ਸੀ।

ਨੂਰੀ ਦਾ ਰੋਣਾ ਬੰਦ ਸੀ। ਉਸ ਦੇ ਹੱਥਾਂ ਦੇ ਤੋਤੇ ਉਡ ਗਏ ਸਨ। ਅੱਖਾਂ ਭਮੱਤਰ ਗਈਆਂ। ਚੌਂਧੀ ਲੱਗੇ ਬੱਚੇ ਵਾਂਗ ਉਹ ਝਾਕ ਰਹੀ ਸੀ।

ਜਗਤਾਰ ਸਿੰਘ ਨੇ ਅੱਗੇ ਵਧ ਕੇ ਸ਼ੇਰ ਸਿੰਘ ਤੋਂ ਬੰਦੂਕ ਲੈ ਲਈ। ਸ਼ੇਰ ਸਿੰਘ ਨੇ ਬੰਦੂਕ ਹੱਥੋਂ ਦਿੰਦਿਆਂ ਹੀਲ ਹੁੱਜਤ ਨਹੀਂ ਕੀਤੀ ਸੀ। ਸ਼ੇਰ ਸਿੰਘ ਘਰੋਂ ਬਾਹਰ ਤੁਰ ਗਿਆ।

"ਚੱਲ ਭੈਣ ਜੱਗ ਤਮਾਸ਼ਾ ਦੇਖਣ ਲਈ ਕੰਧਾਂ ਨਾਲ ਲੱਗ ਕੇ ਖੜ੍ਹਾ ਹੋ ਗਿਐ।"

"ਬਾਈ ਜੀ ਤੁਸੀਂ ਅੱਜ ਅਪਣੀ ਧੀ ਨੂੰ ਕਾਲਜ ਛੱਡਣ ਜਾਉਗੇ। ਨਹੀਂ ਤਾਂ ਮੈਂ ਆਪਣੇ ਆਪ ਦੇ ਗੋਲੀ ਮਾਰ ਕੇ ਮਰ ਜਾਵਾਂਗੀ।"

"ਚਲੋ ਪਹਿਲਾਂ ਅੰਦਰ ਚਲੋ।"

"ਨਹੀਂ ਪਹਿਲਾਂ ਬਚਨ ਦਿਉ।"

"ਹਾਂ ਮੈਂ ਲੈ ਕੇ ਜਾਵਾਂਗਾ।"

ਹਵੇਲੀ ਦੇ ਵਿਹੜੇ 'ਚ ਇਕਦਮ ਚਾਨਣ ਹੋ ਗਿਆ ਸੀ। ਤਾਰਿਆਂ ਨੂੰ ਕਿਸੇ ਨੇ ਹੂੰਝ ਕੇ ਪਾਸੇ ਕਰ ਦਿੱਤਾ ਸੀ। ਸ਼ਾਇਦ ਥੋੜ੍ਹੀ ਹੀ ਦੇਰ ਮਗਰੋਂ ਸੂਰਜ ਦੀ ਲਾਲੀ ਫੈਲ ਜਾਣੀ ਸੀ ਪਰ ਸ਼ੇਰ ਸਿੰਘ ਦੀ ਗਰਜ ਨੇ ਸ਼ੋਰ ਦਾ ਗਲਾ ਘੁੱਟ ਦਿੱਤਾ ਸੀ। ਟਾਵੀਂ ਹੀ ਕੋਈ ਕੰਨ ਵਲੇਲ ਪੈ ਰਹੀ ਸੀ।

* * *

ਫੇਰ ਸੂਰਜ ਨੇ ਲਾਲ ਅੱਖ ਖੋਲ੍ਹੀ। ਅੱਸੂ ਮਹੀਨੇ ਦਾ ਅੰਤ ਸੀ ਤੇ ਫ਼ਸਲਾਂ ਤੇ ਘਾਹ 'ਤੇ ਤਰੇਲ ਮੋਤੀ ਬੇਅੰਤ ਬਿਖਰੇ ਹੋਏ ਸਨ, ਜਿਨ੍ਹਾਂ ਮੋਤੀਆਂ ਵਿਚ ਸੂਰਜ ਦੀ ਲਾਲੀ ਝਾਤ ਕਹਿ ਰਹੀ ਸੀ। ਤਿੱਤਰ ਸ਼ਾਇਦ ਕਾਲਾ ਤਿੱਤਰ ਮਸਤੀ 'ਚ ਬੋਲ ਰਿਹਾ ਸੀ। ਸਾਰੀ ਸ੍ਰਿਸ਼ਟੀ ਹੀ ਜਿਵੇਂ ਭਿੰਨ-ਭਿੰਨ ਰਾਗ ਅਲਾਪ ਰਹੀ ਸੀ। ਖ਼ੇਤਾਂ 'ਚ ਕਾਮੇ ਢੋਲਾ ਗਾਣ ਲੱਗ ਪਏ ਸਨ।

ਸਰਦਾਰਨੀ ਜੀ ਦੀ ਜੀਪ ਸਟੇਸ਼ਨ ਦੇ ਨਜ਼ਦੀਕ ਪੁੱਜ ਰਹੀ ਸੀ। ਉਹ ਚੁੱਪ ਸੀ। ਜਗਤਾਰ ਸਿੰਘ ਚੁੱਪ ਸੀ। ਨੂਰੀ ਬੇਸੁਰਤ ਜੇਹੀ ਸੀ।

ਸਾਹਮਣੇ 'ਖਿਪਾਂ ਵਾਲੀ' ਦਾ ਰੇਲਵੇ ਸਟੇਸ਼ਨ ਜਗਤਾਰ ਸਿੰਘ ਦੇ ਜੀਵਨ ਵਾਂਗ ਸੁੰਨਾ ਸੁੰਨਾ ਖੜ੍ਹਾ ਸੀ। ਨੰਗ ਦੀ ਹਥੇਲੀ ਵਾਂਗ ਸਾਫ਼-ਰੜਾ ਪੱਟਕ ਜਿਸ ਉਪਰ ਵਿਧਾਤਾ ਨੇ ਕੋਈ ਰੇਖਾ ਹੀ ਨਹੀਂ ਵਾਹੀ ਸੀ। ਇਕ ਵੀ ਸਵਾਰੀ ਨਹੀਂ ਸੀ। ਸ਼ਹਿਰ ਤਾਰੀਖ਼ ਭੁਗਤਣ ਜਾਣ ਵਾਲਾ ਵੀ ਨਹੀਂ ਸੀ।

"ਮਨ ਲਾ ਕੇ ਪੜ੍ਹੀਂ ਮਾਂ ਦਾ ਇਹ ਹੀ ਉਦੇਸ਼ ਹੈ" ਸਰਦਾਰਨੀ ਨੇ ਸਟੇਸ਼ਨ ਤੋਂ ਤੁਰਦਿਆਂ ਨੂਰੀ ਨੂੰ ਕਿਹਾ। "ਪਿੱਛੋਂ ਦੀ ਚਿੰਤਾ ਨਾ ਕਰੀਂ। ਇਹ ਕੁਝ ਤਾਂ ਹੁੰਦਾ ਹੀ ਰਹੇਗਾ, ਬਾਈ ਜੀ ਸ਼ਾਮ ਤੱਕ ਮੁੜ ਆਣਾ। ਜੀਪ ਭੇਜਾਂਗੀ ਸ਼ਾਮ ਦੀ ਰੇਲ ਵੇਲੇ।" ਤੇ ਉਹ ਬਗੈਰ ਕੋਈ ਉੱਤਰ ਉਡੀਕੇ ਸਟਾਰਟ ਖੜ੍ਹੀ ਜੀਪ ਤੋਰ ਕੇ ਤੁਰ ਗਈ।

ਨੂਰੀ ਤੇ ਜਗਤਾਰ ਸਰਦਾਰਨੀ ਦੀ ਅੱਖੋਂ ਪਰੋਖੇ ਹੁੰਦੀ ਜੀਪ ਵਲ ਤਕਦੇ ਰਹੇ।

ਜਗਤਾਰ ਸਿੰਘ ਫਿਰੋਜ਼ਪੁਰ ਦੀਆਂ ਦੋ ਟਿਕਟਾਂ ਲੈ ਆਇਆ। ਆ ਰਹੀ ਗੱਡੀ ਦੀ ਸੂਚਨਾ ਦੇਂਦੀ ਟੱਲੀ ਗੂੰਜੀ ਤੇ ਨਾਲ ਤਰੇਲ ਭਿੱਜੀ ਰੇਲ ਪਟੜੀ ਭਾਲਦੀ ਮੱਠੀ ਜੇਹੀ ਚਾਲ ਨਾਲ ਗੱਡੀ ਆ ਗਈ। ਗੱਡੀ ਲੰਡੀ ਜੇਹੀ ਸੀ। ਗਿਣਤੀ ਦੇ ਚਾਰ ਹੀ ਡੱਬੇ ਸਨ ਤੇ ਗਿਣਤੀ ਦੀਆਂ ਬਾਰਾਂ ਸਵਾਰੀਆਂ, ਸਵੇਰ ਸਾਰ ਹੀ ਗੁਲਾਬੀ ਜੇਹੀ ਠੰਢ ਤੋਂ ਬਚਣ ਲਈ ਮੂੰਹ ਢਕੀ, ਅੱਖਾਂ ਮੀਚੀ ਸਫ਼ਰ ਕਰ ਰਹੀਆਂ ਸਨ।

ਚੁੱਪ-ਚੁਪ ਤਾਇਆ ਭਤੀਜੀ ਜਾਂ ਕਹੋ ਪਿਉ ਧੀ ਇਕ ਡੱਬੇ 'ਚ ਚੜ੍ਹ ਗਏ ਤੇ ਗੱਡੀ ਹਵਾ ਨੂੰ ਗੰਢਾਂ ਦੇਣ ਲੱਗ ਪਈ। ਜਗਤਾਰ ਸਿੰਘ ਨੇ ਕੰਬਲ ਵਿਚ ਮੂੰਹ ਲੁਕੋ ਜੇਹਾ ਲਿਆ। ਬਾਰੀ ਵਿਚ ਦੀ ਆ ਰਹੀ ਤੇਜ਼ ਠੰਡੀ ਹਵਾ ਤੋਂ ਬਚਣ ਲਈ ਜਾਂ ਸਵੇਰੇ-ਸਵੇਰੇ ਹੋਈ ਨਮੋਸ਼ੀ ਤੋਂ ਬਚਣ ਲਈ। ਉਹ ਚੁਪ ਸੀ। ਸ਼ਾਇਦ ਚੁੱਪ ਨਹੀਂ ਗੂੰਗਾ ਜੇਹਾ ਹੋ ਗਿਆ ਸੀ। ਸ਼ਾਇਦ ਉਹ ਡੈਣ ਦੀ ਬਿਰਤੀ ਬਾਰੇ ਸੋਚ ਰਿਹਾ ਸੀ ਜਿਹੜੀ ਇਕ ਘਰ ਵੀ ਨਹੀਂ ਛੱਡਦੀ ਸੀ।

ਨੂਰੀ ਪਿੱਛੇ ਨੂੰ ਉਡਦੇ ਜਾ ਰਹੇ ਕੱਖ ਕਾਨੇ ਤੇ ਦਰਖਤ ਤੱਕ ਰਹੀ ਸੀ। ਜਵਾਨ ਫ਼ਸਲ ਨਾਲ ਲੱਦੇ ਘੂਕ ਰਹੇ ਖੇਤ ਤੱਕ ਰਹੀ ਸੀ। ਉਸ ਨੂੰ ਸੁੱਧ-ਬੁੱਧ ਜੇਹੀ ਨਹੀਂ ਸੀ। ਜਿਵੇਂ ਕਹੋ ਔਸਾਣ ਮਾਰੇ ਪਏ ਸਨ, ਗੰਨੀਆਂ ਤੇ ਹੰਝੂ ਸੁੱਕ ਗਏ ਸਨ। ਨਹੀਂ ਅੱਖਾਂ ਦਾ ਸੁਰਮਾ ਫੈਲ ਕੇ ਜੰਮ ਗਿਆ ਸੀ। ਕਦੇ-ਕਦੇ ਹਿੱਕੋਂ ਹਉਕਾ ਉਠਦਾ ਸੀ।

ਨੂਰੀ ਦੀ ਬੇਸੁੱਧ ਸੋਚ ਨੂੰ ਝਟਕਾ ਲੱਗਿਆ। ਜੋ ਉਹ ਤੱਕ ਰਹੀ ਸੀ, ਸੱਚ ਨਹੀਂ ਸੀ। ਕੋਈ ਕੌਤਕ ਸੀ। ਇਕ ਅਲੋਕਾਰ ਸੀ। ਬੰਦਾ ਅਸਮਾਨ 'ਚ ਉਡ ਨਹੀਂ ਸਕਦਾ ਸੀ ਪਰ ਅੱਖਾਂ ਸੱਚ ਦੇਖ ਰਹੀਆਂ ਸਨ ਕਿ ਕੋਈ ਮੁੰਡਾ ਜੇਹਾ ਉਸ ਦੀ ਬਾਰੀ ਦੇ ਬਰਾਬਰ ਬਗੈਰ ਖੰਭਾਂ ਦੇ ਪੰਛੀ ਵਾਂਗ ਉਡਿਆ ਆ ਰਿਹਾ ਸੀ।

ਨੂਰੀ ਨੇ ਅੱਖਾਂ ਝਪਕੀਆਂ।

ਨੂਰੀ ਨੇ ਅੱਖਾਂ ਮਲੀਆਂ, ਉਹ ਉਡਦਾ ਮੁੰਡਾ ਬਾਰੀ 'ਚੋਂ ਅਲੋਪ ਸੀ। ਨੂਰੀ ਨੂੰ ਜਿਵੇਂ ਸੁਰਤ ਆਈ ਤੇ ਫੇਰ ਉਹ ਇਸ ਅਚੰਭੇ ਤੇ ਖਿੜਖਿੜਾ ਕੇ ਹੱਸ ਪਈ। ਉਸ ਨੂੰ ਲੱਗਿਆ ਉਹ ਚਾਣਚੱਕ ਨੀਂਦ ਦੀ ਲਹਿਰ 'ਚ ਲੱਥ ਗਈ ਸੀ ਤੇ ਇਕ ਹੀ ਪਲ 'ਚ ਉਸ ਨੂੰ ਇਕ ਰੌਚਕ ਜੇਹਾ ਸੁਫਨਾ ਆਇਆ ਸੀ।

ਨੂਰੀ ਨੇ ਆਪਣੇ ਮੂੰਹ 'ਤੇ ਹੱਥ ਫੇਰਿਆ ਜਿਵੇਂ ਸੁਰਤੀ ਨੂੰ ਹੁਸ਼ਿਆਰ ਕਰਨ ਦਾ ਜਤਨ ਕੀਤਾ ਹੋਏ।

ਉਹ ਫੇਰ ਚੌਂਕੀ।

ਪਹਿਲਾਂ ਵਾਲਾ ਮੁੰਡਾ ਹੀ ਚੀਨੇ ਕਬੂਤਰ ਵਾਂਗ ਉਸ ਦੀ ਰੇਲ ਵਾਲੀ ਬਾਰੀ 'ਚ ਬਹਿ ਗੁਟਕੂੰ-ਗੁਟਕੂੰ ਕਰ ਰਿਹਾ ਸੀ।

ਨੂਰੀ ਦੀ ਚੀਕ ਨਿਕਲ ਗਈ।

ਜਗਤਾਰ ਸਿੰਘ ਚੌਂਕਿਆ। ਉਸ ਨੇ ਕੰਬਲ ਦਾ ਝੁੰਬ ਖੋਲ੍ਹਿਆ ਤੇ ਡਰੀ-ਡਰੀ ਨੂਰੀ ਨੂੰ ਸੰਭਾਲਿਆ। ਜਗਤਾਰ ਸਿੰਘ ਨੂੰ ਲੱਗਿਆ ਨੂਰੀ ਨੂੰ ਘਰੇ ਘਟੀ ਘਟਨਾ ਦਾ ਖ਼ਿਆਲ ਡਰਾ ਰਿਹਾ ਸੀ।

"ਬਾਪੂ ਜੀ ਭਲਾ ਕੋਈ ਮੁੰਡਾ ਗੱਡੀ ਦੇ ਬਰਾਬਰ ਉਡ ਸਕਦੈ?"

"ਧੀਏ ਤੂੰ ਸੁਫਨਾ ਦੇਖਿਆ ਹੋਵੇਗਾ।"

"ਨਹੀਂ ਬਾਪੂ ਜੀ ਮੈਂ ਦੋ ਬਾਰ ਦੇਖਿਆ ਹੈ। ਨਾਲੇ ਹੁਣ ਤਾਂ ਪੂਰਾ ਦਿਨ ਚੜ੍ਹ ਚੁੱਕਿਆ ਹੈ।"

ਜਗਤਾਰ ਨੇ ਸੋਚਦਿਆਂ ਨੂਰੀ ਦੀਆਂ ਅੱਖਾਂ 'ਚ ਗਹਿਰਾਈ ਤੱਕ ਤੱਕਿਆ। ਉਸ ਨੂੰ ਯਕੀਨ ਹੋ ਗਿਆ ਕਿ ਕੋਈ ਡਰ ਨੂਰੀ ਦੇ ਅਚੇਤ ਮਨੋਂ ਬਾਰ-ਬਾਰ ਕਿਨਾਰੇ 'ਤੇ ਆਂਦਾ ਸੀ।

"ਦੇਖੋ-ਦੇਖੋ ਬਾਪੂ ਜੀ ਦੇਖੋ।" ਨੂਰੀ ਨੇ ਅਧਕਮਲਿਆਂ ਵਾਂਗ ਬੋਲਣਾ ਸ਼ੁਰੂ ਕਰ ਦਿੱਤਾ।

ਜਗਤਾਰ ਸਿੰਘ ਨੇ ਸਾਹਮਣੇ ਗੱਡੀ ਦੀ ਬਾਰੀ ਵੱਲ ਤੱਕਿਆ। ਫੇਰ ਅੱਗੇ ਹੋ ਕੇ ਬਾਰੀ ਦੇ ਕੋਲੋਂ ਬਾਹਰ ਤੱਕਿਆ। ਕੋਈ ਲੜਕਾ 'ਦੌੜਨ' ਦੀ ਵਰਦੀ ਪਾਈ ਗੱਡੀ ਦੇ ਬਰਾਬਰ ਦੌੜਿਆ ਆ ਰਿਹਾ ਸੀ। ਗੱਡੀ ਦੇ ਬਰਾਬਰ ਤੁਰਨ ਦਾ ਰਸਤਾ ਕਦੇ ਗੱਡੀ ਦੀ ਬਾਰੀ ਦੇ ਬਰਾਬਰ ਉੱਚਾ ਹੋ ਜਾਂਦਾ ਸੀ ਤੇ ਕਦੇ ਨੀਵਾਂ। ਕਦੇ ਦੂਰ ਹਟ ਜਾਂਦਾ ਸੀ ਤੇ ਕਦੇ ਬਰਾਬਰ। ਜਗਤਾਰ ਸਿੰਘ ਦੇਖ ਰਿਹਾ ਸੀ ਕਿ ਉਹ ਲੜਕਾ ਦੂਰੋਂ ਰੇਲ ਦੇ ਬਰਾਬਰ ਵਧਦਾ ਆ ਰਿਹਾ ਸੀ।

"ਧੀਏ ਡਰ ਨਾ। ਇਹ ਕੋਈ ਦੌੜਨ ਵਾਲਾ ਲੜਕਾ ਹੈ ਜਿਹੜਾ ਦੌੜਨ ਦੀ ਪਰੈਕਟਿਸ ਕਰ ਰਿਹਾ ਹੈ। ਆ ਦੇਖ ਹੁਣ ਫਿਰ ਆਪਣੀ ਬਾਰੀ ਦੇ ਬਰਾਬਰ ਆਣ ਵਾਲਾ ਹੈ।"

ਨੂਰੀ ਡਰੀ-ਡਰੀ ਬਾਰੀ ਦੇ ਕੋਲ ਪਹੁੰਚੀ। ਤਕਦੀ ਰਹੀ। ਲੜਕਾ ਪੰਛੀ ਵਾਂਗ ਉਡਿਆ ਆ ਰਿਹਾ ਸੀ। ਦੌੜ ਰਹੀਆਂ ਫ਼ਸਲਾਂ ਹਵਾ 'ਚ ਤੈਰਦੀਆਂ ਆ ਰਹੀਆਂ ਸਨ। ਲੜਕਾ ਪਸੀਨੋ-ਪਸੀਨਾ ਸੀ। ਉਸ ਦੇ ਮੱਥੇ 'ਤੇ ਇਕ ਪੱਟੀ ਬੰਨ੍ਹੀ ਹੋਈ ਸੀ। ਵਾਲਾਂ ਦਾ ਜੂੜਾ ਲਾਲ ਕੱਪੜੇ ਨਾਲ ਬੰਨ੍ਹਿਆ ਹੋਇਆ ਸੀ। ਲੜਕਾ ਰੰਗ ਦਾ ਗੋਰਾ, ਸਰੀਰ ਦਾ ਪਤਲਾ ਤੇ ਕੱਦ ਦਾ ਲੰਮਾ ਸੀ। ਉਹ ਮੁਸ਼ਕਲ ਨਾਲ ਵੀਹ ਕੁ ਸਾਲ ਦਾ ਲਗਦਾ ਸੀ।

ਉਡਦਾ ਆ ਰਿਹਾ ਲੜਕਾ ਥੱਲੇ ਉਤਰਦੇ ਰਾਹ ਤੇ ਗੱਡੀ ਤੋਂ ਵਿਛੜ ਗਿਆ ਜਾਂ ਕਹੋ ਪੰਛੀ ਵਾਂਗ ਝੀਲ ਦੇ ਦੂਜੇ ਕਿਨਾਰੇ ਵਾਂਗ ਉਡਾਰੀ ਮਾਰ ਗਿਆ।

ਨੂਰੀ ਦੰਗ-ਦੰਗ ਅੱਖਾਂ ਨਾਲ ਉਸ ਅਲੋਪ ਹੁੰਦੇ ਪੰਛੀ ਵੱਲ ਤੱਕਦੀ ਰਹੀ। ਉਸ ਦੀਆਂ ਅੱਖਾਂ ਝਪਕ ਨਹੀਂ ਰਹੀਆਂ ਸਨ। ਉਸ ਦੀ ਅੰਤਰ ਆਤਮਾ ਮੰਨ ਗਈ ਸੀ ਕਿ ਉਹ ਸੱਚ ਨਹੀਂ ਕੋਈ ਅਲੋਕਾਰ ਸੀ-ਕੋਈ ਅਜੂਬਾ।

"ਧੰਨ ਮਾਂ ਹੈ ਜਿਸ ਨੇ ਇਸ ਨੂੰ ਜਨਮ ਦਿੱਤਾ।" ਜਗਤਾਰ ਸਿੰਘ ਨੇ ਕਿਹਾ।

ਦੌੜਨ ਵਾਲੇ ਦਾ ਰਾਹ ਨੂਰੀ ਦੀ ਗੱਡੀ ਤੋਂ ਵਿਛੜ ਗਿਆ ਸੀ। ਅੱਗੇ ਰੇਲ ਦੀ ਪਟੜੀ ਸੰਘਣੇ ਜੰਗਲ ਨੂੰ ਚੀਰ ਰਹੀ ਸੀ ਜਿਸ ਦੇ ਬਰਾਬਰ ਪਗਡੰਡੀ ਦੀ ਥਾਂ ਨਹੀਂ ਬਚੀ ਸੀ।

"ਬਾਪੂ ਜੀ ਇਹ ਸੱਚਮੁੱਚ ਮੁੰਡਾ ਸੀ?" ਨੂਰੀ ਨੂੰ ਅਜੇ ਵੀ ਸੱਚ ਨਹੀਂ ਆ ਰਿਹਾ ਸੀ।

"ਹਾਂ ਧੀਏ ਇਹ ਆਪਣੇ ਇਲਾਕੇ ਦੇ ਕਿਸੇ ਪਿੰਡ ਦਾ ਮੁੰਡਾ ਹੈ। ਇਸ ਬਾਰੇ ਸੁਣਿਆ ਹੈ ਇਹ ਦੌੜਾਂ ਵਿਚ ਪਹਿਲੇ ਨੰਬਰ 'ਤੇ ਰਹਿੰਦਾ ਹੈ।"

ਜਗਤਾਰ ਸਿੰਘ ਪੂਰੇ ਭਰੋਸੇ ਨਾਲ ਕਹਿ ਰਿਹਾ ਸੀ।

ਇਹ ਇਕ ਨਵਾਂ ਅਲੋਕਾਰ ਸੀ ਜਿਸ ਨੂੰ ਤੱਕ ਕੇ ਨੂਰੀ ਘਰੇ ਘਟੀ ਘਟਨਾ ਨੂੰ ਭੁਲ ਗਈ। ਕਦੇ ਉਹ ਇਸ ਅਲੋਕਾਰ ਨੂੰ ਝੂਠ ਮੰਨਦੀ ਸੀ ਤੇ ਕਦੇ ਸੱਚ। ਉਸ ਨੇ ਆਪਣੀਆਂ ਅੱਖਾਂ ਨਾਲ ਇਹ ਸੱਚ ਦੇਖਿਆ ਸੀ। ਅੱਖਾਂ ਜਗਦੀਆਂ, ਖੁੱਲ੍ਹੀਆਂ ਅੱਖਾਂ ਧੋਖਾ ਵੀ ਤਾਂ ਨਹੀਂ ਖਾ ਸਕਦੀਆਂ ਸਨ। ਫੇਰ ਉਸਦੇ ਬਾਪੂ ਜੀ ਵੀ ਤਾਂ ਝੂਠ ਨਹੀਂ ਬੋਲ ਸਕਦੇ ਸੀ।

ਸੱਚ ਝੂਠ ਦੀ ਉਧੇੜ-ਬੁਣ 'ਚ ਡੁਬਦੀ ਬਚਦੀ ਨੂਰੀ ਫਿਰੋਜ਼ਪੁਰ ਸ਼ਹਿਰ ਪਹੁੰਚ ਗਈ। ਗੱਡੀ ਖਿੱਪਾਂ ਵਾਲੀ ਸਟੇਸ਼ਨ ਮਗਰੋਂ ਹੋਰ ਵੀ ਸਟੇਸ਼ਨਾਂ 'ਤੇ ਰੁਕਦੀ ਰਹੀ ਸੀ, ਜਿਸ ਕਰਕੇ ਕਾਫ਼ੀ ਸਵਾਰੀਆਂ ਪਲੇਟ-ਫਾਰਮ 'ਤੇ ਉਤਰੀਆਂ ਸਨ।

ਲੰਮੀ ਲੰਝੀ ਨੂਰੀ ਬਾਰੀ ਦੇ ਡੰਡੇ ਨਾਲ ਥੋੜ੍ਹਾ ਲਟਕ ਕੇ ਪਲੇਟ-ਫਾਰਮ 'ਤੇ ਉਤਰੀ। ਉਸ ਦੇ ਭਰਵੇਂ ਸਰੀਰ ਨੇ ਚਿੱਟੀ ਕੁੜਤੀ ਤੇ ਸੁਰਖ ਕੋਟੀ 'ਚੋਂ ਇਕ ਹੀ ਵਾਰ ਝਾਤੀ ਮਾਰੀ, ਜਿਵੇਂ ਭਾਦੋਂ ਮਹੀਨੇ ਦੀ ਰਾਤ ਦਾ ਚੰਦ ਬੱਦਲਾਂ 'ਚੋਂ ਬਾਹਰ ਆਇਆ ਹੋਵੇ।

ਸਟੇਸ਼ਨ 'ਤੇ ਟਹਿਲ ਰਹੇ ਜਵਾਨ ਲੜਕੇ ਕਹਿਰ ਭਰੀਆਂ ਅੱਖਾਂ ਨਾਲ ਨੂਰੀ ਨੂੰ ਤੱਕ ਰਹੇ ਸਨ।

ਨੂਰੀ ਨੇ ਇਹ ਸਾਰਾ ਕੁਝ ਭਾਂਪ ਲਿਆ ਸੀ। ਸਰੀਰ ਨੂੰ ਦੁਪੱਟੇ ਵਿਚ ਪੂਰੀ ਤਰ੍ਹਾਂ ਢਕ ਲਿਆ ਸੀ ਜਾਂ ਕਹੋ ਬੋਚ ਲਿਆ ਸੀ, ਜਿਵੇਂ ਕੁਕੜੀ ਆਪਣੇ ਬੱਚੇ ਖੰਭਾਂ ਥੱਲੇ ਲਕੋ ਕੇ ਇੱਲਾਂ ਦੀ ਝਪਟ ਤੋਂ ਬਚਾ ਲੈਂਦੀ ਹੈ।

ਉਸਨੇ ਟੋਪੀਆਂ ਵਾਲੀਆਂ ਕਾਲੀਆਂ ਅੱਖਾਂ ਲੁਕਾ ਲਈਆਂ ਸਨ। ਰਕਾਨ ਨੂਰੀ ਤਾਏ ਦੇ ਪਿੱਛੇ-ਪਿੱਛੇ ਸਟੇਸ਼ਨ ਦੀ ਭੀੜ ਨੂੰ ਚੀਰ ਕੇ ਰਿਕਸ਼ੇ 'ਤੇ ਬੈਠ ਕਾਲਜ ਪਹੁੰਚ ਗਈ।

ਕਾਲਜ ਦੇ ਹੋਸਟਲ ਤੇ ਬਹੁਤ ਭੀੜ ਸੀ। ਲੜਕੀਆਂ ਰਿਕਸ਼ਿਆਂ 'ਚੋਂ ਉਤਰ ਨਹੀਂ ਡਿੱਗ ਰਹੀਆਂ ਸਨ। ਇਕ ਦੂਜੀ ਨੂੰ ਮਿਲ ਰਹੀਆਂ ਸਨ। ਜਗਤਾਰ ਸਿੰਘ ਨੇ ਨੂਰੀ ਦਾ ਸਮਾਨ ਹੋਸਟਲ ਦੀ ਮਾਈ ਨੂੰ ਫੜਾਇਆ ਤੇ ਨੂਰੀ ਦਾ ਸਿਰ ਪਲੂਸਿਆ
"ਚੰਗਾ ਪੁੱਤ ਮੈਂ ਪੰਦਰਾਂ ਕੁ ਦਿਨਾਂ ਨੂੰ ਮਿਲਣ ਆਵਾਂਗਾ। ਮਨ ਲਾ ਕੇ ਪੜ੍ਹਾਈ ਕਰੀਂ।"

ਨੂਰੀ ਤਾਏ ਦੇ ਗਲ਼ ਲੱਗ ਕੇ ਮਿਲੀ ਪਰ ਰੋਈ ਨਹੀਂ।

ਨੂਰੀ ਖ਼ੁਸ਼ ਸੀ ਜਾਂ ਉਦਾਸ। ਡਰੀ ਸੀ ਜਾਂ ਅਚੰਭੇ 'ਚ ਡੁੱਬੀ ਹੋਈ। ਉਹ ਚੁੱਪ-ਚਾਪ ਜ਼ਰੂਰ ਸੀ। ਉਹ ਆਪਣੇ ਰੂਮ 'ਚ ਖ਼ਾਮੋਸ਼-ਖ਼ਾਮੋਸ਼ ਛੱਤ ਵਲ ਤੱਕ ਰਹੀ ਸੀ। ਪੱਖਾ ਘੁਕ ਰਿਹਾ ਸੀ, ਜਿਵੇਂ ਦੌੜਨ ਵਾਲੇ ਦੀਆਂ ਲੱਤਾਂ ਹਵਾ 'ਚ ਘੁਕ ਰਹੀਆਂ ਸਨ। ਉਸ ਦਾ ਗੋਰਾ ਮੁੱਖ, ਉਸਦਾ ਪਤਲਾ ਪਰ ਸਡੌਲ ਸਰੀਰ ਪੰਛੀ ਵਾਂਗ ਹਵਾ 'ਚ ਤਰ ਰਿਹਾ ਸੀ। ਉਸ ਦੀ ਸੋਚ ਦੀਆਂ ਅੱਖਾਂ ਅਦਭੁਤ ਨਜ਼ਾਰਾ ਤਕਦੀਆਂ ਖੜ੍ਹ ਜਾਂਦੀਆਂ ਸਨ।

ਸਾਰੇ ਹੋਸਟਲ ਦੇ ਕਮਰਿਆਂ 'ਚ ਸ਼ੋਰ ਮੱਚਿਆ ਹੋਇਆ ਸੀ।

ਪਰ ਨੂਰੀ ਦਾ ਕਮਰਾ ਚੁੱਪ 'ਚ ਡੁੱਬਿਆ ਹੋਇਆ ਸੀ। ਨੂਰੀ ਚੁੱਪ 'ਚ ਡੁੱਬੀ ਹੋਈ ਸੀ। ਅਚਾਨਕ ਨੂਰੀ ਦੀ ਰੂਮ-ਮੇਟ ਰੂਬੀ ਆ ਗਈ। ਜਿਵੇਂ ਸਾਰੇ ਹੋਸਟਲ ਦਾ ਸ਼ੋਰ ਨੂਰੀ ਦੇ ਚੁੱਪ ਕਮਰੇ ਦੀਆਂ ਕੰਧਾਂ ਨਾਲ ਆ ਕੇ ਟਕਰਾਇਆ ਹੋਵੇ। ਰੂਬੀ ਨੇ ਨੂਰੀ ਨੂੰ ਆਪਣੀਆਂ ਬਾਹਾਂ ਵਿਚ ਕਸ ਲਿਆ ਤੇ ਬੈੱਡ ਉੱਪਰ ਉਸ ਨੂੰ ਮਧੋਲਨਾ ਸ਼ੁਰੂ ਕਰ ਦਿੱਤਾ। ਨੂਰੀ ਦੀ ਚੁੱਪ ਤੋੜ ਦਿੱਤੀ। ਕਹੋ ਨੂਰੀ ਦਾ ਸੁਪਨਾ ਤੋੜ ਦਿੱਤਾ। ਚੁੱਪ ਤੋੜ ਦਿੱਤੀ, ਖ਼ਾਮੋਸ਼ੀ ਰੋਲ ਦਿੱਤੀ।

"ਅੜੀਏ ਨਾ, ਤੰਗ ਨਾ ਕਰ।"

"ਕਿਉਂ ਸਰੀਰ ਦਰਦ ਕਰਦੈ?" ਰੂਬੀ ਸ਼ਰਾਰਤੀ ਸੀ, ਰੂਬੀ ਸ਼ੋਖ਼ ਸੀ। ਉਸ ਨੂੰ ਜਿਵੇਂ ਲੱਛ ਚੜ੍ਹੀ ਹੋਈ ਸੀ।

"ਹਾਂ ਦੁਖਦੈ।"

"ਕਿਉਂ ਦੁਖਦੈ-ਕੀ ਕਰਕੇ ਆਈ ਹੈਂ?"

"ਸਫ਼ਰ।"

"ਉਹ ਤਾਂ ਮੈਂ ਵੀ ਕਰਕੇ ਆਈ ਹਾਂ।"

"ਮੈਨੂੰ ਤੇਰਾ ਨਹੀਂ ਪਤਾ ਪਰ ਮੇਰਾ ਸਰੀਰ ਦੁੱਖਦੈ।"

"ਕਿਤੇ ਚੰਦ ਨਾ ਚੜ੍ਹਾ ਦੀਂ ਨਣਦੇ, ਕੱਤਨੀ 'ਚੋਂ ਥਿਆਈਆਂ ਰਿਉੜੀਆਂ।"

"ਉਹ ਤਾਂ ਤੂੰ ਹੀ ਚੜ੍ਹਾ ਸਕਦੀ ਹੈਂ।"

"ਤੇ ਹੋਰ ਤੇਰੇ ਵਰਗੀਆਂ ਡਰਪੋਕਾਂ ਨੇ ਚੜੌਣੇ ਐਂ।"

"ਚੰਗਾ ਉਲਟਾ ਸਿੱਧਾ ਬੋਲਣਾ ਬੰਦ ਕਰ।"

"ਚੰਗਾ ਤੂੰ ਸ਼ੁਰੂ ਕਰ।"

"ਦੋਵੇਂ ਹੱਸ ਪਈਆਂ।"

"ਰੂਬੀ, ਅੱਜ ਇਕ ਅਜੀਬ ਨਜ਼ਾਰਾ ਵੇਖਿਆ।"

"ਨਜ਼ਾਰਾ ਸੀ? ਚਲੋ ਅਜੀਬ ਹੀ ਸਹੀ। ਤੂੰ ਗੱਲ ਦੱਸ।"

"ਚੰਗਾ ਇਹ ਦੱਸ ਕੋਈ ਮੁੰਡਾ ਗੱਡੀ ਦੇ ਬਰਾਬਰ ਦੌੜ ਸਕਦੈ?"

"ਜਿਸ ਗੱਡੀ ਵਿਚ ਤੂੰ ਬੈਠੀ ਹੋਵੇਂ?"

ਦੋਵੇਂ ਜ਼ੋਰ ਨਾਲ ਹੱਸੀਆਂ।

"ਚਲੋ ਹਾਂ ਜਿਸ 'ਚ ਮੈਂ ਬੈਠੀ ਹੋਵਾਂ।"

"ਨੂਰੀ ਤਾਂ ਹਵਾਈ ਜਹਾਜ਼ 'ਚ ਉਡ ਰਹੀ ਹੋਵੇ, ਮੁੰਡੇ ਉਹਦੇ ਬਰਾਬਰ ਵੀ ਦੌੜ ਨਹੀਂ ਉਡ ਸਕਦੇ ਨੇ।"

"ਰੂਬੀ ਬੀ ਸੀਰੀਅਸ। ਮੇਰੀ ਗੱਲ ਦਾ ਜਵਾਬ ਦੇ।"

"ਪਹਿਲਾਂ ਘਟਨਾ ਦੱਸ। ਤੇਰੀ ਗੱਲ ਦਾ ਜਵਾਬ ਮੈਂ ਮਗਰੋਂ ਦੇਵਾਂਗੀ।"ਨੂਰੀ ਨੇ ਘਟਨਾ ਦੱਸੀ।

"ਹੁਣ ਮੇਰਾ ਯਕੀਨ ਪੱਕਾ ਹੋ ਗਿਆ, ਉਹ ਤੇਰੇ ਪਿੱਛੇ ਜਹਾਜ਼ ਬਰਾਬਰ ਵੀ ਉਡ ਸਕਦੈ। ਅੜੀਏ ਉਸ ਨੇ ਤੈਨੂੰ ਦੇਖਿਆ ਵੀ ਨਹੀਂ ਸੀ ਕਿ ਤੇਰੇ ਡੱਬੇ ਬਰਾਬਰ ਦੌੜਿਆ। ਜੇ ਦੇਖਿਆ ਹੁੰਦਾ ਤਾਂ ਡੱਬੇ ਦੇ ਅੰਦਰ ਆ ਜਾਂਦਾ।"

"ਬਕਵਾਸ ਹੀ ਕਰਦੀ ਰਹੇਂਗੀ।"

"ਮੈਂ ਬਕਵਾਸ ਕਰਦੀ ਰਹਾਂ ਜਾਂ ਕੋਈ ਰੇਲ ਦੇ ਬਰਾਬਰ ਦੌੜਦਾ ਰਹੇ ਪਰ ਉਹ ਜ਼ਰੂਰ ਤੇਰੇ ਸੁਪਨਿਆਂ ਦਾ ਰਾਜਾ ਸੀ। ਅੱਜ ਨਾ ਕੱਲ੍ਹ ਉਹ ਜ਼ਰੂਰ ਤੇਰੇ ਸੁਪਨੇ ਬਣੇਗਾ। ਸੁਪਨਿਆਂ ਦਾ ਮਿੱਠਾ-ਮਿੱਠਾ ਰਾਜਾ ਬਣੇਗਾ ਤੇ ਤੇਰੀ ਰਾਤ ਦੀ ਨੀਂਦ ਤੇ ਦਿਨ ਦਾ ਚੈਨ ਉਡਾਏਗਾ।"

"ਜਦ ਕਰੇਂਗੀ ਬਕਵਾਸ ਹੀ ਕਰੇਂਗੀ।"

"ਵਾਰਿਸ ਸ਼ਾਹ ਮੀਆਂ ਇਹ ਇਸ਼ਕ ਹੈਗਾ। ਇਹ ਇਸ਼ਕ ਹੈਗਾ ਵੇ ਲੋਕੋ ਇਹ ਇਸ਼ਕ ਹੈਗਾ।" ਰੂਬੀ ਗਾਂਦੀ ਬਾਹਰ ਚਲੀ ਗਈ।

ਨੂਰੀ ਹੱਸਦੀ ਰਹੀ, ਹੱਸਦੀ ਰਹੀ।

ਨੂਰੀ ਨੂੰ ਲੱਗਿਆ ਸ਼ਾਇਦ ਰੂਬੀ ਠੀਕ ਹੀ ਕਹਿ ਰਹੀ ਸੀ। ਮਿੱਠਾ-ਮਿੱਠਾ ਅਹਿਸਾਸ ਉਸਦੇ ਵਜੂਦ ਨੂੰ ਮਲਦਾ ਆ ਰਿਹਾ ਸੀ।

ਰਾਤ ਹੋ ਚੁੱਕੀ ਸੀ। ਹੋਸਟਲ ਦੀਆਂ ਸਾਰੀਆਂ ਕੁੜੀਆਂ ਸੌਂ ਚੁੱਕੀਆਂ ਸਨ। ਨੂਰੀ ਨੇ ਉਠ ਕੇ ਖਾਣਾ ਨਹੀਂ ਖਾਧਾ ਸੀ, ਜਿਵੇਂ ਉਹ ਹੋਰ ਥੱਕਦੀ ਜਾ ਰਹੀ

ਸੀ। ਉਸ ਦੇ ਸਰੀਰੋਂ ਰੱਬ ਰਹੀਮ ਮੁਕਦਾ ਜਾ ਰਿਹਾ ਸੀ। ਇਸ਼ਕ ਦੇ ਭੈੜੇ ਖ਼ਿਆਲ ਨੇ ਉਸ ਦੇ ਸਰੀਰ ਦੀ ਸਤਿਆ ਹੀ ਚੂਸ ਲਈ ਸੀ।

ਨੂਰੀ ਇਕ ਵੱਖਰੀ ਹੀ ਕੁੜੀ ਸੀ। ਉਸ ਦੇ ਸਕੂਲ ਨੂੰ ਨਾ ਕਦੇ ਚਿੰਤਾ ਹੋਈ ਨਾ ਮਾਪਿਆਂ ਨੂੰ। ਹੋਸਟਲ ਰਹਿੰਦੀ ਕਾਲਜ ਵਿਚੋਂ ਸਭ ਤੋਂ ਸਿਰਕੱਢ ਕੁੜੀ ਸੀ ਪਰ ਜਿਵੇਂ ਉਸ ਦੀ ਕੋਈ ਹੋਂਦ ਨੂੰ ਹੀ ਨਹੀਂ ਜਾਣਦਾ ਸੀ। ਵੱਡੇ ਮਾਪਿਆਂ ਦੀ ਧੀ ਸੀ ਪਰ ਲਿਬਾਸ ਉਹ ਸਾਦੇ ਹੀ ਪਾਂਦੀ ਸੀ ਪਰ ਜਵਾਨੀ ਸਭ ਰੰਗਾਂ 'ਤੇ ਸੂਹਣੀ ਚੜ੍ਹੀ ਸੀ। ਕੱਦ ਦੀ ਲੰਮੀ, ਸਰੀਰ ਦੀ ਪਤਲੀ ਜਿਸ ਦੇ ਨਕਸ਼ ਤਿੱਖੇ ਸਨ। ਟੋਪੀਦਾਰ, ਨੋਕਾਂ ਵਾਲੀਆਂ ਅੱਖਾਂ ਸਰੋਵਰ ਦੇ ਕੰਵਲ ਹੀ ਜਾਪਦੀਆਂ ਸਨ। ਚਿਹਰਾ ਗੋਲ ਸੀ। ਦੋਹਾਂ ਗੱਲਾਂ 'ਚ ਟੋਏ ਪੈਂਦੇ ਸਨ। ਲੰਮੇ ਵਾਲ ਕਦੇ-ਕਦੇ ਮੋਰਨੀ ਦੇ ਪੈਲ ਪਾਣ ਵੇਲੇ ਖੰਭ ਜਾਪਦੇ ਸਨ। ਵਿਧਾਤਾ ਦੀ ਵਾਹੀ ਤਸਵੀਰ ਸੀ ਜਾਂ ਕਹੋ ਕਿਸੇ ਕਵੀ ਦੀ ਕਲਪਤ ਮੂਰਤ ਜਾਂ ਕਿਸੇ ਬੁਤਘਾੜੇ ਦੀ ਘੜੀ, ਪਿਆਰ ਨਾਲ ਤਰਾਸ਼ੀ ਮੂਰਤੀ।

ਨੂਰੀ ਨੂੰ ਸਫ਼ੈਦ ਕੱਪੜੇ ਹੀ ਬਹੁਤੇ ਪਸੰਦ ਸਨ, ਜਿਨ੍ਹਾਂ ਦੇ ਕਿਨਾਰਿਆਂ ਤੇ ਹਲਕੇ ਵੇਲ ਬੂਟੇ ਹੁੰਦੇ ਸਨ। ਲੰਮੀ ਪੋਰੀ ਵਰਗੀ ਧੌਣ ਤੇ ਸੋਨੇ ਦੀ ਪਤਲੀ ਜੰਜ਼ੀਰ ਹੁੰਦੀ ਸੀ। ਆਮ ਕੁੜੀਆਂ ਨਾਲੋਂ ਕੱਦੋਂ ਨੂਰੀ ਉਚੀ ਸੀ। ਪੜ੍ਹਾਈ 'ਚ ਸਿਰਕੱਢ ਸੀ। ਉਹ ਬਹੁਤ ਸੰਗਾਲੂ ਸੀ। ਬਿਨਾਂ ਮਤਲਬ ਉਹ ਰੂਮ 'ਚੋਂ ਬਾਹਰ ਪੈਰ ਨਹੀਂ ਸੀ ਕੱਢਦੀ। ਹਰ ਕੁੜੀ ਨਾਲ ਹੱਸ ਕੇ ਮਿਲਦੀ, ਮਿੱਠਾ ਬੋਲਦੀ ਸੀ ਨੂਰੀ।

ਨੂਰੀ ਬੇਖ਼ਬਰ ਸੀ ਕਿ ਉਸ ਨੂੰ ਪੰਜ ਭੱਠ ਬੁਖਾਰ ਸੀ। ਰੂਬੀ ਨੇ ਮੱਥੇ 'ਤੇ ਠੰਡੀਆਂ ਪੱਟੀਆਂ ਰੱਖ ਕੇ ਬੁਖ਼ਾਰ ਉਤਾਰਨ ਦੀ ਕੋਸ਼ਿਸ਼ ਕੀਤੀ ਪਰ ਬੁਖ਼ਾਰ ਵਧਦਾ ਗਿਆ। ਨੂਰੀ ਦੀ ਬੇਹੋਸ਼ੀ ਵਧਦੀ ਗਈ। ਨੂਰੀ ਨੂੰ ਖ਼ਬਰ ਨਹੀਂ ਸੀ ਕਿ ਉਸਦੇ ਕਮਰੇ ਵਿਚ ਸਾਰੇ ਹੋਸਟਲ ਦੀਆਂ ਕੁੜੀਆਂ ਵਾਰੀ-ਵਾਰੀ ਆ ਚੁੱਕੀਆਂ ਸਨ। ਰੂਬੀ ਨੇ ਹੋਸਟਲ ਇੰਚਾਰਜ ਭੈਣ ਜੀ ਨੂੰ ਖ਼ਬਰ ਦਿੱਤੀ, ਜਿਸ ਨੇ ਤੁਰੰਤ ਹੀ ਡਾਕਟਰ ਬੁਲਾਇਆ। ਆਪਣੀ ਹਾਜ਼ਰੀ ਵਿਚ ਨੂਰੀ ਦਾ ਚੈੱਕ-ਅਪ ਕਰਾਇਆ। ਟੀਕਾ ਲਗਾਣ ਦੇ ਇਕ ਘੰਟੇ ਮਗਰੋਂ ਨੂਰੀ ਦੀ ਹੋਸ਼ ਪਰਤੀ। ਬੁਖ਼ਾਰ ਘਟਿਆ ਤੇ ਨੂਰੀ ਨੇ ਆਪਣੇ ਆਪ ਨੂੰ ਸੰਭਾਲਿਆ। ਰੂਬੀ ਦੇ ਜ਼ੋਰ ਦੇਣ 'ਤੇ ਨੂਰੀ ਨੇ ਥੋੜ੍ਹਾ ਖਾਧਾ।

ਸਵੇਰ ਸਾਰ ਨੂਰੀ ਉਠੀ। ਨਹਾਣ ਮਗਰੋਂ ਉਸ ਨੂੰ ਮਹਿਸੂਸ ਹੋਇਆ ਜਿਵੇਂ ਉਸ ਨੂੰ ਬਹੁਤ ਕਮਜ਼ੋਰੀ ਹੋ ਚੁੱਕੀ ਸੀ। ਕਿਸੇ ਖ਼ਿਆਲ ਨੇ ਉਸ ਦੀ ਜਿੰਦ ਨੂੰ ਪੇਜਿਉਂ ਰੂਈ ਵਾਂਗ ਪਿੰਜ ਦਿੱਤਾ ਸੀ। ਉਸਦਾ ਮੂੰਹ ਜੇਹਾ ਨਿਕਲ ਆਇਆ ਸੀ। ਜਿਵੇਂ ਸਰੀਰ ਕੁਮਲਾ ਹੀ ਗਿਆ ਸੀ। ਜਿਵੇਂ ਨੂਰੀ ਰੂਈ ਦੀ ਚਿੱਟੀ ਪੂਣੀ ਸੀ ਜਾਂ ਕਹੋ ਕੱਦੂ ਦੀ ਵੇਲ ਜਿਸ ਨੂੰ ਤੱਤੀ ਹਵਾ ਦਾ ਬੁੱਲ੍ਹਾ ਵੱਜਿਆ ਤੇ ਉਹ ਉਸੀ ਪਲ ਕੁਮਲਾ ਗਈ ਸੀ।

ਉਹ ਵਿਚਾਰੀਆਂ-ਵਿਚਾਰੀਆਂ ਅੱਖਾਂ ਨਾਲ ਝਾਕਦੀ ਸੀ। ਉਸ ਨੂੰ ਹਾਸਾ ਆਉਂਦਾ ਸੀ ਪਰ ਉਹ ਹੱਸ ਨਹੀਂ ਸਕਦੀ ਸੀ।

ਸਵੇਰੇ ਹੀ ਸਵੇਰੇ ਵੱਡੇ ਭੈਣ ਜੀ ਉਸ ਦੀ ਖ਼ਬਰ ਲੈਣ ਲਈ ਆਏ।

"ਕਿਵੇਂ ਤਬੀਅਤ ਹੈ ਨੂਰੀ?"
"ਠੀਕ ਹੈ ਬੇਜੀ।"
"ਘਰ ਵੀ ਬੁਖਾਰ ਹੋਇਆ ਕਦੀ?"
"ਨਹੀਂ ਬੇਜੀ, ਪਤਾ ਨਹੀਂ ਕੀ ਹੋਇਆ। ਅਚਾਨਕ ਹੀ ਬੁਖ਼ਾਰ ਹੋ ਗਿਆ। ਪਤਾ ਹੀ ਨਹੀਂ ਲੱਗਿਆ।"
"ਖਾਣ ਨੂੰ ਕੁਛ ਲਿਆ?"
"ਦਿਲ ਨਹੀਂ ਕਰਦਾ ਬੇਜੀ।"
ਤਦ ਵੀ ਥੋੜ੍ਹਾ ਲੈ ਲਾ ਮੈਂ ਭੇਜਦੀ ਹਾਂ।" ਵੱਡੇ ਭੈਣ ਜੀ ਮਾਵਾਂ ਵਾਂਗ ਹਦਾਹਿਤ ਕਰਕੇ ਚਲੇ ਗਏ। "ਨਾਸ਼ਤੇ ਮਗਰੋਂ ਦਵਾਈ ਦੀ ਡੋਜ਼ ਲੈ ਲੈਣਾ।" ਭੈਣ ਜੀ ਨੇ ਦਰਵਾਜ਼ੇ 'ਤੇ ਰੁਕ ਕੇ ਕਿਹਾ।
"ਇਹਨੂੰ ਤਾਂ ਹੋਰ ਹੀ ਪੁੜੀਆਂ ਦੀ ਲੋੜ ਹੈ। ਇਸ਼ਕ ਬੁਖ਼ਾਰ ਡਾਕਟਰਾਂ ਦੀਆਂ ਦਵਾਈਆਂ ਨਾਲ ਨਹੀਂ ਉਤਰਦਾ।" ਰੂਬੀ ਨੇ ਨੂਰੀ ਨੂੰ ਬਾਹਾਂ ਵਿਚ ਘੁੱਟ ਲਿਆ ਸੀ।
"ਨਾ ਅੜੀਏ ਮੇਰੇ ਹੱਡ ਤਾਂ ਪਹਿਲਾਂ ਹੀ ਚਸਕ ਰਹੇ ਨੇ।"
ਨੂਰੀ ਨੇ ਰੂਬੀ ਨੂੰ ਰੋਕਿਆ।
"ਥੋੜ੍ਹੇ ਹੋਰ ਚਸਕ ਲੈਣ ਦੇ।"
"ਹਾੜਾ-ਹਾੜਾ ਨਾ ਕਰ।"
"ਸਾਰੀ ਰਾਤ ਤੇਰੀ ਸੇਵਾ ਕੀਤੀ ਹੈ। ਕੁਛ ਮੁੱਲ ਤਾਂ ਮੋੜ।"
ਦੋਵੇਂ ਹੱਸ ਪਈਆਂ।
ਕਲਾਸਾਂ ਲੱਗ ਪਈਆਂ।
ਛੁੱਟੀਆਂ ਮਗਰੋਂ ਪਹਿਲਾ ਦਿਨ ਸੀ। ਕੁੜੀਆਂ ਆਪਣੀਆਂ-ਆਪਣੀਆਂ ਕਹਾਣੀਆਂ ਦੱਸਣ ਤੇ ਸੁਣਨ ਵਿਚ ਮਸਤ ਸਨ ਤੇ ਪ੍ਰੋਫੈਸਰਜ਼ ਅਗਲੇ ਕੰਮ ਦਾ ਹਿਸਾਬ-ਕਿਤਾਬ ਜੋੜ ਰਹੇ ਸਨ। ਸਾਰਾ ਦਿਨ ਕੋਈ ਪੜ੍ਹਾਈ ਨਹੀਂ ਹੋਈ ਪਰ ਕਮਰਿਆਂ ਵਿਚ ਚਹਿਲ-ਪਹਿਲ ਰਹੀ ਸੀ।
ਅੱਧੇ ਦਿਨ ਮਗਰੋਂ ਨੂਰੀ ਤੇ ਰੂਬੀ ਕਮਰੇ 'ਚ ਪਰਤ ਆਈਆਂ।
"ਰੂਬੀ ਮੇਰੀ ਗੱਲ ਗਹੁ ਨਾਲ ਸੁਣ।"
"ਸੁਣਾ।"
"ਤੂੰ ਫੇਰ ਮਜ਼ਾਕ ਦੇ ਮੂਡ 'ਚ ਹੈਂ।"
"ਮੇਰਾ ਚੰਦਰਾ ਮੂਡ ਤਾਂ ਹਮੇਸ਼ਾ ਹੀ ਇਸ ਤਰ੍ਹਾਂ ਰਹਿੰਦੈ।"
"ਅੜੀਏ ਮੈਨੂੰ ਡਰ ਜੇਹਾ ਕਿਉਂ ਲਗਦੈ।"
"ਤੇਜ਼ ਦੌੜਨ ਵਾਲੇ ਤੋਂ?"
"ਤੈਨੂੰ ਤਾਂ ਬਸ ਇਕੋ ਗੱਲ ਮਿਲੀ ਹੈ।"
"ਨਾ ਤੂੰ ਬਹੁਤਿਆਂ ਦੀਆਂ ਗੱਲਾਂ ਦੱਸਣਾ ਚਾਹੁੰਦੀ ਹੈਂ?"
"ਜਾਹ ਪਰ੍ਹਾਂ, ਮੈਂ ਨਹੀਂ ਤੈਨੂੰ ਕੁਛ ਦੱਸਣਾ।"

"ਚੰਗਾ ਦੱਸ ਵੈਸੇ ਤੂੰ ਮੈਨੂੰ ਦੱਸ ਤਾਂ ਚੁੱਕੀ ਹੀ ਹੈਂ।"

"ਰੂਬੀ ਆਦਤ ਤੋਂ ਮਜਬੂਰ ਸੀ ਪਰ ਹੁਣ ਉਸ ਨੇ ਆਪਣਾ ਮੂਡ ਬਦਲ ਲਿਆ ਸੀ।

"ਜਿਵੇਂ ਮੇਰੇ ਅੰਦਰ ਕੋਈ ਡਰ ਬੈਠ ਗਿਆ।" ਨੂਰੀ ਸੰਜੀਦਾ ਹੋ ਗਈ ਸੀ। ਬੋਲ ਕੇ ਦੱਸਦੀ-ਦੱਸਦੀ ਉਹ ਚੁੱਪ ਵੱਟ ਗਈ ਪਰ ਉਹ ਮਨ ਹੀ ਮਨ ਵਿਚ ਬੋਲਦੀ ਜਾ ਰਹੀ ਸੀ। ਉਹ ਆਪਣੇ-ਆਪ ਨੂੰ ਦਸਦੀ ਜਾ ਰਹੀ ਸੀ। ਉਸ ਨੂੰ ਪਹਿਲੀ ਵਾਰ ਲੱਗਿਆ ਕਿ ਉਹ ਜਵਾਨ ਹੋ ਗਈ ਸੀ। ਜਵਾਨੀ ਦੇ ਅਹਿਸਾਸ ਨੇ ਡਰ ਬਣ ਨੂਰੀ ਦੇ ਵਜੂਦ ਨੂੰ ਕੰਬਾ ਜੇਹਾ ਦਿੱਤਾ ਸੀ। ਸ਼ਾਇਦ ਨੂਰੀ ਨੂੰ ਜਵਾਨ ਹੋਣਾ ਚੰਗਾ ਨਹੀਂ ਲੱਗਿਆ, ਜਿਵੇਂ ਉਹ ਆਪਣੇ ਆਪ 'ਚ ਕਿਸੇ ਦਾ ਦਖ਼ਲ ਨਹੀਂ ਚਾਹੁੰਦੀ ਸੀ। ਕਿਸੇ ਨਾਲ ਸਾਂਝ ਚਾਹੁੰਦੀ ਹੀ ਨਹੀਂ ਸੀ। ਉਹ ਮਾਂ ਤੇ "ਬਾਪੂ" ਨੂੰ ਆਪਣਾ ਪੂਰਨ ਸੰਸਾਰ ਸਮਝਦੀ ਸੀ। ਉਹ ਨਹੀਂ ਚਾਹੁੰਦੀ ਸੀ ਇਨ੍ਹਾਂ ਹੱਦਾਂ ਤੋਂ ਅੱਗੇ ਵੀ ਕੋਈ ਸੰਸਾਰ ਉਹ ਦੇਖੇ। ਉਸਦੇ ਸੰਸਾਰ ਦੀਆਂ ਖ਼ੁਸ਼ੀਆਂ ਅਮੁੱਕ ਸਨ। ਉਹ ਅਰਦਾਸ ਕਰਨ ਲੱਗ ਪਈ ਕਿ ਇਨ੍ਹਾਂ ਹੱਦਾਂ ਨੂੰ ਲੰਘ ਕੇ ਕੋਈ ਅੰਦਰ ਨਾ ਆਏ ਤੇ ਬੱਚੇ ਵਾਂਗ "ਝਾਤ" ਨਾ ਕਹੇ। ਨੂਰੀ ਦੇਖ ਰਹੀ ਸੀ। ਗੱਡੀ ਭੱਜ ਰਹੀ ਸੀ ਤੇ ਦੋ ਟੰਗਾਂ ਵਾਲਾ ਪੰਛੀ ਗੱਡੀ ਦੀ ਬਾਰੀ ਦੀ ਹਵਾ 'ਤੇ ਹਿੱਕ ਦੇ ਬਲ ਬੈਠਾ ਉਡਿਆ ਆ ਰਿਹਾ ਸੀ। ਉਸ ਦਾ ਚਿਹਰਾ ਨਹੀਂ ਦਿਖ ਰਿਹਾ ਸੀ। ਹਵਾ 'ਚ ਤਰਦੀਆਂ ਟੰਗਾਂ ਨਜ਼ਰ ਆ ਰਹੀਆਂ ਸਨ। ਸ਼ਾਇਦ ਨੂਰੀ ਉਸ ਦੀ ਸ਼ਕਲ ਤੱਕਣਾ ਨਹੀਂ ਚਾਹੁੰਦੀ ਸੀ। ਉਹੀ ਸ਼ਕਲ ਜਿਸ ਦੀ ਇਕ ਝਲਕ ਨੇ ਉਸਦਾ ਵਜੂਦ ਧੁਰੋਂ ਹਿਲਾ ਧਰਿਆ ਸੀ।

ਨੂਰੀ ਨੂੰ ਹੋਸ਼ ਆਈ ਤਾਂ ਉਸ ਦੇ ਟੀਕਾ ਲੱਗ ਚੁੱਕਿਆ ਸੀ। ਭੈਣ ਜੀ ਡਾਕਟਰ ਤੇ ਬਹੁਤ ਸਾਰੀਆਂ ਕੁੜੀਆਂ ਉਸਦੇ ਕਮਰੇ ਵਿਚ ਜਮ੍ਹਾਂ ਸਨ।

ਨੂਰੀ ਇਕ ਹੀ ਵਾਰ ਡਰ ਗਈ। ਕਿਤੇ ਉਹ ਬੇਹੋਸ਼ੀ ਦੀ ਹਾਲਤ ਵਿਚ ਕੁਝ ਬੋਲਦੀ ਤਾਂ ਨਹੀਂ ਰਹੀ ਸੀ? ਉਸ ਦਾ ਡਰ ਕੋਈ ਸ਼ਬਦ ਦਾ ਰੂਪ ਧਾਰ ਕੇ ਉਸ ਦੇ ਮੂੰਹ 'ਤੇ ਤਾਂ ਨਹੀਂ ਆ ਗਿਆ ਸੀ।

ਇਕ ਹੀ ਵਾਰ ਡਰ ਦਾ ਕਾਂਬਾ ਉਸਦੇ ਸਗੀਰੋਂ ਲੰਘਿਆ। ਪਰ ਉਹ ਬੇਸੁਰਤ ਹੋਈ ਨਾ ਚਿਹਰੇ ਤੋਂ ਡਰੀ, ਸਗੋਂ ਉਸ ਨੇ ਆਪਣੇ ਆਪ ਨੂੰ ਸੰਭਾਲ ਜੇਹਾ ਲਿਆ। ਆਪੇ 'ਤੇ ਕਾਬੂ ਪਾ ਲਿਆ। ਨੂਰੀ ਇਰਾਦੇ ਦੀ ਮਜ਼ਬੂਤ ਕੁੜੀ ਸੀ। ਸਵੈ-ਭਰੋਸਾ ਉਸ ਦੀ ਸ਼ਖ਼ਸੀਅਤ ਦਾ ਵਿਸ਼ੇਸ਼ ਗੁਣ ਸੀ। ਉਸ ਨੇ ਇਸ ਤਰ੍ਹਾਂ ਆਪਣੇ-ਆਪ ਨੂੰ ਮਜ਼ਬੂਤ ਬਣਾ ਲਿਆ, ਜਿਵੇਂ ਕੁਝ ਹੋਇਆ ਹੀ ਨਹੀਂ ਸੀ।

"ਮੈਂ ਹੁਣ ਠੀਕ ਹਾਂ ਭੈਣ ਜੀ।" ਨੂਰੀ ਨੇ ਭਰੋਸੇ ਨਾਲ ਕਿਹਾ।

"ਸ਼ਾਬਾਸ਼ ਮੇਰੀ ਬੱਚੀ।" ਭੈਣ ਜੀ ਨੇ ਨੂਰੀ ਦੀ ਪਿੱਠ ਥਪਥਪਾਈ। "ਬਿਮਾਰੀ ਅੱਗੇ ਮਨੋਬਲ ਕਮਜ਼ੋਰ ਨਹੀਂ ਪੈਣਾ ਚਾਹੀਦਾ। ਤੂੰ ਤਾਂ ਮੇਰੇ ਕਾਲਜ ਦੀ ਸ਼ੇਰ ਬੱਚੀ ਹੈਂ। ਨਾ ਚਾਹ ਕੇ ਵੀ ਥੋੜ੍ਹਾ ਕੁਛ ਖਾ ਲੈ। ਨੂਰੀ ਨੂੰ ਖਾਣਾ ਦਿਓ।" ਭੈਣ ਜੀ

ਨੇ ਉੱਚੀ ਆਵਾਜ਼ ਵਿਚ ਰਸੋਈਏ ਨੂੰ ਹੁਕਮ ਦਿੱਤਾ। ਨੂਰੀ ਜਿਵੇਂ ਸੱਚਮੁੱਚ ਹੀ ਮਜ਼ਬੂਤ ਹੋ ਗਈ ਸੀ। ਇਸ ਤਰ੍ਹਾਂ ਬੈਠ ਗਈ ਸੀ ਜਿਵੇਂ ਉਸ ਨੂੰ ਕਦੇ ਕੁਝ ਹੋਇਆ ਨਹੀਂ ਸੀ। ਬੁਖ਼ਾਰ, ਡਰ ਇਕ ਭੈੜਾ ਸੁਪਨਾ ਸੀ। ਨੀਂਦਰ ਖੁੱਲ੍ਹੀ ਸਾਰਾ ਕੁਝ ਅਲੋਪ ਹੋ ਗਿਆ।

ਨੂਰੀ ਨੇ ਥੋੜ੍ਹਾ ਖਾਣਾ ਖਾਧਾ ਤੇ ਦੁੱਧ ਵੀ ਪੀਤਾ। ਉਸ ਨੇ ਸੌਣ ਸਮੇਂ ਲੈਣ ਲਈ ਦੱਸੀ ਦਵਾਈ ਵੀ ਨਹੀਂ ਲਈ।

"ਅੜੀਏ ਲੈ-ਲੈ ਦਵਾਈ ਕਿਤੇ ਫਿਰ ਨਾ...."

"ਕੁਝ ਨਹੀਂ ਹੋਣ ਲੱਗਿਆ। ਮੈਂ ਪਤਾ ਨਹੀਂ ਕਿਵੇਂ ਕਮਜ਼ੋਰ ਹੋ ਗਈ। ਰੂਬੀ, ਮੈਂ ਸੋਚਦੀ ਹਾਂ ਸਵੈ-ਭਰੋਸਾ ਹੀ ਮਨੁੱਖ ਦੀ ਤੰਦਰੁਸਤੀ ਹੈ। ਇਹ ਛੱਡ ਦਿਉ ਤੁਸੀਂ ਬੀਮਾਰ ਹੋ ਜਾਉਗੇ। ਮੈਨੂੰ ਸ਼ਰਮ ਆਈ ਕਿ ਮੈਨੂੰ ਬੁਖ਼ਾਰ ਨੇ ਕਮਜ਼ੋਰ ਕਰ ਲਿਆ। ਤੈਨੂੰ ਪਤੈ ਰੂਬੀ ਮੈਨੂੰ ਅੱਜ ਤੱਕ ਕਦੇ ਬੁਖ਼ਾਰ ਨਹੀਂ ਹੋਇਆ। ਕਦੇ ਸਿਰ ਦੁਖਿਆ ਨਾ ਪੇਟ।"

"ਤੇਰੀਆਂ ਸਾਰੀਆਂ ਗੱਲਾਂ ਮੰਨੀਆਂ ਪਰ ਐਹ ਝੂਠ ਨ ਬੋਲ।"

"ਕਿਹੜਾ ?"

"ਪੇਟ ਨਹੀਂ ਦੁਖਿਆ।"

"ਮੈਂ ਸੱਚ ਕਹਿੰਦੀ ਹਾਂ।"

"ਤੂੰ ਝੂਠ ਕਹਿੰਦੀ ਹੈਂ।"

"ਮੈਂ ਕਦੇ ਅੱਜ ਤੱਕ ਝੂਠ ਨਹੀਂ ਬੋਲਿਆ।

"ਤਾਂ ਫਿਰ ਇਹ ਕਿਉਂ ਬੋਲ ਰਹੀ ਹੈਂ ?"

ਸ਼ਾਇਦ ਨੂਰੀ ਰੂਬੀ ਦੀ ਸ਼ਰਾਰਤੀ ਰਮਜ਼ ਸਮਝ ਗਈ ਸੀ ਤੇ ਨੂਰੀ ਸਿਰਹਾਣੇ 'ਚ ਮੂੰਹ ਛੁਪਾ ਕੇ ਹੱਸਣ ਲੱਗ ਪਈ।

* * *

ਰੂਬੀ ਗੈਸਟ ਰੂਮ ਵੱਲੋਂ ਕਾਹਲੀ-ਕਾਹਲੀ ਆਈ। ਨੂਰੀ ਦੇ ਮਾਤਾ ਜੀ ਤੇ ਬਾਪੂ ਜੀ ਆਏ ਸਨ। ਨੂਰੀ ਦੋਹਾਂ ਦੇ ਅਚਾਨਕ ਆਣ ਤੇ ਹੈਰਾਨ ਸੀ। ਮਾਤਾ ਨੇ ਨੂਰੀ ਨੂੰ ਹਾਬੜਿਆਂ ਵਾਂਗ ਬਾਹਾਂ 'ਚ ਲਪੇਟ ਲਿਆ। ਸ਼ਾਇਦ ਨੂਰੀ ਦੀਆਂ ਹੱਡੀਆਂ ਨਰਮ ਕਰ ਦਿੱਤੀਆਂ। ਤਾਇਆ ਜੀ ਦੀਆਂ ਅੱਖਾਂ ਪਰਨਾਲਿਆਂ ਵਾਂਗ ਵਰ੍ਹ ਰਹੀਆਂ ਸਨ ਪਰ ਨੂਰੀ ਨੂੰ ਇਸ ਵੈਰਾਗ ਦੀ ਸਮਝ ਨਹੀਂ ਪਈ ਸੀ। ਤਾਏ ਦੇ ਹੱਥ 'ਚ ਫੜੀ ਤਾਰ ਤੱਕ ਕੇ ਨੂਰੀ ਨੂੰ ਹੀਰ ਸਮਝ ਆਈ।

ਕਾਲਜ ਵਾਲਿਆਂ ਨੂਰੀ ਦੇ ਬੁਖ਼ਾਰ ਦੀ ਸੂਚਨਾ ਭੇਜੀ ਸੀ।

"ਮੈਂ ਸੋਚਾਂ ਮੇਰਾ ਸ਼ੇਰ ਪੁੱਤ ਬਿਮਾਰ ਕਿਵੇਂ ਹੋ ਗਿਆ ? ਭਾਈ ਸਾਡੇ ਦੋਹਾਂ ਦੇ ਇਕ ਵਾਰ ਤਾਂ ਹੱਥੋਂ ਭਾਂਡੇ ਛੁਟ ਗਏ।"

"ਪਤਾ ਨਹੀਂ ਕਿਉਂ ਬੁਖਾਰ ਹੋ ਗਿਆ ?" ਨੂਰੀ ਸੋਚਦੀ ਬੋਲ ਰਹੀ ਸੀ।

"ਤੇਰਾ ਬਾਪੂ ਘਰ ਨਹੀਂ ਸੀ ਅਸੀਂ ਤਾਂ ਉਡੀਕੇ ਬਗੈਰ ਹੀ ਤੁਰ ਪਏ।"

"ਮੇਰੇ ਬਾਪੂ ਜੀ ਸਾਹਮਣੇ ਬੈਠੇ ਨੇ। ਉਨ੍ਹਾਂ ਨੂੰ 'ਚਾਚਾ' ਜੀ ਕਿਹਾ ਕਰੋ।" ਨੂਰੀ ਨੇ ਰੁੱਖੇਪਣ ਨਾਲ ਕਿਹਾ।

ਉਹ ਦੋਵੇਂ ਹੱਸ ਪਏ।

ਥੋੜ੍ਹੀ ਦੇਰ ਉਹ ਗੱਲਾਂ ਕਰਦੇ ਰਹੇ। ਚਾਹ ਪਾਣੀ ਪੀਂਦੇ ਰਹੇ।

"ਨੂਰੀ ਕਿਤੇ ਸ਼ੇਰ ਸਿੰਘ ਦੀ ਕੋਈ ਗੱਲ ਤਾਂ ਨਹੀਂ ਦਿਮਾਗ 'ਚ ਰੱਖੀ ਬੈਠੀ?" ਵੈਸੇ ਤੂੰ ਬਿਮਾਰੀ ਹੋਣ ਵਾਲੀ ਧੀ ਨਹੀਂ?"

"ਬਾਪੂ ਜੀ ਇਹ ਤਾਂ ਗੱਲ ਨਹੀਂ ਪਰ ਅਚਾਨਕ ਕੋਈ ਡਰ ਮੇਰੇ ਮਨ 'ਚ ਵੜ ਗਿਆ। ਤਦ ਪਤਾ ਲੱਗਿਆ ਜਦ ਬੁਖ਼ਾਰ ਉਤਾਰਨ ਲਈ ਟੀਕਾ ਲੱਗਿਆ।"

"ਡਰ ਕਿਸ ਗੱਲ ਦਾ?"

"ਡਰਨ ਤੇਰੇ ਪਰੇਸਤੇ ਧੀਏ ਤੂੰ ਕਿਉਂ ਸੁੱਖੀ ਸਾਂਦੀ ਡਰੇਂ?"

ਮਾਂ ਨੇ ਨੂਰੀ ਨੂੰ ਦੁਬਾਰਾ ਬੁੱਕਲ 'ਚ ਲੈ ਲਿਆ।

"ਮੇਰੀ ਗੱਲ ਦਾ ਜਵਾਬ ਨਾ ਦਿੱਤਾ ਪੁੱਤ।"

"ਕਿਸੇ ਵੀ ਗੱਲ ਦਾ ਡਰ ਨਹੀਂ ਪਰ ਜ਼ਰੂਰ ਕੋਈ ਖ਼ਿਆਲ ਸੀ।"

"ਤਾਂ ਤੂੰ ਜ਼ਰੂਰ ਸ਼ੇਰ ਸਿਉਂ ਦਾ ਡਰ ਮਨ 'ਚ ਬੈਠਾ ਲਿਆ। ਪੁੱਤ ਬਾਪ ਦਾ ਕਿਹਾ ਬੁਰਾ ਨਹੀਂ ਸਮਝੀਦਾ।"

"ਚਾਚੇ ਦਾ ਬੁਰਾ ਤਾਂ ਸਮਝੀਦੈ ਵੈਸੇ ਬਾਪੂ ਜੀ ਇਸ ਤਰ੍ਹਾਂ ਦੀ ਕੋਈ ਗੱਲ ਨਹੀਂ। ਚਾਚਾ ਜੀ ਤੋਂ ਹੋਰ ਭਲਾ ਉਮੀਦ ਵੀ ਕੀ ਕੀਤੀ ਜਾ ਸਕਦੀ ਹੈ। ਮੈਨੂੰ ਉਨ੍ਹਾਂ ਦਾ ਕੋਈ ਡਰ ਨਹੀਂ। ਤੁਹਾਨੂੰ ਪਤੈ ਮੈਂ ਝੂਠ ਨਹੀਂ ਬੋਲਦੀ।"

"ਨੂਰੀ ਦੀ ਗੱਲ 'ਤੇ ਦੋਹਾਂ ਨੂੰ ਵਿਸ਼ਵਾਸ ਆ ਗਿਆ, ਉਨ੍ਹਾਂ ਨੇ ਨੂਰੀ ਦੇ ਸਵੈ-ਭਰੋਸੇ 'ਤੇ ਪੂਰਾ ਭਰੋਸਾ ਸੀ।

....ਤੇ ਉਹ ਦੋਵੇਂ ਚਲੇ ਗਏ।

ਨੂਰੀ ਕਮਰੇ ਵਿਚ ਇਕੱਲੀ ਸੀ। ਬਾਪੂ ਜੀ ਦੀਆਂ ਗੱਲਾਂ ਦਿਮਾਗ 'ਚ ਚਲਦੀਆਂ ਰਹੀਆਂ। ਬਾਪੂ ਜਗਤਾਰ ਸਿੰਘ ਇਕੱਲੇ ਹੁੰਦੇ ਤਾਂ ਜ਼ਰੂਰ ਨੂਰੀ ਡਰ ਦਾ ਕਾਰਨ ਦੱਸ ਦਿੰਦੀ। ਨੂਰੀ ਜਗਤਾਰ ਸਿੰਘ ਬਾਪੂ ਨੂੰ ਆਪਣੀ ਹਰ ਗੱਲ ਦੱਸ ਦਿੰਦੀ ਸੀ। ਜਗਤਾਰ ਸਿੰਘ ਜਿਵੇਂ ਉਸ ਦੀ ਮਾਂ ਸੀ ਤੇ ਮਾਂ ਧੀ ਦਾ ਪਰਦਾ ਇਕ ਹੁੰਦਾ ਹੈ। ਇਹ ਗੱਲ ਜੱਗ ਮੰਨ ਚੁਕਿਆ ਸੀ। ਨੂਰੀ ਤਾਏ ਜਗਤਾਰ ਸਿੰਘ ਨਾਲ ਸਾਰੀ-ਸਾਰੀ ਰਾਤ ਗੱਲਾਂ ਕਰਦੀ ਰਹਿੰਦੀ ਸੀ।

* * *

ਹਰ ਸਮੇਂ ਸਹੇਲੀਆਂ ਦੇ ਨਾਲ ਰਹਿਣ ਵਾਲੀ ਨੂਰੀ ਪਤਾ ਨਹੀਂ ਕਿਉਂ ਇਕੱਲੀ ਰਹਿਣ ਲੱਗ ਪਈ। ਉਸ ਨੂੰ ਆਪਣੇ-ਆਪ ਗੱਲਾਂ ਕਰਨੀਆਂ ਪਸੰਦ ਆਣ ਲੱਗ ਪਈਆਂ। ਉਹ ਚਾਦਰ 'ਚ ਮੂੰਹ ਦੇਈ, ਅੱਧੀ ਰਾਤ ਤੱਕ ਆਪਣੇ ਨਾਲ ਗੱਲਾਂ ਕਰਦੀ ਰਹਿੰਦੀ ਸੀ।

ਸ਼ਾਮ ਸਮੇਂ ਨੂਰੀ ਨੇ ਕਮਰੇ 'ਚੋਂ ਬਾਹਰ ਝਾਤੀ ਮਾਰੀ। ਸ਼ਾਮ ਦੇ ਚਾਰ ਵੱਜ ਚੁਕੇ ਸਨ ਤੇ ਸੂਰਜ ਅਸਮਾਨ ਦੀ ਢਲਾਣ 'ਚ ਰੁੜ੍ਹ ਚੱਲਿਆ ਸੀ। ਸਫੈਦੇ ਦੇ ਦਰਖਤਾਂ ਦੇ ਸਿਖ਼ਰ ਤੋਤੇ ਝੁਰਮੁਟ ਪਾ ਰਹੇ ਸਨ। ਨੂਰੀ ਕਿਤਾਬ ਪੜ੍ਹਦੀ ਹੋਸਟਲ ਦੇ ਪਿੱਛੇ ਗਰਾਊਂਡ ਵਿਚ ਪਹੁੰਚ ਗਈ। ਉਸ ਦਾ ਕਿਤਾਬ ਦੀਆਂ ਲਾਈਨਾਂ 'ਤੇ ਮਨ ਨਹੀਂ ਟਿਕਦਾ ਸੀ ਪਰ ਉਹ ਪੜ੍ਹਨ ਦਾ ਬਹਾਨਾ ਨਹੀਂ ਜਤਨ ਜ਼ਰੂਰ ਕਰ ਰਹੀ ਸੀ। ਨੂਰੀ ਤਕਦੀ ਦੀ ਤਕਦੀ ਰਹਿ ਗਈ। ਕੋਈ ਸਾਹਮਣੇ ਦੂਜੇ ਕਾਲਜ ਦੀ ਗਰਾਊਂਡ ਵਿਚ ਦੌੜ ਰਿਹਾ ਸੀ। ਉਹ ਦੌੜ ਨਹੀਂ ਭਮੀਰੀ ਵਾਂਗ ਘੁਕ ਰਿਹਾ ਸੀ। ਪਤਾ ਨਹੀਂ ਕਦ ਉਹ ਲੰਮੀ ਚੌੜੀ ਗਰਾਊਂਡ ਕੱਛ ਨੂਰੀ ਸਾਹਮਣਿਉਂ ਤੁਰ ਜਾਂਦਾ ਸੀ। ਇਹ ਉਹੀ ਸੀ ਜਿਹੜਾ ਗੱਡੀ ਬਰਾਬਰ ਦੌੜ ਰਿਹਾ ਸੀ। ਇਹ ਤਾਂ ਉਹੀ ਡਰ ਸੀ ਜਿਹੜਾ ਨੂਰੀ ਦੇ ਜੀਵਨ ਦੀਆਂ ਹੱਦਾਂ ਅੰਦਰ ਹੜ੍ਹ ਵਾਂਗ ਵੜਦਾ ਆ ਰਿਹਾ ਸੀ। ਨੂਰੀ ਖੜ੍ਹੀ ਖੜੋਤੀ ਤਕਦੀ ਰਹੀ। ਉਹ ਊਰੀ ਵਾਂਗ ਘੁਕਦਾ ਰਿਹਾ। ਸੂਰਜ ਧਰਤੀ ਵੱਲ ਨੂੰ ਝੁਕਦਾ ਗਿਆ। ਗਰਾਊਂਡ ਵਿਚ ਸ਼ਾਮ ਦੇ ਪਰਛਾਵੇਂ ਵਧਦੇ ਰਹੇ। ਪੰਛੀ ਡਾਰਾਂ ਬਣ-ਬਣ ਅਸਮਾਨ ਚੀਰਦੇ ਰਹੇ ਤੇ ਫੇਰ ਉਹ ਲੜਕਾ ਕਿਸੇ ਕਿਨਾਰੇ ਅਲੋਪ ਹੋ ਗਿਆ।

ਨੂਰੀ ਨੂੰ ਜਿਵੇਂ ਗੱਲ ਦਾ ਸਿਰਾ ਲੱਭ ਗਿਆ ਸੀ। ਪਾਣੀ ਦੀ ਹਾਥ ਮਿਲ ਗਈ ਸੀ। ਡਰ ਦਾ ਡਰ ਲੱਥ ਗਿਆ ਸੀ। ਉਹ ਚੁੱਪ-ਚਾਪ ਹੋਸਟਲ ਪਰਤ ਆਈ ਸੀ। ਕੁੜੀਆਂ ਬਾਹਰ ਸ਼ਾਮ ਸਮੇਂ ਅਰਦਾਸ ਕਰਨ ਲਈ ਚਿੜੀਆਂ ਵਾਂਗ ਇਕੱਠੀਆਂ ਹੋ ਗਈਆਂ ਸਨ।

ਨੂਰੀ ਸ਼ਾਮ ਦੀ ਅਰਦਾਸ ਵਿਚ ਸ਼ਾਮਿਲ ਹੋਈ। ਉਹ ਚੁੱਪ ਸੀ, ਰੂਬੀ ਨਾਲ ਵੀ ਗੱਲਾਂ ਨਹੀਂ ਕਰ ਰਹੀ ਸੀ। ਰੂਬੀ ਉਸ ਦੇ ਚੁੱਪ ਮੂੰਹ ਨੂੰ ਨਿਹਾਰਦੀ ਜਾ ਰਹੀ ਸੀ। ਨੂਰੀ ਅੱਗੋਂ ਬੋਲਦੀ ਨਹੀਂ ਸੀ।

"ਨੂਰੀ ਮੈਥੋਂ ਕੋਈ ਗ਼ਲਤੀ ਹੋਈ ਹੈ?"

"ਨਹੀਂ ਤਾਂ।"

"ਫੇਰ ਮੇਰੇ ਨਾਲ ਗੱਲ ਕਿਉਂ ਨਹੀਂ ਕਰਦੀ?"

"ਅੜੀਏ ਮੇਰਾ ਚੁੱਪ ਰਹਿਣ ਲਈ ਦਿਲ ਕਰਦਾ ਹੈ।"

"ਪਰ ਮੇਰਾ ਗੱਲਾਂ ਕਰਨ ਨੂੰ ਜੀ ਕਰਦਾ ਹੈ।"

ਦੋਵੇਂ ਹੱਸ ਪਈਆਂ।

ਪਰ ਨੂਰੀ ਤਦ ਵੀ ਚੁੱਪ ਰਹੀ। ਉਸ ਦੀਆਂ ਅੱਖਾਂ ਦੇ ਪਿਛਲੇ ਪਰਦੇ 'ਤੇ ਕੋਈ ਊਰੀ ਵਾਂਗ ਘੁਕ ਰਿਹਾ ਸੀ। ਨੂਰੀ ਉਸ ਨੂੰ ਤਕਦੀ ਜਾ ਰਹੀ ਸੀ।

ਰਾਤ ਪਈ। ਸਵੇਰ ਹੋਈ। ਸ਼ਾਮ ਹੋ ਗਈ, ਨੂਰੀ ਬੇਖ਼ਬਰ ਕਮਰੇ ਵਿਚ ਟਹਿਲਦੀ ਸਮੇਂ ਦੀ ਵਾਟ ਮੁੱਕਣ ਦਾ ਇੰਤਜ਼ਾਰ ਕਰਦੀ ਰਹੀ।

ਸੂਰਜ ਝੁਕਿਆ ਤਾਂ ਨੂਰੀ ਕਿਤਾਬ ਦਾ ਬਹਾਨਾ ਕਰਕੇ ਗਰਾਊਂਡ ਵਿਚ ਆ ਗਈ। ਲੜਕਾ ਊਰੀ ਵਾਂਗ ਘੁਕ ਰਿਹਾ ਸੀ। ਉਹ ਬੇਖ਼ਬਰ ਸੀ। ਜਗ ਜਹਾਨ

ਦੀ ਸੁਧ ਸੀ ਨਾ ਨੂਰੀ ਦੇ ਤੱਕਣ ਦਾ ਖ਼ਿਆਲ। ਮੱਥੇ ਦਾ ਪਸੀਨਾ ਉਹ ਕਦੇ-ਕਦੇ ਪੂੰਝਦਾ ਸੀ।

ਨੂਰੀ ਉਸ ਨੂੰ ਤਕਦੀ ਰਹੀ। ਸੂਰਜ ਤਕਦਾ-ਤਕਦਾ ਦਰਖਤਾਂ ਦੇ ਮੁੱਢਾਂ ਦੇ ਪਰਛਾਵਿਆਂ ਵਿਚ ਅਲੋਪ ਹੋ ਗਿਆ।

ਨੂਰੀ ਪਰਤ ਆਈ। ਸ਼ਾਇਦ ਅੱਜ ਸ਼ਾਮ ਦੇ ਪਰਛਾਵੇਂ ਬਹੁਤ ਗੂਹੜੇ ਹੋ ਗਏ ਸਨ। ਅਰਦਾਸ ਸ਼ੁਰੂ ਹੋ ਚੁੱਕੀ ਸੀ। ਨੂਰੀ ਦੌੜ ਕੇ ਅੱਧੀ ਅਰਦਾਸ 'ਚ ਪਹੁੰਚੀ, ਅਰਦਾਸ ਮਗਰੋਂ ਨੂਰੀ ਨੇ ਭੈਣ ਜੀ ਤੋਂ ਮੁਆਫ਼ੀ ਮੰਗੀ।

"ਲਗਦੈ ਤੂੰ ਮੇਰੇ ਕੰਮੋਂ ਤਾਂ ਗਈ।" ਰੂਬੀ ਨੇ ਕਿਹਾ।

"....।"

"ਮੰਨਿਆ ਤੈਨੂੰ ਇਸ਼ਕ ਹੋ ਗਿਆ ਪਰ ਕੋਈ ਹਮਰਾਜ਼ ਵੀ ਤਾਂ ਹੋਣਾ ਚਾਹੀਦੈ। ਸੁਣਿਐ ਆਪਣਾ ਸਿਰ ਖ਼ੁਦ ਗੁੰਦਿਆ ਨਹੀਂ ਜਾ ਸਕਦਾ। ਡਾਕਟਰ ਖ਼ੁਦ ਦਾ ਇਲਾਜ ਨਹੀਂ ਕਰ ਸਕਦਾ। ਵਿਚੋਲਾ ਨਾ ਹੋਵੇ ਤਾਂ ਕਦੇ ਵਿਆਹ ਨਹੀਂ ਹੋ ਸਕਦਾ। ਮੇਰੀ ਗੱਲ ਯਾਦ ਰੱਖੀਂ ਮੇਰੀ ਲੋੜ ਜ਼ਰੂਰ ਪਏਗੀ। ਚੰਦਰਾ ਚਿੱਠੀ ਵੀ ਨਹੀਂ ਲਿਖਦਾ।"

"ਕੋਈ ਹੋਵੇ ਤਾਂ ਚਿੱਠੀ ਲਿਖੇ।"

"ਦਾਈ ਕੋਲੋਂ ਕਿੰਨਾ ਕੁ ਚਿਰ ਪੇਟ ਲਕੋਏਂਗੀ।"

"ਪੇਟ ਹੋਵੇਗਾ ਤਾਂ ਲਕੋਣ ਦੀ ਜ਼ਰੂਰਤ ਪਵੇਗੀ।"

"ਅੜੀਏ ਐਡੇ-ਐਡੇ ਝੂਠ ਨਾ ਬੋਲ। ਅਜੇ ਵੀ ਮੀਂਹ ਦੀ ਆਸ ਹੈ। ਕਿਸਾਨਾਂ ਦੀਆਂ ਫ਼ਸਲਾਂ ਫਲ ਤੇ ਆ ਕੇ ਸੁੱਕ ਚੱਲੀਆਂ।"

ਨੂਰੀ ਤਦ ਵੀ ਚੁੱਪ ਸੀ।

"ਤੂੰ ਐਡੀ ਵੱਡੀ ਚੋਰ ਹੈਂ ਕਿ ਟੱਸ ਤੋਂ ਮੱਸ ਨਹੀਂ ਹੋ ਰਹੀਂ?" ਰੂਬੀ ਨੇ ਨੂਰੀ ਦੀ ਗਰਦਨ ਫੜ ਲਈ।

"ਨਾ ਅੜੀਏ ਤੰਗ ਨਾ ਕਰ।"

"ਤੰਗ ਤੂੰ ਕਰ ਰਹੀ ਹੈਂ ਜਾਂ ਮੈਂ?"

"ਤੂੰ।"

"ਮੀਸਨੀਏ ਝੂਠ ਬੋਲਣਾ ਵੀ ਸਿੱਖ ਲਿਆ, 'ਕੱਲੀ-'ਕੱਲੀ ਖ਼ੁਸ਼ੀ ਦੇ ਲੱਡੂ ਭੋਰ-ਭੋਰ ਕੇ ਖਾ ਰਹੀ ਹੈਂ। ਬਦਹਜ਼ਮੀ ਹੋ ਜੂ ਸਾਨੂੰ ਵੀ ਭੋਰਾ ਖਲਾ ਦੇ।" ਰੂਬੀ ਨੇ ਨੂਰੀ ਦੇ ਕੁਤਕਤਾੜੀਆਂ ਕਰਦਿਆਂ ਕਿਹਾ।

ਨੂਰੀ ਖੁੱਲ੍ਹ ਕੇ ਹੱਸ ਪਈ।

ਨੂਰੀ ਨੂੰ ਰੂਬੀ ਪਾਸੋਂ ਆਪਣਾ ਆਪ ਛੁਡਾਣਾ ਮੁਸ਼ਕਿਲ ਹੋ ਗਿਆ ਸੀ।

"ਰੱਬ ਦੇ ਵਾਸਤੇ ਰੂਬੀ ਅੜੀਏ ਛੱਡ ਦੇ।"

"ਤਾਂ ਫੇਰ ਦੱਸ।"

"ਦੱਸ ਦਿਆਂਗੀ।"

"ਵਾਅਦਾ ਰਿਹਾ।"

"ਹਾਂ ਵਾਅਦਾ।"

"ਪੱਕਾ ਵਾਅਦਾ? ਖਾ ਮੇਰੇ ਸਿਰ ਦੀ ਸਹੁੰ।"

"ਤੇਰੇ ਸਿਰ ਦੀ ਸਹੁੰ ਪਰ ਅਜੇ ਕੁਝ ਨਹੀਂ ਦੱਸਣਾ। ਜਦ ਕਦੇ ਕੁਝ ਹੋਇਆ ਤੈਨੂੰ ਇਕ-ਇਕ ਗੱਲ ਦੱਸ ਦੇਵਾਂਗੀ। ਤੈਨੂੰ ਪਤੈ ਮੈਂ ਝੂਠ ਨਹੀਂ ਬੋਲਦੀ।"

"ਚਿੱਠੀ ਕਦੋਂ ਪਹੁੰਚਾਣੀ ਹੋਵੇਗੀ।"

"ਤੈਨੂੰ ਹੀ ਚਿੱਠੀ ਦੇ ਕੇ ਭੇਜਾਂਗੀ।" ਦੋਵੇਂ ਹੱਸਦੀਆਂ ਪਲੰਘ ਤੇ ਲੇਟੀਆਂ ਰਹੀਆਂ।

* * *

ਰਾਤ ਲੰਘੀ। ਸਵੇਰ ਗੁਜ਼ਰੀ। ਦੁਪਹਿਰ ਢਲੀ ਤੇ ਸ਼ਾਮ ਹੋ ਗਈ। ਨੂਰੀ ਨੇ ਕਿਤਾਬ ਚੁੱਕੀ। ਚੁੰਗੀ ਭਰੀ। ਦਰਵਾਜ਼ੇ 'ਚ ਚੁੰਨੀ ਅੜ ਗਈ। ਨੂਰੀ ਨੇ ਬੇਧਿਆਨੀ ਨਾਲ ਚੁੰਨੀ ਖਿਚਣੀ ਚਾਹੀ। ਗੰਢ ਪੀਡੀ ਹੋ ਗਈ। ਨੂਰੀ ਨੇ ਇਕ ਕਦਮ ਪਿੱਛੇ ਹਟਾਇਆ "ਇਹ ਕੋਈ ਮਨਸੋਣਾ ਤਾਂ ਨਹੀਂ, ਕੋਈ ਸੰਕੇਤ।" ਨੂਰੀ ਦੇ ਮਨ ਨੇ ਕਿਹਾ। ਉਹ ਪਰਤ ਕੇ ਕੁਰਸੀ 'ਤੇ ਬੈਠ ਗਈ। ਸੋਚੀਂ ਡੁੱਬ ਗਈ। ਕੋਈ ਖ਼ਿਆਲ ਡਰ ਬਣਿਆ ਤੇ ਉਹੀ ਡਰ ਇਕ ਖਿੱਚ। ਕਦਮ ਆਪ ਮੁਹਾਰੇ ਹੀ ਤੁਰ ਪੈਂਦੇ ਹਨ। ਸਮਾਂ ਘੜੀ 'ਤੇ ਦੇਖੇ ਬਗੈਰ ਹੀ ਅੰਦਰ ਅਲਾਰਮ ਵੱਜ ਜਾਂਦਾ ਹੈ। "ਹਾਏ ਰੱਬਾ ਮੈਂ ਤਾਂ ਗ਼ਲਤ ਰਸਤੇ ਤੁਰ ਪਈ ਹਾਂ। ਨੂਰੀ ਗ਼ਲਤ ਰਸਤੇ ਤੁਰ ਪਈ ਹੈ। ਕਾਲਜ ਵਾਲੇ ਕੀ ਕਹਿਣਗੇ। ਦੁਨੀਆ ਵਾਲੇ ਕੀ-ਕੀ ਗੱਲਾਂ ਕਰਨਗੇ। ਮਾਂ ਬਾਪ ਕੀ ਕਹਿਣਗੇ। ਨੂਰੀ ਦਾ ਦਿਲ ਹੋਰ ਥੱਲੇ ਬਹਿ ਗਿਆ। ਸਭ ਤੋਂ ਵੱਡਾ ਸਵਾਲ "ਬਾਪੂ ਜੀ" ਕੀ ਕਹਿਣਗੇ। ਨੂਰੀ ਨੂੰ ਲੱਗਿਆ ਬਾਪੂ ਜੀ ਉਸ ਦੇ ਸਾਹਮਣੇ ਖੜ੍ਹੇ ਸਨ। ਨੂਰੀ ਤੋਂ ਉਨ੍ਹਾਂ ਵੱਲ ਅੱਖਾਂ ਚੁੱਕ ਕੇ ਤੱਕਿਆ ਨਹੀਂ ਜਾ ਰਿਹਾ ਸੀ। ਬਾਪੂ ਜੀ ਚੁੱਪ-ਚਾਪ ਤੱਕ ਰਹੇ ਸਨ। ਉਸ ਦੀਆਂ ਚੁੱਪ ਅੱਖਾਂ ਪੁੱਛ ਰਹੀਆਂ ਸਨ ਕੀ ਨੂਰੀ ਉਹੀ ਧੀ ਸੀ ਜਿਸ ਨੂੰ ਉਸ ਨੇ ਆਪਣੇ ਮੋਢੇ 'ਤੇ ਚੁੱਕਿਆ ਸੀ ਤੇ ਅੱਜ ਉਹੀ ਨੂਰੀ ਮੁੱਠੀਆਂ ਭਰ ਉਸ ਦੇ ਸਿਰ ਸੁਆਹ ਪਾਣ ਲੱਗੀ ਸੀ। ਉਹ ਦੀ ਧੌਲੀ ਦਾਹੜੀ ਪੱਟ-ਪੱਟ ਉਸ ਦੇ ਹੱਥ ਦੇਣ ਲੱਗੀ ਸੀ। ਨੂਰੀ ਧੁਰੋਂ ਕੰਬ ਗਈ ਸੀ। ਉਸ ਦੀ ਸੁਰਤੀ ਗੋਤਾ ਖਾ ਗਈ ਸੀ। ਮੈਂ ਕਿਤੇ ਨਹੀਂ ਜਾਵਾਂਗੀ। ਮੈਂ ਕਿਸੇ ਨੂੰ ਨਹੀਂ ਮਿਲਾਂਗੀ। ਮੈਂ ਕਮਰੇ ਤੋਂ ਬਾਹਰ ਵੀ ਨਹੀਂ ਝਾਕਾਂਗੀ। ਮੈਨੂੰ ਮੁਆਫ਼ ਕਰਨਾ ਬਾਪੂ ਜੀ, ਮੈਂ ਤੇਰੀ ਚਿੱਟੀ ਪੱਗ ਨੂੰ ਲੀਕ ਨਹੀਂ ਲਾਵਾਂਗੀ। ਸ਼ਾਇਦ ਨੂਰੀ ਰੋ ਰਹੀ ਸੀ।

...ਨੂਰੀ ਗਰਾਊਂਡ ਪਾਸ ਖੜ੍ਹੀ ਸੀ। ਪਤਾ ਨਹੀਂ ਕਿਹੜਾ ਖ਼ਿਆਲ ਉਸਨੂੰ ਉਡਾ ਕੇ ਲੈ ਆਇਆ, ਕਿਤਾਬ ਵੀ ਉਸ ਦੇ ਹੱਥਾਂ ਵਿਚ ਸੀ। ਸਿਰ ਦੀ ਚੁੰਨੀ ਸ਼ਾਇਦ ਕਮਰੇ 'ਚ ਹੀ ਰਹਿ ਗਈ ਸੀ। ਸੂਰਜ ਢਲ ਰਿਹਾ ਸੀ। ਦਰਖਤ ਝੂੰਮ ਰਹੇ ਸਨ। ਤੋਤੇ ਕਿਲਕਾਰੀਆਂ ਮਾਰ ਰਹੇ ਸਨ ਪਰ ਗਰਾਊਂਡ ਖਾਲੀ ਸੀ। ਕੋਈ ਦੌੜ

ਨਹੀਂ ਰਿਹਾ ਸੀ। ਕੋਈ ਊਰੀ ਘੁਕ ਨਹੀਂ ਰਹੀ ਸੀ। ਕੋਈ ਭੰਮੀਰੀ ਘੁਕ ਨਹੀਂ ਰਹੀ ਸੀ।

ਨੂਰੀ ਤਕਦੀ ਰਹੀ। ਸੂਰਜ ਢਲਦਾ ਰਿਹਾ। ਧੁੱਪ ਤੇ ਸੂਰਜ ਦੀ ਰੌਸ਼ਨੀ ਰੰਗ ਵਟਾਂਦੀ ਰਹੀ। ਰੰਗ ਵਿਚ ਸ਼ਾਮ ਦੇ ਪਰਛਾਵੇਂ ਘੁਲਦੇ ਰਹੇ। ਪੰਛੀਆਂ ਦੀਆਂ ਡਾਰਾਂ ਉਡਦੀਆਂ ਰਹੀਆਂ ਤੇ ਫੇਰ ਵੱਡੇ ਦਰਖਤਾਂ ਦੇ ਪਰਛਾਵੇਂ ਦੇ ਹਨੇਰੇ ਨੇ ਨੂਰੀ ਨੂੰ ਚਾਰੇ ਪਾਸੇ ਤੋਂ ਘੇਰ ਲਿਆ। ਗਰਾਊਂਡ ਵਿਚ ਹਨੇਰੇ ਦਾ ਪਰਛਾਵਾਂ ਫੈਲ ਗਿਆ। ਗਰਾਊਂਡ ਖਾਲੀ ਰਹੀ। ਨੂਰੀ ਦੀਆਂ ਅੱਖਾਂ ਖਾਲੀ ਰਹੀਆਂ। ਕੋਈ ਨਜ਼ਾਰਾ ਨੂਰੀ ਦੀਆਂ ਅੱਖਾਂ ਅੱਗੇ ਨਾ ਨੱਚਿਆ।

ਨੂਰੀ ਹਉਕਾ ਭਰ ਕੇ ਤੁਰ ਪਈ।

ਅਰਦਾਸ ਹੋ ਚੁੱਕੀ ਸੀ।

ਸਾਰੀਆਂ ਕੁੜੀਆਂ ਕਮਰਿਆਂ ਤੇ ਰਸੋਈ ਘਰ 'ਚ ਪਹੁੰਚ ਗਈਆਂ ਸਨ।

"ਨੂਰੀ ਤੂੰ ਕਿੱਥੇ ਸੀ?" ਰੂਬੀ ਨੇ ਪੁੱਛਿਆ।

"ਮੈਂ ਪੜ੍ਹ ਰਹੀ ਸੀ।"

"ਪੜ੍ਹ ਰਹੀ ਸੀ ਜਾਂ ਖ਼ਿਆਲਾਂ ਹੀ ਖ਼ਿਆਲਾਂ 'ਚ ਗੱਲਾਂ ਕਰ ਰਹੀ ਸੀ?"

"ਤੈਨੂੰ ਕਿਵੇਂ ਪਤਾ?" ਨੂਰੀ ਚੌਂਕੀ ਸੀ, ਜਿਵੇਂ ਰੂਬੀ ਨੇ ਉਸ ਨੂੰ ਗਿੱਚੀ ਤੋਂ ਫੜ ਲਿਆ ਹੋਵੇ। ਚੋਰ ਪਾੜ 'ਚ ਫੜ ਲਿਆ ਹੋਵੇ। ਨੂਰੀ ਸੱਚ ਹੀ ਡਰ ਜਿਹਾ ਗਈ ਸੀ।

"ਅਸੀਂ ਜਾਣੀ ਜਾਣ ਹਾਂ ਬੱਚਾ। ਬਾਬੇ ਸਭ ਕੁਝ ਦੇਖ ਰਹੇ ਨੇ, ਤੇਰੇ ਦਿਲ ਦੀ ਹਾਲਤ ਪੜ੍ਹ ਰਹੇ ਨੇ, ਤੂੰ ਰਾਤੀਂ ਸੌਣ ਦੀ ਥਾਂ ਪਾਸੇ ਮਾਰਦੀ ਹੈਂ। ਡਰ-ਡਰ ਕੇ ਉਠ ਕੇ ਬਹਿਨੀ ਹੈਂ। ਬਾਬੇ ਸਭ ਦੇਖ ਰਹੇ ਨੇ ਬੱਚਾ, ਬੜਾ ਔਖਾ ਪੈਂਡਾ ਚੁਣ ਲਿਆ ਹੈ ਤੂੰ ਬੱਚਾ।" ਰੂਬੀ ਜਾਣੀ-ਜਾਣ ਬਾਬਿਆਂ ਵਾਂਗ ਬੋਲਦੀ ਜਾ ਰਹੀ ਸੀ।

"ਹਾਂ ਰੂਬੀ ਮੈਂ ਸੱਚ ਹੀ ਔਖੇ ਪੈਂਡੇ ਤੁਰ ਪਈ ਹਾਂ। ਪਰ ਮੇਰੇ ਵੱਸ ਕੁਛ ਰਿਹਾ ਹੀ ਨਹੀਂ। ਮੈਨੂੰ ਪਤਾ ਹੀ ਨਹੀਂ ਲੱਗਦਾ ਮੈਂ ਕਦੋਂ ਤੇ ਕਿੱਥੇ ਪੁੱਜ ਜਾਂਦੀ ਹਾਂ।"

"ਇਸ਼ਕ ਦੀ ਇਹ ਪਹਿਲੀ ਸਟੇਜ ਹੈ ਬੱਚਾ ਕੀ ਮੁਲਾਕਾਤ ਹੋਈ?"

"ਨਹੀਂ।"

"ਬਹੁਤ ਬੁਰੀ ਗੱਲ ਹੈ ਬੱਚਾ।"

"ਨਹੀਂ ਰੂਬੀ ਮੈਂ ਮੁਲਾਕਾਤ ਕਰਨਾ ਵੀ ਨਹੀਂ ਚਾਹੁੰਦੀ।"

"ਇਹ ਤਾਂ ਤੂੰ ਝੂਠ ਬੋਲ ਰਹੀ ਹੈਂ ਬਾਲਕੇ।"

"ਨਹੀਂ ਰੂਬੀ ਮੈਂ ਝੂਠ ਨਹੀਂ ਬੋਲ ਰਹੀ।"

"ਤੂੰ ਪਹਿਲਾਂ ਵਾਲੀ ਨੂਰੀ ਨਹੀਂ। ਤੂੰ ਤਾਂ ਇਕ ਆਸ਼ਿਕ ਹੈ ਤੇ ਚੋਰਾਂ ਯਾਰਾਂ ਆਸ਼ਿਕਾਂ ਕਸਮਾਂ ਵਾਲਾ ਵਿਹਾਰ।" ਰੂਬੀ ਕਿਸੇ ਗਿਆਨੀ ਵਾਂਗ ਬੋਲ ਰਹੀ ਸੀ।

ਸ਼ਾਇਦ ਨੂਰੀ ਹਾਰ ਗਈ ਸੀ। ਨੂਰੀ ਸੱਚ ਹੀ ਪਹਿਲਾਂ ਵਾਲੀ ਨਹੀਂ ਰਹੀ ਸੀ। ਚਾਰ ਦਿਨਾਂ ਦੀ ਦੂਰੀ ਨੇ ਨੂਰੀ ਨੂੰ ਕੀ ਤੋਂ ਕੀ ਬਣਾ ਦਿੱਤਾ। ਕਦੇ ਝੂਠ

ਨਾ ਬੋਲਣ ਵਾਲੀ ਨੂਰੀ ਸ਼ਾਇਦ ਝੂਠ ਵੀ ਉਸ ਦੇ ਰੋਮ-ਰੋਮ ਵਿਚ ਵਸ ਗਿਆ ਸੀ। ਸਿਆਣਿਆਂ ਨੇ ਠੀਕ ਹੀ ਤਾਂ ਕਿਹੈ ਕਿ ਬੁਰੇ ਖ਼ਿਆਲ ਤੋਂ, ਬੁਰੀ ਨਜ਼ਰ ਤੋਂ, ਭੈੜੇ ਪਰਛਾਵੇਂ ਤੋਂ, ਬੁਰੀ ਸੰਗਤ ਤੋਂ ਰੱਬ ਬਚਾਵੇ। ਸੌ ਕੋਹ ਦੂਰ ਰੱਖੇ। ਗਰਾਊਂਡ ਸਦਾ ਖਾਲੀ ਹੁੰਦੀ ਸੀ। ਨੂਰੀ ਨੂੰ ਵਿਸ਼ਵਾਸ ਹੋ ਗਿਆ ਸੀ ਕਿ ਇਹ ਕੋਈ ਸੁਪਨਾ ਸੀ। ਕਦੇ ਇਹ ਭੈੜਾ ਸੀ ਤੇ ਕਦੇ ਡਰ ਭਰਿਆ। ਚੰਗਾ ਹੋਇਆ ਇਹ ਆਪਣੇ ਆਪ ਹੀ ਦੂਰ ਹੋ ਗਿਆ।

ਨੂਰੀ ਦੀ ਸੁੱਧ-ਬੁੱਧ ਪਰਤ ਆਈ ਸੀ। ਉਹ ਕੱਪੜੇ ਬਦਲਣਾ ਹੀ ਭੁੱਲ ਗਈ ਸੀ। ਸਜਣਾ ਸੰਵਰਨਾ ਹੀ ਵਿਸਾਰ ਗਈ ਸੀ।

ਅੱਜ ਨੂਰੀ ਪੂਰੀ ਤਰ੍ਹਾਂ ਸਜੀ ਸੀ। ਉਸ ਦਾ ਸਜਣਾ ਕੋਈ ਉਚੇਚ ਨਹੀਂ ਸੀ। ਕੇਵਲ ਉੱਜਲੇ ਕੱਪੜੇ ਪਾਣਾ, ਅੱਖਾਂ ਵਿਚ ਸੁਰਮਾ ਤੇ ਲੰਮੀ ਗੁੱਤ ਸਵਾਰਨਾ। ਕੁਦਰਤ ਨੇ ਉਸ ਦੇ ਸਰੀਰ ਨੂੰ ਕੋਈ ਵਰ ਦਿੱਤਾ ਸੀ ਕਿ ਇਤਨੇ ਨਾਲ ਹੀ ਹੀਰੇ ਵਾਂਗ ਦੱਖ ਦੇਣ ਲੱਗ ਜਾਂਦਾ ਸੀ।

ਸਫੈਦ ਕੁੜਤੀ 'ਤੇ ਹਲਕੀਆਂ ਬੂਟੀਆਂ ਸਨ ਤੇ ਜਾਲੀਦਾਰ ਚੁੰਨੀ ਦੇ ਦੋਵੇਂ ਪੱਲੇ ਕਢਾਈ ਨਾਲ ਭਰੇ ਸਨ। ਸਲਵਾਰ ਦੀਆਂ ਮੂਹਰੀਆਂ ਵੀ ਕਢਾਈ ਨਾਲ ਸਜੀਆਂ ਸਨ। ਕਾਲੇ ਸਲੀਪਰ ਵੱਖਰੇ ਹੀ ਸੁੰਦਰ ਲੱਗ ਰਹੇ ਸਨ।

ਨੂਰੀ ਗਰਾਊਂਡ ਵੱਲ ਤੱਕ ਰਹੀ ਸੀ। ਨਜ਼ਾਰਾ ਤੱਕ ਰਹੀ ਸੀ। ਸ਼ਾਮ ਦਾ ਰੰਗ ਮਿੱਠਾ ਜਿਹਾ ਹੋ ਗਿਆ ਸੀ। ਸ਼ੋਰ ਨਹੀਂ ਸੀ। ਚੁੱਪ ਵੀ ਨਹੀਂ ਸੀ ਜਿਵੇਂ ਇੰਤਜ਼ਾਰ ਹੋ ਰਹੀ ਸੀ ਕਿ ਕੁਛ ਹੋਣ ਵਾਲਾ ਸੀ।

"ਜੀ ਸੁਣੋ।" ਨੂਰੀ ਦੇ ਮੂੰਹੋਂ ਕਦ ਨਿਕਲ ਗਿਆ ਸੀ। ਨੂਰੀ ਨੂੰ ਪਤਾ ਸੀ ਨਾ ਉਸ ਨੇ ਬੋਲਿਆ ਸੀ।

ਲੜਕਾ ਰੁਕ ਕੇ ਨੂਰੀ ਦੇ ਕੋਲ ਆ ਗਿਆ। ਉਸ ਦਾ ਗੋਰਾ ਸਰੀਰ ਮੁੜਕੇ ਨਾਲ ਭਿੱਜਿਆ ਸੀ। ਉਸ ਦਾ ਸਾਹ ਚੜ੍ਹਿਆ ਹੋਇਆ ਸੀ।

"ਸੁਣਾਉ।" ਲੜਕੇ ਨੇ ਕੋਲ ਆ ਕੇ ਅਦਬ ਨਾਲ ਕਿਹਾ ਸੀ।

"ਤੁਹਾਡਾ ਨਾਂ ਕੀ ਹੈ?" ਨੂਰੀ ਨਹੀਂ ਨੂਰੀ ਦਾ ਬੁੱਤ ਪੁੱਛ ਰਿਹਾ ਸੀ। ਨੂਰੀ ਚਿੱਟੇ ਤੇ ਰੰਗ-ਬਰੰਗੀ ਚੁੰਨੀ 'ਚ ਨੰਨ੍ਹਾ ਫਰਿਸ਼ਤਾ ਲੱਗ ਰਹੀ ਸੀ। ਉਸ ਦੇ ਬੁੱਲ੍ਹ ਕੰਬ ਰਹੇ ਸਨ। ਗੱਲ੍ਹਾਂ ਕੰਬ ਰਹੀਆਂ ਸਨ। ਅੱਖਾਂ ਸਾਹਵੇਂ ਭੰਬੂ ਤਾਰੇ ਘੁੰਮ ਰਹੇ ਸਨ। ਨੂਰੀ ਦਾ ਕਣ-ਕਣ ਕੰਬ ਰਿਹਾ ਸੀ। ਉਹ ਪਤਾ ਨਹੀਂ ਕਿਸ ਢਾਲ ਦੇ ਸਹਾਰੇ ਖੜ੍ਹੀ ਸੀ।

"ਤੇਜਪਾਲ।"

"ਤੁਹਾਨੂੰ ਪਤੈ ਮੈਂ ਤੁਹਾਨੂੰ ਰੋਜ਼ ਤਕਦੀ ਹਾਂ?"

"ਪਤਾ ਨਹੀਂ।"

"ਤੁਹਾਨੂੰ ਪਤਾ ਹੀ ਨਹੀਂ?" ਨੂਰੀ ਨੇ ਹੈਰਾਨੀ ਨਹੀਂ ਦੱਸੀ, ਸਗੋਂ ਸ਼ਾਇਦ ਗੁੱਸੇ ਨਾਲ ਕਿਹਾ।

"....।"

"ਚੁੱਪ ਕਿਉਂ ਹੋ ਗਏ?"

"ਕੀ ਕਹਾਂ?"

"ਕੁਛ ਵੀ ਕਹੋ।"

"ਬਹੁਤ-ਬਹੁਤ ਸ਼ੁਕਰੀਆ।"

"ਬਸ?" ਨੂਰੀ ਜਿਵੇਂ ਰੋ ਪਵੇਗੀ। ਜਿਵੇਂ ਉਹ ਜਨਮਾਂ ਤੋਂ ਉਸ ਨੂੰ ਤਕਦੀ ਆ ਰਹੀ ਸੀ। ਥੱਕ ਗਈ ਸੀ।

"...."

"ਕਿੰਨੇ ਹੀ ਦਿਨ ਆਏ ਕਿਉਂ ਨਹੀਂ?"

"ਇੰਟਰਸਟੇਟ ਦੌੜਾਂ ਲਈ ਗਿਆ ਸੀ।"

"ਮੇਰਾ ਵਿਸ਼ਵਾਸ ਹੈ ਜ਼ਰੂਰ ਜਿੱਤੇ ਹੋਵੋਗੇ।"

"ਪਹਿਲੇ ਨੰਬਰ 'ਤੇ ਹੀ ਨਹੀਂ ਰਿਕਾਰਡ ਕਾਇਮ ਕੀਤਾ।"

ਇਹ ਰਿਕਾਰਡ ਕੋਈ ਤੋੜ ਵੀ ਨਹੀਂ ਸਕੇਗਾ ਪਰ ਤੁਸੀਂ ਹੀ ਤੋੜੋਗੇ।"

"ਇਹ ਵੀ ਤੁਹਾਡਾ ਵਿਸ਼ਵਾਸ ਹੈ?"

"ਹਾਂ ਪੱਕਾ ਵਿਸ਼ਵਾਸ।" ਕਹਿ ਕੇ ਨੂਰੀ ਤੁਰ ਪਈ।

"ਨੀਂ ਪੱਕੇ ਵਿਸ਼ਵਾਸ ਵਾਲੀਏ ਸਾਨੂੰ ਹੱਸ ਕੇ ਵਖਾ ਜਾ ਇਕ ਵਾਰੀ।" ਤੇਜਪਾਲ ਨੇ ਕਿਹਾ ਤੇ ਨੂਰੀ ਰੁਕ ਗਈ। ਉਸ ਨੇ ਗਰਦਨ ਘੁਮਾਈ ਤੇ ਹੱਸ ਕੇ ਦੌੜ ਗਈ। ਤੇਜਪਾਲ ਪੱਥਰ ਹੋਇਆ ਖੜ੍ਹਾ ਸੀ। ਖੜ੍ਹਾ ਰਿਹਾ ਤੇ ਲੰਮਾ-ਲੰਝਾ ਨੂਰੀ ਦਾ ਅਕਾਰ ਅੱਗੇ ਕਾਲਜ ਦੀ ਇਮਾਰਤ ਵਿਚ ਅਲੋਪ ਹੋ ਗਿਆ।

ਤੇਜਪਾਲ ਨੂੰ ਸਮਝ ਨਹੀਂ ਲੱਗ ਰਹੀ ਸੀ ਕਿ ਉਹ ਕੀ ਕਰੇ? ਉਹ ਥਾਂ 'ਤੇ ਹੀ ਬੁੱਤ ਹੋਇਆ ਖੜ੍ਹਾ ਸੀ। ਉਸ ਦੀ ਬੁੱਧ ਨੂੰ ਰਾਤ ਦੇ ਹਨੇਰੇ ਨੇ ਛੁਪਾ ਲਿਆ।

* * *

ਤੇਜਪਾਲ ਦੇਰ ਨਾਲ ਆਪਣੇ ਕਮਰੇ ਵਿਚ ਪਹੁੰਚਿਆ ਸੀ। ਪਰੈਕਟਸ ਕਰਨ ਮਗਰੋਂ ਉਸ ਨੇ ਦੁੱਧ ਪੀਤਾ ਨਾ ਕੱਪੜੇ ਬਦਲੇ ਤੇ ਇਸ਼ਨਾਨ ਕੀਤਾ। ਉਸ ਨੇ ਨੂਰੀ ਦਾ ਨਾਂ ਵੀ ਨਹੀਂ ਪੁੱਛਿਆ ਉਹ ਕੌਣ ਸੀ? ਕਿੱਥੋਂ ਆਈ ਸੀ? ਕਿੱਥੇ ਚਲੀ ਗਈ? ਕੀ ਮੁੜ ਮਿਲੇਗੀ?

ਤੇਜਪਾਲ ਨੂੰ ਲੱਗਿਆ ਉਹ ਕੋਈ ਓਪਰੀ ਚੀਜ਼ ਸੀ ਜਾਂ ਫਿਰ ਕੋਈ ਖਿਡਾਰੀਆਂ ਦੀ ਪ੍ਰਸ਼ੰਸਕ ਸੀ। ਕੋਈ ਮੁਸਾਫ਼ਿਰ ਸੀ ਜਾਂ ਕਹੋ ਉਡਦਾ ਪੰਛੀ। ਪੱਲੇ ਰਿਜਕ ਨਾ ਬੰਨ੍ਹਦੇ, ਪੰਛੀ ਤੇ ਦਰਵੇਸ਼। ਪੰਛੀਆਂ ਦਾ ਕੋਈ ਠਿਕਾਣਾ ਨਹੀਂ ਹੁੰਦਾ ਤੇ ਨਾ ਹੀ ਕੋਈ ਦੇਸ਼ ਥਹੁ-ਪਤਾ ਤੇ ਨਾ ਹੀ ਘਰ ਘਾਟ-ਪੰਛੀਆਂ ਦੀਆਂ ਗੱਲਾਂ ਭਲਾ ਕਿਉਂ ਕਰਨੀਆਂ, ਉਡ ਗਏ ਤਾਂ ਸਮਝੋ ਉਡ ਗਏ। ਕੀ ਭਰੋਸਾ ਉਹ ਮੋੜਾ ਪਾਣਗੇ-ਉਡੀਕਦੀ ਦੀ ਅੱਖ ਪੱਕ ਗਈ, ਕਦੇ ਪਾ ਵਤਨਾਂ ਵੱਲ ਫੇਰਾ। ਇਹ ਤਾਂ ਮਨੁੱਖ ਦੀਆਂ ਗੱਲਾਂ ਹਨ। ਸੁਣੀਆਂ -ਸੁਣਾਈਆਂ ਜਾਣ ਵਾਲੀਆਂ ਗੱਲਾਂ, ਪੰਛੀਆਂ

ਦੀ ਕੀ ਭਾਸ਼ਾ ਹੈ? ਇਹ ਤਾਂ ਪੰਛੀ ਹੀ ਜਾਨਣ। ਪੰਛੀ ਮੁੜਦੇ ਨਹੀਂ। ਤੇਜਪਾਲ ਨੇ ਆਪਣੇ ਆਪ ਨੂੰ ਦੱਸਿਆ ਪਰ ਸ਼ਾਇਦ ਕਬੂਤਰ ਮੁੜ ਆਂਦੇ ਹਨ। ਆਪਣੀ ਛਤਰੀ ਤੇ ਬਹਿ ਕੇ ਮੱਖਣ ਤੇ ਬਦਾਮ ਖਾਂਦੇ ਨੇ। ਦਾਣਾ ਚੁਗਦੇ ਤੇ ਪਾਣੀ ਪੀਂਦੇ ਹਨ। ਉਹ ਸੋਚ ਰਿਹਾ ਸੀ। ਖਿਡਾਰੀ ਤੇ ਸੰਤ ਸੰਸਾਰੀ ਜੀਵ ਨਹੀਂ ਹੁੰਦੇ। ਅਰਜਨ ਨੇ ਨਿਸ਼ਾਨਾ ਸਾਧਿਆ ਸੀ ਤਾਂ ਮਛਲੀ ਦੀ ਅੱਖ ਫੁੰਡੀ ਸੀ। ਮੇਰਾ ਰਿਕਾਰਡ ਮੈਂ ਹੀ ਤੋੜਨਾ ਹੈ? ਉਸ ਨੇ ਕਿਹਾ ਸੀ। ਉਹ ਕੌਣ ਸੀ? ਕਿੱਥੋ ਆਈ ਸੀ? ਕਿਹੜੇ ਦੇਸ਼ ਚਲੀ ਗਈ? ਉਹ ਕੋਈ ਬਲਾ ਸੀ। ਚੰਗਾ ਹੋਇਆ ਕੋਈ ਅਤਾ-ਪਤਾ ਦੱਸੇ ਬਗੈਰ ਤੁਰ ਗਈ ਤਾਂ ਮੇਰੇ ਨਿਸ਼ਨਿਓਂ ਤੀਰ ਖੁੰਝਣ ਦੀ ਪੂਰੀ ਸੰਭਾਵਨਾ ਸੀ। ਉਹ ਸੋਚਦਾ ਆਪਣੇ ਕਮਰੇ 'ਚ ਬੈਠਾ ਸੀ ਉਹ ਭੁੱਲ ਚੁੱਕਿਆ ਸੀ ਕਿ ਰਾਤ ਦੇ ਬਾਰਾਂ ਵੱਜ ਚੁੱਕੇ ਸਨ। ਸੰਸਾਰ ਸੌਂ ਚੁੱਕਿਆ ਸੀ। ਕਾਲਜ ਦੀ ਕੰਟੀਨ ਬੰਦ ਹੋ ਚੁੱਕੀ ਸੀ। ਪਰ ਉਸ ਦਾ ਖਾਣਾ ਆ ਕੇ ਕਮਰੇ 'ਚ ਉਸ ਦੇ ਸਾਹਮਣੇ ਠੰਡਾ ਸੀਤ ਹੋ ਚੁੱਕਿਆ ਸੀ।

ਤੇਜਪਾਲ ਨੂੰ ਭੁੱਖ ਸੀ ਨਾ ਨੀਂਦਰ। ਉਹ ਥਾਂ 'ਤੇ ਹੀ ਬੈਠਾ ਸੀ।

ਸਵੇਰ ਸਾਰ ਦੀਆਂ ਚਿੜੀਆਂ ਨੇ ਚੂੰ-ਚੂੰ ਕਰਨੀ ਸ਼ੁਰੂ ਕੀਤੀ। ਦੂਰ ਸਟੇਸ਼ਨ 'ਤੇ ਪਹੁੰਚ ਰਹੀ ਰੇਲ ਗੱਡੀ ਨੇ ਲੰਮੀ ਸੀਟੀ ਮਾਰੀ। ਹੋਸਟਲ ਦਾ ਜੀਵਨ ਜਾਗ ਪਿਆ। ਕਮਰਿਆਂ 'ਚ ਵਾਰੀ-ਵਾਰੀ ਵਿਰਲੀ-ਵਿਰਲੀ ਲਾਈਟ ਹੋ ਗਈ।

ਰੱਤਾ-ਰੱਤਾ ਰੱਤੇ ਰੰਗ 'ਚ ਨਹਾਤਾ ਸੂਰਜ ਤੇਜਪਾਲ ਦੀ ਬਾਰੀ ਵਿਚ ਝਾਕਿਆ।

ਤੇਜਪਾਲ ਸੁਪਨਿਆਂ ਦੀ ਦੁਨੀਆ 'ਚ ਗੁਆਚਿਆ ਕਮਰੇ 'ਚ ਪਰਤਿਆ। ਉਸਨੇ ਕੱਪੜੇ ਉਤਾਰੇ। ਪਰੈਕਟਿਸ ਵਾਲੇ ਬੂਟ ਖੋਲ੍ਹੇ ਤੇ ਨਹਾਣ ਦੇ ਕਮਰੇ ਵਿਚ ਪਹੁੰਚ ਗਿਆ।

–ਤੇਜਪਾਲ ਗਰੀਬ ਕਿਸਾਨ ਦਾ ਬੇਟਾ ਸੀ। ਪਰ ਉਹ ਕਾਲਜ ਦੀ ਸ਼ਾਨ ਸੀ। ਕਈ ਸਾਲਾਂ ਤੋਂ ਉਹ ਦੌੜਾਂ ਜਿੱਤਦਾ ਆ ਰਿਹਾ ਸੀ। ਕਾਲਜ 'ਤੇ ਉਸ ਨੂੰ ਫ਼ਖਰ ਸੀ। ਉਸ ਦਾ ਸਾਰਾ ਖਰਚਾ ਕਾਲਜ ਦਿੰਦਾ ਸੀ। ਇਸ ਵਾਰ ਇੰਟਰ ਸਟੇਟ ਖੇਡਾਂ ਦੇ ਮੁਕਾਬਲੇ ਵਿਚ ਤੇਜਪਾਲ ਨੇ ਇਤਨੀ ਸ਼ਾਨ ਹਾਸਲ ਕੀਤੀ ਸੀ ਕਿ ਕਾਲਜ ਨੂੰ ਆਸ ਬੱਝ ਗਈ ਸੀ ਕਿ ਤੇਜਪਾਲ ਸੰਸਾਰ ਪੱਧਰ ਦੀ ਦੌੜ ਵਿਚ ਪਹਿਲਾ ਦਰਜਾ ਹਾਸਲ ਕਰੇਗਾ।

ਤੇਜਪਾਲ ਗਰੀਬ ਕਿਸਾਨ ਦਾ ਬੇਟਾ ਸੀ ਤੇ ਸੁਭਾਅ ਦਾ ਵੀ ਗਰੀਬ ਸੀ। ਸ਼ਾਨਦਾਰ ਪੱਧਰ ਹਾਸਲ ਕਰਨ ਮਗਰੋਂ ਵੀ ਉਹ ਮਗਰੂਰ ਨਹੀਂ ਸੀ। ਪੜ੍ਹਾਈ ਤੇ ਦੌੜ ਉਸ ਦਾ ਰੁਝਾਨ ਸੀ। ਮੁੰਡਿਆਂ ਦੀਆਂ ਟੋਲੀਆਂ 'ਚ ਬੈਠ ਜਾਂ ਰਲ ਕੇ ਉਹ ਆਪਣਾ ਵਕਤ ਨਸ਼ਟ ਨਹੀਂ ਕਰਦਾ ਸੀ। ਦੌੜ ਦੇ ਨਾਲ-ਨਾਲ ਪੜ੍ਹਾਈ ਵਿਚ ਵੀ ਉਹ ਪਹਿਲੇ ਜਾਂ ਦੂਜੇ ਨੰਬਰ 'ਤੇ ਰਹਿੰਦਾ ਸੀ।

ਸਵੇਰ ਦੇ ਚਾਰ ਵਜੇ ਉਠ ਕੇ ਗਰਾਊਂਡ ਵਿਚ ਪਰੈਕਟਿਸ ਕਰਦਾ ਸੀ। ਸਰਦੀ ਹੁੰਦੀ ਜਾਂ ਗਰਮੀ ਉਹ ਆਪਣਾ ਪ੍ਰੋਗਰਾਮ ਭੰਗ ਨਹੀਂ ਹੋਣ ਦਿੰਦਾ ਸੀ। ਤੇਜਪਾਲ ਨੂੰ ਕਾਲਜ ਦੇ ਸਭ ਲੜਕੇ ਤੇ ਪੂਰਾ ਸਟਾਫ਼ ਪਿਆਰ ਕਰਦਾ ਸੀ।

ਸ਼ਾਇਦ ਤੇਜਪਾਲ ਇਕ ਲੜਕਾ ਸੀ ਜਿਸ ਦਾ ਕੋਈ ਦੁਸ਼ਮਣ ਨਹੀਂ ਸੀ।

ਤੇਜਪਾਲ ਕਮਰੇ 'ਚੋਂ ਬਾਹਰ ਨਿਕਲਿਆ। ਉਸ ਦੇ ਚਿਹਰੇ 'ਤੇ ਸੂਰਜ ਦੀਆਂ ਤੇਜ਼ ਕਿਰਨਾਂ ਪਈਆਂ। ਸ਼ਾਇਦ ਉਸ ਨੂੰ ਸੁਰਤ ਜਿਹੀ ਆਈ, ਉਸ ਨੂੰ ਯਾਦ ਆਇਆ ਕਿ ਉਸ ਨੇ ਅੱਜ ਸਵੇਰੇ ਪਰੈਕਟਿਸ ਨਹੀਂ ਕੀਤੀ ਸੀ।

* * *

ਨੂਰੀ ਕਮਰੇ ਵਿਚ ਹੀ ਰਹਿੰਦੀ ਸੀ। ਕਈ ਦਿਨਾਂ ਤੋਂ ਉਹ ਗਰਾਊਂਡ ਵਿਚ ਵੀ ਨਹੀਂ ਗਈ। ਪੜ੍ਹਦੀ ਰਹਿੰਦੀ ਸੀ ਜਾਂ ਫਿਰ ਚੁੱਪ ਵਿਚ ਡੁੱਬੀ ਰਹਿਦੀ ਸੀ। ਰੂਬੀ ਨਾਲ ਵੀ ਬਹੁਤੀਆਂ ਗੱਲਾਂ ਨਹੀਂ ਕਰਦੀ ਸੀ। ਰੂਬੀ ਦੀ ਛੇੜ-ਛਾੜ ਨੂੰ ਵੀ ਉਹ ਪਸੰਦ ਨਹੀਂ ਕਰਦੀ ਸੀ। ਸ਼ਰਾਰਤੀ ਤੇ ਸੈਨਤਮਈ ਗੱਲਾਂ ਦਾ ਉਹ ਹੁੰਗਾਰਾ ਨਹੀਂ ਭਰਦੀ ਸੀ।

"ਨੂਰੀ ਤੇਰੇ ਡੈਡੀ ਆਏ ਨੇ।" ਰੂਬੀ ਨੇ ਸੁਨੇਹਾ ਦਿੱਤਾ ਸੀ।

ਨੂਰੀ ਚੁੰਨੀ ਸੰਭਾਲਦੀ ਗੈਸਟ ਰੂਮ ਵਿਚ ਬਗੈਰ ਚੱਪਲ ਦੇ ਪਹੁੰਚੀ। ਨੂਰੀ ਦਾ ਚਾਅ ਮੱਠਾ ਪੈ ਗਿਆ। ਬਾਪੂ ਸ਼ੇਰ ਸਿੰਘ ਗਲ 'ਚ ਪਿਸਤੌਲ ਲਟਕਾਈ ਬੈਠਾ ਸੀ। ਉਸ ਨੇ ਕਿਰਲੇ ਦੀ ਪੂਛ ਵਰਗੀਆਂ ਮੁੱਛਾਂ ਵਟਾ ਚਾੜ੍ਹ ਕੇ ਅੱਖਾਂ ਦੀਆਂ ਭਿੰਮਣਾਂ ਨੂੰ ਲਾ ਰੱਖੀਆਂ ਸਨ। ਸ਼ੇਰ ਸਿੰਘ ਦੀ ਸੱਜੀ ਗਲ੍ਹ 'ਤੇ ਗਹਿਰੇ ਟੱਕ ਦਾ ਨਿਸ਼ਾਨ ਸੀ ਤੇ ਸੱਜੇ ਕੰਨ ਦੀ ਲੌਲ ਵੀ ਕੱਟੀ ਹੋਈ ਸੀ। ਸੱਜੇ ਹੱਥ ਦੇ ਪੰਜੇ ਤੇ ਲੰਮਾ ਚੀਰ 'ਤੇ ਬਾਂਹ ਦਾ ਅੱਧਾ ਪਾਸਾ ਵੀ ਕੱਟ ਕੇ ਜੁੜਿਆ ਲਗਦਾ ਸੀ। ਸ਼ੇਰ ਸਿੰਘ ਸਰੀਰ ਦਾ ਭਾਰਾ ਤੇ ਕੱਦ ਦਾ ਲੰਮਾ ਸੀ। ਉਸ ਦੇ ਚਿਹਰੇ ਤੇ ਅੱਜ ਵੱਖਰੀ ਹੀ ਤਾਜ਼ਗੀ ਸੀ।

ਸ਼ੇਰ ਸਿੰਘ ਨੇ ਉਠ ਕੇ ਲੰਮੀ ਬਾਂਹ ਨਾਲ ਨੂਰੀ ਦਾ ਸਿਰ ਪਲੋਸਿਆ, ਮੋਟੀਆਂ ਉਂਗਲਾਂ ਵਾਲਾ ਭਾਰੀ ਹੱਥ ਨੂਰੀ ਦੇ ਸਿਰ ਤੇ ਫਲੇਹ ਵਾਂਗ ਘਸਿਆ। ਨੂਰੀ ਦੀ ਸਿਰ ਦੀ ਚੁੰਨੀ ਦਾ ਘੁੰਡ ਜਿਹਾ ਬਣ ਗਿਆ। ਨੂਰੀ ਨੇ ਤੁਰੰਤ ਹੀ ਚੁੰਨੀ ਸੰਭਾਲ ਕੇ ਸਿਰ 'ਤੇ ਲੈ ਲਈ।

"ਇਹ ਸਰਦਾਰ ਚੜ੍ਹਤ ਸਿੰਘ ਨੇ ਰੱਤੇ ਟਿੱਬੇ ਵਾਲੇ।" ਸ਼ੇਰ ਸਿੰਘ ਨੇ ਨਾਲ ਬੈਠੇ ਉਜੱਡ ਜਿਹੇ ਸਰਦਾਰ ਦੀ ਜਾਣਕਾਰੀ ਦਿੱਤੀ। ਉਸ ਦੇ ਵੀ ਗਲ ਪਿਸਤੌਲ ਲਟਕ ਰਿਹਾ ਸੀ। ਰੌਂਦਾਂ ਦਾ ਪਟਾ ਉਸ ਦੇ ਭਾਰੀ ਢਿੱਡ ਤੇ ਸਰਾਲ ਵਾਂਗ ਲਟਕ ਰਿਹਾ ਸੀ। ਉਸ ਦਾ ਇਕ ਦੰਦ ਸੋਨੇ ਦਾ ਸੀ ਜਿਹੜਾ ਨੂਰੀ ਵੱਲ ਤੱਕ-ਤੱਕ ਕੇ ਹਸਦਾ ਲੱਗਦਾ ਸੀ, ਉਸ ਦੀਆਂ ਮੁੱਛਾਂ ਕੱਕੀਆਂ ਪਰ ਕੁੰਢੀਆਂ, ਦਾਹੜੀ ਕੱਤਰੀ ਤੇ ਦੰਦ ਪੀਲੇ ਸਨ। ਉਹ ਬਘਿਆੜ ਮੂੰਹ ਖੋਹਲ ਕੇ ਲੰਮੀ ਉਬਾਸੀ ਲੈਂਦਾ ਭੁੱਖੇ ਕੁੱਤੇ ਵਾਂਗ ਚੀਕ ਜਿਹੀ ਛੱਡਦਾ ਸੀ।

"ਬੜੀ ਚੜ੍ਹਤ ਹੈ ਸਰਦਾਰ ਚੜ੍ਹਤ ਸਿੰਘ ਦੀ ਸਾਰੇ ਪਿੰਡ 'ਚ ਕੋਈ ਚੂੰ ਤੱਕ ਨਹੀਂ ਕਰਦਾ।" ਸ਼ੇਰ ਸਿੰਘ ਨੇ ਚੜ੍ਹਤ ਸਿੰਘ ਦੀ ਜਾਣਕਾਰੀ ਦੀ ਲੜੀ ਜਾਰੀ ਰੱਖੀ ਹੋਈ ਸੀ।

"ਸਾਰੇ ਲਾਕੇ ਹੀ ਨਹੀਂ ਕਰਦਾ ਕਿ.... ਨਾਲੇ ਚੂੰ ਕਰਕੇ ਮਰਨੈ....ਅਸੀਂ ਤਾਂ ਮੁੜ 'ਕੱਲੇ ਹੀ ਵਾਧੂ ਸੈਂ....ਹਟ ਕੁੱਤੀਏ, ਨਹੀਂ ਰਹਿਣ ਦਿੰਦੇ ਸੈਂ ਹੁਣ ਤਾਂ ਮੁੜ ਬੱਚੂ ਗਬਰੇਟਾ ਹੋ ਗਿਆ.... ਇਹ ਮੇਰਾ ਪਲੇਠੀ ਦਾ ਬੱਬਰ ਸ਼ੇਰ ਜਬਰਜੰਗ ਸਿੰਘ....ਸ਼ੇਰ ਬੱਗੇ ਨੇ ਬੜੀਆਂ ਮੁੜ ਆਕੜੀਆਂ ਧੌਣਾਂ ਦੇ ਕਿੱਲੇ ਕੱਢੇ ਈ ਹਾ-ਹਾ-ਹਾ ਭੈੜੇ ਨੂੰ ਮੁੜ ਅਸਲੇ ਦਾ ਬਹੁਤਾ ਸ਼ੌਕ ਏ....ਮੈਂ ਸਮਝਾਇਐ ਅਸਲਾ ਵਰਤਿਆਂ ਸ਼ਰੀਕ ਮਰ ਸਕਦੈ ਤੇ ਮੁੜ ਫਾਹਾ ਲੱਗ ਸਕਦੈ.... ਸ਼ੇਰ ਸਿਆਂ ਜੋ ਮੁੜ ਹੱਥੀਂ ਕੁੱਟਣ ਦਾ ਨਜ਼ਾਰਾ ਏ....ਉਹ ਗੋਲੀ ਮਾਰਨ 'ਚ ਕਿੱਥੇ ਈ। ਪਰ ਤੇਰੇ ਦੁਸ਼ਮਣ ਨੂੰ ਤਾਂ ਗੋਲੀ ਨਾਲ ਹੀ ਚੱਕਣਾ ਈ। ਮੁੜ ਕੌਡੇ ਵਾਲੀ ਥਾਂ ਦਗਾੜਾ ਮਾਰ ਛੱਡਾਂਗੇ ਤੇ ਮਗਰੋਂ ਗਾਟੇ 'ਤੇ ਟੱਕ ਮਾਰ ਕੇ 'ਲਹਿਦਾ ਕਰ ਛੱਡਾਂਗੇ....ਹੁਣ ਜਦੋਂ ਸਰਬੰਧੀ ਬਣ ਹੀ ਗਏ ਤੇਰੇ ਦੁਸ਼ਮਣ ਸਾਡੇ ਹੋ ਗਏ ਕਿ....ਸਾਲੇ ਲਹੁਡਿਆਂ ਨੂੰ ਮੁੜ ਕੰਡੇ ਵਾਂਗ ਚੁਗ ਛੱਡਾਂਗੇ। ਬੱਚੂ ਕੁੜੀ ਨੂੰ ਚੰਗੀ ਤਰ੍ਹਾਂ ਤੱਕ ਲੈ ਸੰਗ ਸੁੰਗ ਨਹੀਂ ਮੰਨੀ ਦੀ.... ਮੁੜ ਘਰ ਦੀ ਗੱਲ ਜੇ। ਚੜ੍ਹਤ ਸਿੰਘ ਬੋਲਦਾ ਜਾ ਰਿਹਾ ਸੀ। ਖਚਰੀਆਂ ਅੱਖਾਂ 'ਚੋਂ ਤਕਦਾ ਭੂਰੀਆਂ ਮੁੱਛਾਂ ਦੇ ਵਾਲ ਚੱਬਦਾ ਜਾ ਰਿਹਾ ਸੀ।

ਜਬਰਜੰਗ ਸਿੰਘ ਗੋਹ ਗਹੀਰੇ ਵਾਂਗ ਸੋਫੇ 'ਤੇ ਫੈਲਿਆ ਪਿਆ ਸੀ। ਉਸ ਦੀਆਂ ਬੁਲਬਲੇ ਵਾਂਗ ਫੁੱਲੀਆਂ ਗੱਲਾਂ 'ਚੋਂ ਰੱਤ ਚੋਂਦੀ ਸੀ। ਫੁੱਲੀਆਂ ਗੱਲ੍ਹਾਂ ਦੇ ਪਿੱਛੇ ਅੱਖਾਂ ਤਰੇੜਾਂ ਸਮਾਨ ਨਜ਼ਰ ਆ ਰਹੀਆਂ ਸਨ। ਦਾਹੜੀ ਉਸ ਨੇ ਘਸਾ ਕੇ ਕਤਰੀ ਸੀ। ਹੱਸਦਾ ਸੀ ਦੰਦ ਤਦ ਵੀ ਨਜ਼ਰ ਨਹੀਂ ਆਂਦੇ ਸੀ। ਕੱਛੂਕੁਮੇਂ ਵਾਂਗ ਉਸ ਦੇ ਮੂੰਹ ਦਾ ਉਪਰ ਵਾਲਾ ਹਿੱਸਾ ਫੈਲਿਆ ਸੀ, ਜਿਸ ਉਪਰ ਵੜੀ ਵਰਗਾ ਨੱਕ ਇਕ ਨਿਸ਼ਾਨੀ ਸੀ। ਉਹ ਜਿਵੇਂ ਹੱਸਦਾ ਨਹੀਂ ਊਠ ਵਾਂਗ ਬੁਕਦਾ ਸੀ। ਕੱਦੋਂ ਉਹ ਗੀਂਢਾ ਸੀ। ਢਿੱਡ ਹੁਣੇ ਤੋਂ ਬਖ਼ੈਲ ਬਣ ਚੁੱਕਿਆ ਸੀ।

"ਹੁਣ ਜਦ ਅਸੀਂ ਦੋਵੇਂ ਧਿਰਾਂ ਜੁੜ ਗਏ ਇਲਾਕੇ ਦੇ ਕਿਸੇ ਸਿਰਿਉਂ ਮੁੜ ਚੀਕਾਂ ਤਾਂ ਸੁਣਾਈ ਦੇਵੇਂਗੀ।" ਚੜ੍ਹਤ ਸਿੰਘ ਖ਼ੁਸ਼ੀ ਦੀ ਲਹਿਰ 'ਚ ਵਹਿ ਗਿਆ। ਨੂਰੀ ਨੂੰ ਉਹ ਤਕਦਾ ਹੀ ਜਾ ਸਕਦਾ ਸੀ। ਸੋਚਦਾ ਸੀ ਉਹ ਕਿਹੜੀ ਘੜੀ ਹੋਵੇ ਜਦੋਂ ਕੂੰਜ ਵਰਗੀ ਨੂਰੀ ਉਸਦੇ ਜਬਰਜੰਗ ਸਿੰਘ ਨਾਲ ਗੰਢ ਜੋੜਾ ਕਰਕੇ ਉਸ ਦੇ ਕਿਲ੍ਹੇ ਵਰਗੇ ਘਰ 'ਚ ਰੌਸ਼ਨੀ ਕਰੇ। ਉਸ ਦਾ ਸਬਰ ਮੁਕਦਾ ਜਾ ਰਿਹਾ ਸੀ। ਜਬਰਜੰਗ ਬਾਪੂ ਤੋਂ ਅੱਗੇ ਸੀ, ਉਹ ਤਾਂ ਨੂਰੀ ਨੂੰ ਅੱਜ ਹੀ ਖੁੰਘ ਕੇ ਲੈ ਜਾਣੀ ਚਾਹੁੰਦਾ ਸੀ।

"ਸ਼ੇਰ ਸਿਆਂ ਜਦੋਂ ਅਸਲੇ ਦੀ ਕਮੀ ਨਾ ਹੋਵੇ ਸ਼ਰੀਕ ਆਪੇ ਹੀ ਕੰਨ ਭੰਨਣ ਲੱਗ ਜਾਂਦੈ। ਸੁੱਖ ਨਾਲ ਤਿੰਨ ਅਸਲੇ ਤੇਰੇ ਘਰੇ ਨੇ ਤੇ ਪੰਜ ਸੁੱਖ ਨਾਲ ਮੇਰੇ ਤੇ ਇਕ ਮੁੜ ਲਾਵਾਂ ਲੈਣ ਆਇਆ ਜਬਰਜੰਗ ਸਿੰਘ ਖਰੀਦੇਗਾ। ਇਹ ਤਾਂ ਕਹਿੰਦੈ ਗਿਆਰਾਂ ਗੋਲੀ ਦੀ ਪਹਿਲਾਂ ਖਰੀਦਾਂਗਾ ਤੇ ਲਾਵਾਂ ਮੁੜ ਮਗਰੋਂ ਲਵਾਂਗਾ ਤੇ ਫੇਰ ਸੱਦੇ ਵਾਲੇ ਸਰਦਾਰ ਆਪਣੇ ਜੁਆਤਰੇ ਤਾਂ ਅਸਲੇ ਦਾ ਘਰ ਹੋਏ। ਮੈਂ ਕਈ ਵਾਰ ਗਿਣਤੀ ਕਰਨ ਦੀ ਕੋਸ਼ਿਸ਼ ਕੀਤੀ ਹੈ। ਮੁੜ ਗਿਣਤੀ ਹੀ ਨਹੀਂ ਕਰ ਸਕਿਆ ਹਾ-ਹਾ, ਫੇਰ ਅੱਗੇ ਲੱਗੇ ਚੱਲੋ ਬੋਦਲੇ ਵਾਲੀ ਸਰਾਂ ਦੇ ਲੁੱਚੇ ਸਰਦਾਰ ਅਸਲੇ ਦਾ

ਘਰ ਜੇ ਤੇ ਹੋਰ ਲੋੜ ਵੱਜੀ ਤਾਂ ਅੱਗੇ ਪਾਕਿਸਤਾਨ ਟੁਰ ਚਲਾਂਗੇ। ਸਾਨੂੰ ਕਿਹੜਾ ਕਿਸੇ ਨੇ ਡਕਨਾ ਈ। ਵੀਹ ਵਾਰ ਸ਼ਿਕਾਰ ਖੇਡਦੇ ਪਾਕਿਸਤਾਨੇ ਲੰਘ ਜਾਨੇ ਆਂ ਪੈੱਗ ਸ਼ੈੱਗ ਮਾਰਕੇ ਮੁੜਦੇ ਹਾਂ। ਮੁੜ ਯਾਰੀ ਦੋਸਤੀ ਜੋ ਹੋਈ।" ਚੜ੍ਹਤ ਸਿੰਘ ਫੈਲਦਾ ਹੀ ਜਾ ਰਿਹਾ ਸੀ। ਸਾਹਮਣੇ ਖੜ੍ਹੀ ਨੂਰੀ ਨੂੰ ਤੱਕ-ਤੱਕ ਉਹ ਨਸ਼ਈ ਹੁੰਦਾ ਜਾ ਰਿਹਾ ਸੀ। ਉਹ ਮਸਤ ਊਠ ਵਾਂਗ ਸਿਰ ਮਾਰਨ ਤੇ ਮੂੰਹੋਂ ਝੱਗ ਸੁੱਟਣ ਲੱਗ ਪਿਆ ਸੀ। ਜਬਰਜੰਗ ਖੇੜੇ ਵਾਲੇ ਰਿਛ ਵਾਂਗ ਖੇੜਾ ਪਾਣ ਲੱਗ ਪਿਆ ਸੀ।

"ਚੱਲ ਸ਼ੇਰ ਸਿਆਂ ਲਗੇ ਚੱਲੀਏ। ਨੱਢੀ ਤਾਂ ਮੁੜ ਸ਼ਰਮਾਈ ਖੜ੍ਹੀ ਈ। ਸਾਡੇ ਵੱਲੋਂ ਹਾਂ ਹੈ। ਵੱਡੇ ਨਸੀਬ ਵਾਲੀ ਹੈ। ਮੁੜ ਧੀਆਂ ਪੁੱਤਰਾਂ ਦੇ ਭਾਗ ਹੁੰਦੇ ਨੇ। ਧੀਏ ਜਬਰਜੰਗ ਸਿੰਘ ਸੁੱਖ ਨਾਲ ਸਵਾ ਲੱਖ ਖਾਲਸਾ ਈ। ਦੋ ਹਜ਼ਾਰ ਘਮਾਵਾਂ ਜ਼ਮੀਨ ਈ, ਤੇ ਜ਼ਮੀਨ ਵੀ ਝੋਟੇ ਦੇ ਸਿਰ ਵਰਗੀ। ਰਾਤੀ ਬੰਦਾ ਵੱਢ ਕੇ ਜ਼ਮੀਨ 'ਚ ਗੱਡ ਦਿਉ ਦਿਨ ਚੜ੍ਹਦੇ ਤਕ ਹਰਾ ਹੋ ਜਾਂਦਾ ਈ। ਰਾਜ ਕਰੇਂਗੀ ਰਾਜ। ਚੰਗਾ ਚਲਦੇ ਹਾਂ।" ਚੜ੍ਹਤ ਸਿੰਘ ਨੇ ਚਿੱਟੀ ਚਾਦਰ ਮੋਢੇ ਤੇ ਸੰਭਾਲ ਕੇ ਤੁਰਦਿਆਂ ਗੱਲ ਮੁਕਾਈ। ਉਸ ਦੇ ਮਗਰ-ਮਗਰ ਕੁੱਛੂਕੁੰਮੇ ਵਾਂਗ ਤੁਰਦਾ ਜਬਰਜੰਗ ਸਿੰਘ ਘੁਟਾ ਬਾਟੀ ਝਾਕਦਾ ਤੁਰ ਗਿਆ। ਪਤਾ ਲਗਦਾ ਸੀ ਉਸ ਦਾ ਦਿਲ ਜਾਣ ਲਈ ਤਿਆਰ ਨਹੀਂ ਸੀ। ਉਸ ਦਾ ਕਾਲਾ ਧੂਮਾ ਭੋਥਾ ਫਰਸ਼ ਸੰਭਰ ਗਿਆ ਸੀ।

— "ਚੰਗਾ ਧੀਏ! ਮੁੰਡਾ ਮੈਨੂੰ ਪਸੰਦ ਹੈ। ਸੁੱਖ ਨਾਲ ਦਲੇਰ ਬਹੁਤ ਹੈ। ਕਈ ਲੜਾਈਆਂ 'ਚ ਆ ਚੁੱਕਿਐ। ਕਦੇ ਮੋਰਚਾ ਛੱਡ ਕੇ ਨਹੀਂ ਭੱਜਿਆ। ਮਰਦ ਦੀ ਪਛਾਣ ਹੀ ਮਰਦਾਨਗੀ ਹੈ। ਮਸਾਂ ਸੂਤ ਆਇਐ। ਚੜ੍ਹਤ ਸਿੰਘ ਲੁੱਚਿਆਂ ਦਾ ਪੀਰ ਹੈ। ਛੇਤੀ ਕੀਤੇ ਹੱਥ ਆਣ ਵਾਲਾ ਨਹੀਂ ਸੀ। ਤੈਨੂੰ ਵੇਖ ਕੇ ਪੂਰੀ ਹਾਂ ਕਹਿਕੇ ਗਿਐ। ਹੁਣ ਮੈਂ ਦੁਸ਼ਮਣ ਦੇ ਸੀਰਮੇ ਪੀਲਾਂਗਾ। ਬੰਦਿਆਂ ਦੀ ਧਿਰ ਹੀ ਦੁਸ਼ਮਣ ਦਾ ਨੱਕ ਭੰਨਦੀ ਹੈ ਤੇ ਇਹ ਤਾਂ ਸਬੱਬੋਂ ਹੀ ਧਿਰ ਜੁੜ ਗਈ।" ਤੇ ਉਹ ਸਿਰ ਪਲ੍ਹੋਸ ਕੇ ਬਾਹਰ ਨਿਕਲ ਗਿਆ।

ਨੂਰੀ ਮਸਾਂ ਹੀ ਆਪਾ ਬੋਚੀ ਖੜ੍ਹੀ ਸੀ। ਸ਼ੇਰ ਸਿੰਘ ਦੇ ਬਾਹਰ ਜਾਂਦਿਆਂ ਹੀ ਉਹ ਚੱਕਰ ਖਾ ਕੇ ਸੋਫੇ ਉਪਰ ਡਿੱਗ ਪਈ। ਅੱਖਾਂ ਵਿਚ ਰੋਕਿਆ ਪਾਣੀ ਪਰਨਾਲੇ ਬਣ ਤੁਰਿਆ।

"ਨਾਂ ਲੈਤਾ?" ਰੂਬੀ ਪੁੱਛ ਰਹੀ ਸੀ।

"ਹਾਂ।"

"ਉਮੀਦਵਾਰ ਇਹ ਢੋਲ ਢਮੱਕਾ ਸੀ?"

"ਹਾਂ।"

"ਤੂੰ ਮੰਨ ਗਈ?"

"....."

ਇਹ ਜ਼ਰੂਰ ਧਰਤੀਆਂ ਵਾਲੇ ਹੋਣਗੇ।"

"ਹਾਂ।"

"ਤਕਦੀਰ ਨਾਲ ਵੀ ਲੜਨਾ ਚਾਹੀਦੈ। ਵਿਧਾਤਾ ਇਕ ਪਾਸੇ ਰੂਪ ਦੀ ਦੌਲਤ ਦਿੰਦਾ ਹੈ, ਦੂਜੇ ਪਾਸੇ ਉਸ ਰੂਪ ਨੂੰ ਲੁੱਟਣ ਵਾਲੇ ਡਾਕੂ ਪੈਦਾ ਕਰਦਾ ਹੈ। ਉਨ੍ਹਾਂ ਦੇ ਹੱਥੀ ਬੰਦੂਕਾਂ ਦਿੰਦਾ ਹੈ। ਸੰਸਾਰ 'ਚ ਕੋਈ ਤਾਂ ਹੋਵੇ ਜਿਹੜਾ ਮਨਚਾਹੀ ਜ਼ਿੰਦਗੀ ਜੀਅ ਸਕੇ। ਇਸ ਗੈਂਡੇ ਨਾਲ ਜ਼ਿੰਦਗੀ ਜੀਣ ਨਾਲੋਂ ਤਾਂ ਮਹੁਰਾ ਖਾਣ ਚੰਗਾ ਹੈ।"

"ਉਹ ਵੀ ਤਾਂ ਕਾਇਰਾਂ ਦਾ ਕੰਮ ਹੈ।" ਨੂਰੀ ਨੇ ਹੰਝੂ ਪੂੰਝ ਲਏ ਸਨ। ਚੁੰਨੀ ਸੰਭਾਲ ਲਈ ਸੀ।

"ਫੇਰ ਬਹਾਦਰ ਬਣ।"

"ਬਣਾਂਗੀ, ਜ਼ਰੂਰ ਬਣਾਂਗੀ।"

"ਇਹ ਤੇਰਾ ਬਾਪ ਸੀ। ਪਹਿਲਾਂ ਤੇ ਕਦੇ ਦੇਖਿਆ ਨਹੀਂ।"

"ਦੁਸ਼ਮਣ ਸੀ। ਪੱਕੀ ਫ਼ਸਲ ਦਾ ਦਾਅਵੇਦਾਰ ਬਣਨ ਦੀ ਕੋਸ਼ਿਸ਼ ਕਰ ਰਿਹੈ।"

"ਇਹ ਸੂਰ ਨੂੰ ਕਿੱਥੋਂ ਹੱਕ ਲਿਆਇਐ ?"

"ਸਾਰਾ ਜੀਵਨ ਲੜਾਈਆਂ ਤੇ ਜੇਲ੍ਹਾਂ ਥਾਣਿਆਂ 'ਚ ਗੁਜ਼ਾਰਿਐ। ਪਤਾ ਨਹੀਂ ਕਿਸ ਨਾਲ ਜੰਗ ਸਹੇੜ ਰੱਖੀ ਹੈ। ਘਿਰ ਬਨਾਣ ਲਈ ਧੀ ਨੂੰ ਬਲੀ ਦਾ ਬੱਕਰਾ ਬਨਾਣ ਦੀ ਸੋਚਦੈ।"

"ਤੂੰ ਬਲੀ ਦਾ ਬੱਕਰਾ ਨਾ ਬਣੀਂ ਸਹੇਲੀ।"

"ਕਦੇ ਨਹੀਂ ਬਣਾਂਗੀ।"

"ਲੜ ਸਕਣ ਦਾ ਹੌਸਲਾ ਰੱਖਣਾ।"

"ਮੈਂ ਹਾਰਾਂਗੀ ਨਹੀਂ।" ਨੂਰੀ ਨੇ ਸ਼ਾਇਦ ਦੰਦ ਪੀਹ ਕੇ ਤੇ ਹੱਥਾਂ ਦੀਆਂ ਮੁੱਠੀਆਂ ਮੀਚ ਕੇ ਕਿਹਾ। ਨੂਰੀ ਦੀਆਂ ਅੱਖਾਂ ਵਿਚ ਅਟੱਲ ਇਰਾਦਾ ਝਲਕਿਆ ਸੀ।

ਰਾਤ ਹੋ ਚੁੱਕੀ ਸੀ।

ਨੂਰੀ ਪੂਰੀ ਤਰ੍ਹਾਂ ਸੰਭਲ ਚੁੱਕੀ ਸੀ। ਇਸ ਤਰ੍ਹਾਂ ਜਿਵੇਂ ਕੋਈ ਘਟਨਾ ਘਟੀ ਹੀ ਨਹੀਂ ਸੀ

ਉਸ ਨੇ ਸਾਰੇ ਕੰਮ ਰੋਜ਼ਾਨਾ ਵਾਂਗ ਕੀਤੇ। ਸ਼ਾਮ ਸਮੇਂ ਅਰਦਾਸ ਵਿਚ ਸ਼ਾਮਿਲ ਹੋਈ ਸੀ। ਰਸੋਈ ਘਰ ਜਾ ਕੇ ਰੂਬੀ ਤੇ ਬਾਕੀ ਕੁੜੀਆਂ ਨਾਲ ਬਹਿ ਕੇ ਖਾਣਾ ਵੀ ਖਾਧਾ ਸੀ। ਦੇਰ ਤੱਕ ਪੜ੍ਹਾਈ ਵੀ ਕੀਤੀ ਸੀ। ਸਿਰਫ਼ ਨੀਂਦ ਨਹੀਂ ਆ ਰਹੀ ਸੀ।

"ਨੀਂਦ ਨਹੀਂ ਆ ਰਹੀ ?" ਰੂਬੀ ਵੀ ਜਾਗ ਰਹੀ ਸੀ।

"ਹਾਂ।"

"ਮੈਨੂੰ ਵੀ ਨਹੀਂ ਆ ਰਹੀ। ਮੈਨੂੰ ਲਗਦੈ ਇਹ ਤੇਰੇ ਨਾਲ ਨਹੀਂ, ਮੇਰੇ ਨਾਲ ਹੋ ਰਿਹਾ ਹੈ।"

"ਥੈਂਕਯੂ! ਤੂੰ ਇਕ ਅੱਛੀ ਇਨਸਾਨ ਹੈ।"

"ਫਿਰ ਕਮਰੇ ਵਿਚ ਚੁੱਪ ਤਣ ਗਈ।

ਬਲਬ ਚੁੱਪ-ਚਾਪ ਰੌਸ਼ਨੀ ਬਖੇਰਦੇ ਰਹੇ।

ਨੂਰੀ ਦੀਆਂ ਅੱਖਾਂ ਤਾੜੇ ਲੱਗੀਆਂ ਰਹੀਆਂ। ਉਸ ਦਾ ਸੀਨਾ ਜ਼ੋਰ ਨਾਲ ਧੜਕਦਾ ਰਿਹਾ। ਦਿਮਾਗ ਜਿਵੇਂ ਹਰਕਤ ਹੀ ਨਹੀਂ ਕਰ ਰਿਹਾ ਸੀ ਪਰ ਨੂਰੀ ਦਾ ਇਰਾਦਾ ਮਜ਼ਬੂਤ ਸੀ। ਉਸ ਅੰਦਰ ਸਵੈ ਭਰੋਸਾ ਦੁਬਾਰਾ ਜਾਗ ਚੁੱਕਿਆ ਸੀ। ਇਸ ਕਰਕੇ ਉਸ ਦੀਆਂ ਅੱਖਾਂ ਹੰਝੂ ਨਹੀਂ ਕੇਰ ਰਹੀਆਂ ਸਨ। ਸੀਨੇ 'ਚ ਕੋਈ ਹਉਕਾ ਨਹੀਂ ਸੀ। ਦਿਲ ਡੁਬਦਾ ਨਹੀਂ ਸੀ। ਇਕ ਹੌਲ ਜਿਹਾ ਨਹੀਂ ਪੈਂਦਾ ਸੀ।

* * *

ਤੇਜਪਾਲ ਰੋਜ਼ ਵਾਂਗ ਵਾਵਰੋਲਾ ਬਣ ਸਾਰੀ ਗਰਾਊਂਡ ਕੱਛ ਰਿਹਾ ਸੀ। ਫਿਰ ਅਚਾਨਕ ਉਸ ਦੇ ਪੈਰ ਰੁਕ ਗਏ।

"ਕਦੋਂ ਆਏ?"

"ਮੈਂ ਰੋਜ਼ ਉਡੀਕਦਾ ਰਿਹਾ।"

"ਤਾਂ ਹੀ ਤਾਂ ਮੈਂ ਆ ਗਈ।"

"ਪਰ ਰੋਜ਼ ਕਿਉਂ ਨਹੀਂ ਆਏ?"

"ਇਸ ਦਾ ਜਵਾਬ ਨਾ ਮੰਗੋ।"

"ਅੱਗੇ ਤੋਂ ਆਂਦੇ ਰਹੋਗੇ।"

"ਵਾਅਦਾ ਨਹੀਂ ਕਰਦੀ।"

"ਕਿਉਂ?"

"ਬਚਨ ਦੇ ਕੇ ਝੂਠਾ ਨਹੀਂ ਪੈਣਾ ਚਾਹੁੰਦੀ।"

"ਝੂਠਾ ਪੈਣ ਲਈ ਨਹੀਂ ਕਹਿ ਰਿਹਾ।"

"ਸਾਰਾ ਕੁਝ ਮਨੁੱਖ ਦੇ ਵੱਸ 'ਚ ਨਹੀਂ ਹੁੰਦਾ।"

"ਕੋਸ਼ਿਸ਼ ਤਾਂ ਆਪਣੇ ਵੱਸ ਹੁੰਦੀ ਹੈ।"

"ਹਾਂ ਕੋਸ਼ਿਸ਼ ਕਰਾਂਗੀ।"

"ਇਹ ਤਾਂ ਵਾਅਦਾ ਕਰੋ।"

"ਇਹ ਵਾਅਦਾ ਰਿਹਾ।"

"ਹੱਥ 'ਤੇ ਹੱਥ ਧਰ ਕੇ।"

ਨੂਰੀ ਤੇ ਤੇਜਪਾਲ ਦੀਆਂ ਅੱਖਾਂ ਦੀ ਗਹਿਰਾਈ 'ਚ ਉਤਰਦਿਆਂ ਹੱਥ ਤੇ ਹੱਥ ਧਰ ਦਿੱਤਾ। ਜਿਵੇਂ ਸ੍ਰਿਸ਼ਟੀ ਘੁੰਮ ਗਈ। ਧਰਤੀ ਹਿੱਲ ਗਈ। ਸਾਰਾ ਵਾਤਾਵਰਣ ਝੂੰਮ ਗਿਆ।

ਨੂਰੀ ਦਾ ਸਰੀਰ ਪਾਰੇ ਵਾਂਗ ਡਲ੍ਹਕਿਆ, ਅੱਖਾਂ ਬਿਜਲੀ ਵਾਂਗ ਚਮਕੀਆਂ, ਸੀਨਾ ਬੇਮੋਖਾ ਧੜਕਿਆ, ਚਿੰਤਨ ਨੂੰ ਇਕ ਝਟਕਾ ਜਿਹਾ ਲੱਗਿਆ।

ਰਾਤ ਦੇ ਪਰਛਾਵੇਂ ਧਰਤੀ 'ਤੇ ਉਤਰ ਆਏ।

"ਚਲ ਨੂਰੀ ਅਰਦਾਸ ਸ਼ੁਰੂ ਹੋਣ ਵਾਲੀ ਹੈ।" ਰੂਬੀ ਨੇ ਕਿਹਾ। ਰੂਬੀ ਥੋੜ੍ਹੀ ਦੂਰ ਖੜ੍ਹੀ ਸਾਰਾ ਕੁਛ ਤਕ ਕੇ ਸੁਣ ਰਹੀ ਸੀ।

— "ਤੁਹਾਡਾ ਨਾਂ ਨੂਰੀ ਹੈ। ਰੱਬੀ ਨੂਰ ਧਰਤੀ 'ਤੇ ਉਤਰ ਆਇਆ। ਸੱਚ ਮੰਨ ਲਵਾਂ ਇਹ ਨੂਰ ਮੇਰੀ ਜ਼ਿੰਦਗੀ ਨੂੰ ਨੂਰ-ਨੂਰ ਕਰ ਦੇਵੇਗਾ।" –

"ਮੈਂ ਵਾਅਦਾ ਦੇ ਚੁੱਕੀ ਹਾਂ ਤੇਜ... ਪਰ ਵਾਅਦੇ ਲੈਣੇ ਮੇਰੀ ਫ਼ਿਤਰਤ ਨਹੀਂ। ਮੈਨੂੰ ਸਵੈ-ਭਰੋਸਾ ਹੈ। ਤੇਜ ਮੇਰਾ ਹੈ।"

"ਬਹੁਤ ਕੁਝ ਕਹਿ ਦਿੱਤਾ।"

"ਕਹਿਣਾ ਹੈ ਤਾਂ ਪੂਰਾ, ਨਹੀਂ ਤਾਂ ਨਹੀਂ ਕਹਿਣਾ। ਤੇਜ ਮੈਂ ਕਦੇ ਝੂਠ ਨਹੀਂ ਬੋਲਦੀ।"

"ਰੱਬਾ ਇਹ ਕਦੇ ਝੂਠ ਨਾ ਹੋਵੇ।" ਤੇਜ ਨੇ ਅਸਮਾਨ ਵੱਲ ਤੱਕਦਿਆਂ ਬੇਨਤੀ ਜਿਹੀ ਕੀਤੀ, ਸ਼ਾਇਦ ਉਸ ਨੂੰ ਸੱਚ ਨਹੀਂ ਆ ਰਿਹਾ ਸੀ। ਆਪਣੇ ਹੱਥ ਵਿਚ ਆਏ ਨੂਰੀ ਦੇ ਹੱਥ ਦੀ ਗਰਮੀ ਵੀ ਇਕ ਭੁਲੇਖਾ, ਸਗੋਂ ਕਹੋ ਇਕ ਫਰੇਬ ਲੱਗੀ ਸੀ।

ਦੂਰ ਨੂਰੀ ਦਾ ਅਕਾਰ ਹਨੇਰੇ ਦੀ ਬੁੱਕਲ ਵਿਚ ਗੁੰਮ ਗਿਆ।

ਚੁਗਿਰਦਾ ਰਾਤ ਦੇ ਹਨੇਰੇ ਦੀ ਚੁੱਪ ਵਿਚ ਸਾਹ ਘੁੱਟ ਗਿਆ। ਕੋਈ ਪੱਤਾ ਹਿਲਦਾ ਸੀ ਨਾ ਕੋਈ ਆਵਾਜ਼ ਆਂਦੀ ਸੀ, ਜਿਵੇਂ ਚੁਗਿਰਦਾ ਤੇਜਪਾਲ ਦੀ ਸੁਰਤੀ, ਬਿਰਤੀ ਕਹੋ ਕਲਪਨਾ ਤੋੜਨੀ ਨਹੀਂ ਚਾਹੁੰਦੀ ਸੀ।

"ਮੈਂ ਤਾਂ ਅੱਜ ਵੀ ਨਹੀਂ ਪੁੱਛਿਆ। ਨੂਰੀ ਕਿਹੜੇ ਦੇਸ਼ ਦਾ ਨੂਰ ਹੈ। ਉਹ ਕਿਹੜੇ ਅਕਾਸ਼ੋਂ ਉਤਰਦੀ ਹੈ ਦੇ ਕਿਥੇ ਚਲੀ ਜਾਂਦੀ ਹੈ। ਪੁੱਛਾਂ ਤਾਂ ਜੇਕਰ ਸੁੱਧ-ਬੁੱਧ ਰਹੇ। ਲਗਦੈ ਜ਼ਿੰਦਗੀ ਰੁਕ ਜਾਂਦੀ ਹੈ। ਨੂਰੀ ਦੇ ਕਦਮਾਂ ਤੇ ਜ਼ਿੰਦਗੀ ਸੱਚ ਹੀ ਰੁਕ ਗਈ ਹੈ। ਅੱਗੇ ਤੁਰਨ ਦੀ ਇੱਛਾ ਵੀ ਨਹੀਂ ਰਹੀ। ਅੱਗੇ ਤੁਰਨਾ ਵੀ ਕਿਉਂ ? ਤੁਰਨ ਦੀ ਕਲਪਨਾ ਵੀ ਕਿਉਂ ਕਰਨੀ।" ਤੇਜਪਾਲ ਸੋਚ ਰਿਹਾ ਸੀ। ਫੇਰ ਉਸ ਦਾ ਜ਼ੋਰ ਨਾਲ ਖ਼ੁਸ਼ੀ 'ਚ ਚੀਕਾਂ ਮਾਰਨ ਨੂੰ ਦਿਲ ਕੀਤਾ।

ਇਤਨੀ ਵੱਡੀ ਖ਼ੁਸ਼ੀ ਉਸ ਦੇ ਵੱਸ 'ਚ ਨਹੀਂ ਰਹਿ ਰਹੀ ਸੀ। ਪਰ ਉਹ ਜੱਗ-ਜਹਾਨ ਤੋਂ ਡਰ ਗਿਆ ਸੀ ਤੇ ਉਹ ਸਰਪੱਟ ਗਰਾਊਂਡ ਵਿਚ ਦੌੜ ਪਿਆ। ਉਹ ਦੌੜ ਨਹੀਂ, ਹਵਾ 'ਚ ਤੈਰ ਰਿਹਾ ਸੀ। ਉਹ ਦੇ ਹੱਥ ਵਿਚ ਨੂਰੀ ਦਾ ਹੱਥ ਸੀ।

"ਮੈਂ ਦੁਨੀਆ 'ਚ ਰਿਕਾਰਡ ਕਰਾਂਗਾ, ਜਿਸ ਰਿਕਾਰਡ ਨੂੰ ਕੋਈ ਤੋੜ ਨਹੀਂ ਸਕੇਗਾ। ਪਰ ਸ਼ਰਤ ਹੈ ਕਿ ਤੇਰਾ ਹੱਥ ਮੇਰੇ ਹੱਥ ਵਿਚ ਰਹੇ।"

"ਮੇਰਾ ਹੱਥ ਤਾਂ ਤੇਰੇ ਹੱਥ ਹੈ।"

"ਤੇਰੇ ਹੱਥ ਨਹੀਂ ਸਾਰਾ ਸੰਸਾਰ ਮੇਰੇ ਹੱਥ ਵਿਚ ਹੈ।"

"ਮੈਂ ਚਾਹਾਂਗੀ ਤੇਰਾ ਰਿਕਾਰਡ ਕੋਈ ਨਾ ਤੋੜ ਸਕੇ।" ਨੂਰੀ ਕਹਿ ਰਹੀ ਸੀ।

ਤੇਜਪਾਲ ਹੋਰ ਤੇਜ਼ ਦੌੜ ਰਿਹਾ ਸੀ। ਇਸ ਤਰ੍ਹਾਂ ਜਿਵੇਂ ਉਹ ਦੌੜ ਨਹੀਂ, ਹਵਾ ਵਿਚ ਤੈਰ ਰਿਹਾ ਸੀ।

"ਬਹੁਤ ਹਨੇਰਾ ਹੋ ਗਿਆ। ਕਾਕਾ ਜੀ" ਕਾਲਜ ਦੇ ਕਿਸੇ ਕਰਿੰਦੇ ਨੇ ਕਿਹਾ।

ਜਿਵੇਂ ਤੇਜਪਾਲ ਹਵਾ ਵਿਚੋਂ ਉਤਰਿਆ।

ਸੱਚ ਹੀ ਹਨੇਰਾ ਬਹੁਤ ਹੋ ਚੁੱਕਿਆ ਸੀ।

ਤੇਜਪਾਲ ਦਾ ਸਾਰਾ ਸਰੀਰ ਮੁੜ੍ਹਕੇ ਨਾਲ ਨਹਾ ਚੁੱਕਿਆ ਸੀ। ਦਿਲ ਧੜਕ ਰਿਹਾ ਸੀ ਤੇ ਦਿਲ ਦੀ ਧੜਕਣ 'ਚੋਂ ਨੂਰ ਹੀ ਨੂਰ ਨਿਕਲ ਰਿਹਾ ਸੀ।

* * *

ਚੜ੍ਹਤ ਸਿੰਘ ਤੇ ਜਬਰਜੰਗ ਸਿੰਘ ਬੰਦੂਕਾਂ ਦੇ ਫਾਇਰ ਕਰਦੇ ਆਪਣੇ ਚੱਕ ਪਹੁੰਚੇ ਸਨ। ਪਿਉ ਪੁੱਤ ਨੇ ਵਾਰੀ ਨਾਲ ਇਤਨੇ ਫਾਇਰ ਕੀਤੇ ਸਨ ਕਿ ਖੇਤਾਂ ਦੇ ਪੰਛੀ ਡਾਰਾਂ ਬਣ ਕੇ ਉਡ ਗਏ ਸਨ ਤੇ ਜਾਂ ਫਿਰ ਥਾਂ 'ਤੇ ਹੀ ਛਹਿ ਗਏ ਸਨ। ਦਮ ਘੁੱਟ ਗਏ ਸਨ।

ਜਿਵੇਂ ਪਿਉ ਪੁੱਤ ਜੰਗ ਜਿੱਤ ਕੇ ਆਏ ਸਨ।

"ਨਸਲ ਬਦਲ ਜੂ ਜਿਉਣ ਜੋਗਿਆ।"

"ਇਕ ਧਿਰ ਵੀ ਬਣ ਜੂ।"

"ਮੁੜ ਧਿਰਾਂ ਤਾਂ ਬਣਦੀਆਂ ਰਹਿੰਦੀਆਂ ਨੇ ਹੀਰ ਸਲੇਟੀ ਸਾਡੇ ਘਰ 'ਚ ਚੰਦ ਵਾਂਗ ਚਾਨਣ ਕਰੇਗੀ।"

"ਕਿਉਂ ਮੁੜ ਖਰ ਦੀ ਵਾਕਰ ਰੂੜੀ ਤੇ ਲਿਟੀ ਜਾਂਦੇ ਹੋ ਅੰਦਰ ਤਾਂ ਲੰਘ ਆਉ।" ਜਬਰਜੰਗ ਸਿੰਘ ਦੀ ਮਾਂ ਨੇ ਕਿਹਾ।

"ਐਤਰਾਂ ਮੁੜ ਕਿਵੇਂ ਲੰਘ ਆਈਏ ਪਹਿਲਾਂ ਦਰ 'ਤੇ ਤੇਲ ਤਾਂ ਚੋਅ।"

"ਕਿਉਂ ਮੁੜ ਜਮਰੌਦ ਦਾ ਕਿਲ੍ਹਾ ਜਿੱਤ ਕੇ ਆਏ ਹੋ?"

"ਕੱਲਾ ਜਮਰੌਦ? ਮੁੜ ਸਾਰਾ ਸੰਸਾਰ ਜਿੱਤ ਛੱਡਿਆ ਈ। ਸਾਡੀ ਅੱਗੇ ਤੋਂ ਚਿਬ ਖੜੱਬੀ ਨਸਲ ਬਦਲ ਜੂ ਬਸੰਤ ਕੁਰੇ।"

"ਭਲੀ ਹੋਈ, ਭਲੀ ਹੋਈ ਪਰ ਐਨਾ ਝੱਜੂ ਕਿਉਂ ਪਾਇਆ ਈ।

"ਤੈਨੂੰ ਇਹ ਝੱਜੂ ਪਿਆ ਦੀਂਹਦਾ ਏ। ਲਿਆ ਓਏ ਪੁੱਤਰਾ ਸੀਸੀ ਮੁੜ ਪੈੱਗ-ਸ਼ੈੱਗ ਮਾਰਕੇ ਬੰਦਿਆਂ 'ਚ ਰਲੀਏ।

"ਪੇਗ ਬਗੈਰ ਤਾਂ ਬੰਦੇ ਦੀ ਜੂਨ 'ਚ ਨਹੀਂ ਜੇ ਹੁੰਦਾ।" ਬਸੰਤੀ ਨੇ ਹੱਸ ਕੇ ਕਿਹਾ।

"ਹੋਰ ਬੁੱਢੀਏ ਪੈੱਗ ਬਗੈਰ ਕੋਈ ਜੂਨ ਐ। ਨਾਲੇ ਦੋ ਕੁੱਕੜ ਵੀ ਭੁੰਨ ਛੱਡ। ਦਾਹੜ ਤਿੱਖੀ ਕੀਤਿਆਂ ਜੁਗੜੇ ਲੰਘ ਗਏ ਨੇ। ਬਸੰਤੀਏ ਰੋਜ਼ ਕੱਦੂ ਦੀ ਦਾਲ ਖੁਆ ਛੱਡਦੀ ਏਂ। ਕਵੀਸ਼ਰਾਂ ਨੇ ਠੀਕ ਕਵੀਸ਼ਰੀ ਕੀਤੀ ਹੈ—"ਜੀਹਨੇ ਚਾਹ ਚਵਟੀ ਨਹੀਂ ਪੀਤੀ ਬੁੱਢੀ ਕੁੱਟ ਸਿੱਧੀ ਨਹੀਂ ਕੀਤੀ ਤੇ ਨਹੀਂ ਸਿੱਖਿਆ ਨਿਸ਼ਾਨਾ ਰਫ਼ਲ ਰਕਾਣ ਦਾ। ਉਹ ਕਾਹਦਾ ਵੈਲੀ, ਕੋਹੜੀ ਹੈ ਜਹਾਨ ਦਾ।"—ਚੜ੍ਹਤ ਸਿੰਘ ਨੇ ਇਕ ਹੋਰ ਗੋਲੀ ਅਸਮਾਨ ਦੇ ਸੀਨੇ ਵਿਚ ਦਾਗ ਦਿੱਤੀ। ਅੱਗੋਂ ਜਬਰਜੰਗ ਨੇ

ਵੀ ਗੋਲੀ ਚਲਾਈ। ਹਵੇਲੀ ਦੇ ਪਸ਼ੂ ਡਰੇ ਤੇ ਖੁਰਲੀਆਂ 'ਤੇ ਖੜ੍ਹੇ ਰੱਸੇ ਤੇ ਸੰਗਲ ਤੁੜਾਨ ਲੱਗ ਪਏ।

ਪਿਉ ਪੁੱਤ ਦੋ-ਦੋ ਪੈੱਗ ਮਾਰਕੇ ਪੂਰੇ ਰੰਗਾਂ 'ਚ ਸਨ। ਕਈ ਕਾਮੇ ਵੀ ਬਾਟੀਆਂ ਵਿਚ ਖੁੱਲ੍ਹੇ ਪੈੱਗ ਪੁਆ ਕੇ ਲੈ ਗਏ ਸਨ। ਜਬਰਜੰਗ ਸਿੰਘ ਅੱਜ ਪੂਰੀ ਦਲੇਰੀ ਨਾਲ ਬੋਤਲਾਂ ਦੇ ਮੂੰਹ ਖੋਹਲੀ ਜਾ ਰਿਹਾ ਸੀ। ਕੁਝ ਦਿਨ ਪਹਿਲਾਂ ਹੀ ਚਾਵਲਾਂ ਵਾਲੀ ਖੇਤੀ ਦੇ ਨਾਲ ਭੱਠੀ ਚੜ੍ਹਾਈ ਸੀ। ਪਹਿਲੇ ਤੋੜ ਦੀਆਂ ਪੂਰੀਆਂ ਬਾਈ ਬੋਤਲਾਂ ਨਿਕਲੀਆਂ ਸਨ।

"ਮੁੜ ਪਤਾ ਤਾਂ ਲੱਗੇ ਕਿਹੜੀ ਲੰਕਾ ਵੱਸ ਕੀਤੀ ਹੈ?"

ਬਸੰਤੀ ਕੁੱਕੜ ਦੀ ਪਲੇਟ ਅੱਗੇ ਰੱਖ ਰਹੀ ਸੀ।

"ਪਹਿਲਾਂ ਥੁੱਕ, ਗੱਲ ਫੇਰ ਦੱਸੂ ਬੁੱਢੜੀਏ।"

"ਮੈਂ ਬੁੱਢੜੀ ਤੇ ਤੂੰ ਕਿਧਰ ਦਾ ਗਬਰੇਟਾ ਏਂ?"

"ਅਮੜੀਏ ਬਾਪੂ ਮੇਰਾ ਅੱਜ ਵੀ ਪਿਆ ਬਬੂਕੇ ਮਾਰਦਾ ਈ ਤੇ ਤੇਰਾ ਸਰੀਰ ਤਾਂ ਕਮਾਨ ਹੋ ਗਿਆ ਈ।"

ਜਬਰਜੰਗ ਸਿੰਘ ਨੇ ਬਾਪੂ ਦੀ ਤਰਫ਼ਦਾਰੀ ਕੀਤੀ।

ਅੱਜ ਉਹ ਬਾਪੂ ਦਾ ਪੂਰਾ ਤਰਫ਼ਦਾਰ ਸੀ। ਬਾਪੂ ਨੇ ਉਸ ਲਈ ਸੋਨ ਚਿੜੀ ਲੱਭੀ ਸੀ। ਅੱਜ ਤਾਂ ਬਾਪੂ ਜ਼ਿੰਦਾਬਾਦ ਸੀ। ਬਾਪੂ ਦੇ ਕਹਿਣ ਤੇ ਅੱਜ ਉਹ ਸੌ ਕਤਲ ਕਰ ਸਕਦਾ ਸੀ।

"ਤੇਰੇ ਪੁੱਤਰ ਲਈ ਪਰੀ ਵੇਖ ਕੇ ਆਏ ਹਾਂ।

"ਕਿਹੜੇ ਦੇਸ਼ ਦੀ।"

"ਇੰਦਰ ਦੇ ਖਾੜੇ ਦੀ।"

"ਮੁੜ ਬੁਝਾਰਤ ਨਾ ਪਾ ਕੀਹਦੀ ਧੀ ਏ ਤੇ ਖੇੜਾ ਕਿਹੜਾ ਈ?"

"ਸਰਦਾਰ ਸ਼ੇਰ ਸਿੰਘ ਦੀ ਨੱਢੀ ਹੈ?"

"ਮੁੜ ਸ਼ੇਰ ਸਿੰਘ ਆਪ ਤਾਂ ਬਿਜੂ ਜੇਹਾ, ਨੱਢੀ ਕਿਵੇਂ ਹੂਰ ਪਰੀ ਹੋ ਗਈ?"

"ਤੂੰ ਮੁੜ ਸ਼ੇਰ ਸਿੰਘ ਨੂੰ ਮੁੱਛ ਦਾਹੜੀ ਤੋਂ ਬਗੈਰ ਨਹੀਂ ਜੇ ਦੇਖਿਆ। ਨੱਢੀ ਤਾਂ ਮੁੜ ਰੱਬ ਦਾ ਰੂਪ ਈ, ਮੇਰੇ ਖਾਨਦਾਨ ਦਾ ਸੈਂਚਾ ਹੀ ਬਦਲ ਜਾਏਗਾ।"

"ਵੇ ਖਸਮਾਂ ਨੂੰ ਖਾਣਿਆਂ ਤੂੰ ਹੀ ਕਹਿ, ਤੇਰਾ ਬਾਪੂ ਤਾਂ ਪੀ ਕੇ ਬੌਰਾ ਹੋ ਗਿਆ ਈ। ਪਤਾ ਨਹੀਂ ਮੁੜ ਕੀ ਬਕੀ ਜਾਂਦੈ। ਅਸੀਂ ਇਹਦੇ ਖਾਨਦਾਨ ਦਾ ਸੈਂਚਾ ਖਰਾਬ ਕਰ ਛੱਡਿਆ ਈ। ਜਿਉ ਜਾ ਬੀਜ ਪਾਇਐ ਉਹੀ ਉਗਣਾ ਸੀ।"

"ਕਿਉਂ ਅਸੀਂ ਤਾਂ ਬੀਜ ਫੰਨੇ ਪਾਇਆ ਸੀ।"

"ਫੇਰ ਜਬਰਜੰਗ ਕੋਹਝਾ ਜੰਮਿਆ ਈ?"

"ਇਹ ਤਾਂ ਤੂੰ ਮੁੜ ਬੱਬਰ ਸ਼ੇਰ ਜੰਮਿਆ ਈ। ਇਹ ਗੱਲ ਤੇਰੀ ਮੰਨੀ। ਬੱਬਰ ਸ਼ੇਰ ਨੂੰ ਨਹੀਂ ਮੁੜ ਨਿੰਦ ਸਕਦੇ ਤੇ ਇਹ ਮੁੜ ਹੱਥ 'ਤੇ ਲਕੀਰ ਵੀ ਸ਼ਾਨਦਾਰ ਪੁਆ ਕੇ ਆਇਆ ਈ।"

ਚੜ੍ਹਤ ਸਿੰਘ ਦਾਰੂ 'ਚ ਡੁੱਬ ਗਿਆ ਸੀ। ਮੁਰਗੇ ਦੀ ਤਰੀ ਨਾਲ ਉਸ ਦੀ ਦਾਹੜੀ ਲਿਬੜ ਗਈ ਸੀ। ਸ਼ਰਾਬੀ ਹੱਥ ਮਾਰ-ਮਾਰ ਆਸ-ਪਾਸ ਦੇ ਸਾਰੇ ਕੱਪੜੇ ਖ਼ਰਾਬ ਕਰ ਦਿੱਤੇ ਸਨ। ਝੱਟ 'ਚ ਹੀ ਉਹ ਬੇਹੋਸ਼ੀ ਦੀ ਨੀਂਦ ਵਿਚ ਗਰਕ ਗਿਆ ਸੀ ਤੇ ਕੁਚਲਾ ਖਾਧੇ ਕੁੱਤੇ ਵਾਂਗ ਕਦੇ-ਕਦੇ ਚੌਂ-ਚੌਂ ਕਰਦਾ ਸੀ।

ਜਬਰਜੰਗ ਸਿੰਘ ਸ਼ਰਾਬੀ ਪੂਰਾ ਸੀ। ਉਹ ਬਗੈਰ ਕੱਪੜਿਆਂ ਪਾਣੀ 'ਚ ਤਰਦਾ ਰਬੜ ਦਾ ਢੋਲ ਲਗਦਾ ਸੀ। ਉਸ ਨੇ ਗਿਲਾਸ ਪਾਸੇ ਸੁੱਟ ਬੋਤਲ ਹੀ ਹੱਥ 'ਚ ਫੜ ਰੱਖੀ ਸੀ। ਤਰੇੜਾਂ ਵਰਗੀਆਂ ਅੱਖਾਂ ਪਲ-ਪਲ ਖੁੱਲ੍ਹਦੀਆਂ ਮਿਚਦੀਆਂ ਸਨ।

"ਕਰਮਾਂ ਵਾਲਿਆ ਤੂੰ ਚਾਨਣ ਦੇ। ਇਹ ਤਾਂ ਪਤਾ ਨਹੀਂ ਕੀ ਉਘਦੀਆਂ ਪਤਾਲ 'ਚ ਮਾਰਕੇ ਲੁੜ੍ਹਕ ਗਿਆ ਈ।"

"ਅਮੜੀਏ ਤੇਰੀ ਬਹੂ ਹੱਥ ਲਾਇਆਂ ਮੈਲੀ ਹੋ ਰਹੀ ਸੀ। ਮੈਨੂੰ ਪਿਆ ਡਰ ਲਗਦਾ ਸੀ ਕਿਤੇ ਸਾਡੇ ਦੇਖਣ ਨਾਲ ਹੀ ਮੁੜ ਮੈਲੀ ਨਾ ਹੋ ਜਾਏ।"

"ਤੁਸੀਂ ਪਿਉ ਪੁੱਤ ਸ਼ਰਾਬੀ ਕਿਤੇ ਕਿਸੇ ਗਧੇ ਨੂੰ ਰੱਬ ਨਾ ਬਣਾ ਦਿਉ। ਮੈਂ ਖ਼ੁਦ ਦੇਖਾਂਗੀ ਕੁੜੀ ਨੂੰ, ਸ਼ੇਰ ਸਿੰਘ ਮੈਨੂੰ ਮੁੜ ਜੰਗਲੀ ਜਾਨਵਰ ਲਗਦਾ ਸੀ।"

ਜਬਰਜੰਗ ਸਿੰਘ ਬੋਤਲ ਫੜੀ ਸਿਰ ਦੇ ਕੇਸ ਖਿਲਾਰੀ ਭੂਤਾਂ ਕੱਢਣ ਵਾਲਾ ਬੂਬਣਾ ਲਗਦਾ ਸੀ।

* * *

ਸ਼ੇਰ ਸਿੰਘ ਸ਼ਰਾਬ ਨਾਲ ਰੱਜ ਕੇ ਘਰ ਪਹੁੰਚਿਆ ਸੀ। ਉਹ ਅਨੋਖੇ ਨਸ਼ੇ 'ਚ ਚੂਰ ਸੀ। ਅੱਜ ਧਿਰ ਨਾਲ ਧਿਰ ਮਿਲ ਗਈ ਸੀ। ਹੁਣ ਅਸਲੇ ਦੀ ਕਮੀ ਸੀ ਨਾ ਬੰਦਿਆਂ ਦੀ। ਬੰਦਿਆਂ ਬਗੈਰ ਅਸਲਾ ਕਿਸੇ ਕੰਮ ਨਹੀਂ ਤੇ ਅਸਲੇ ਬਗੈਰ ਬੰਦੇ।

"ਬਾਈ ਜਗਤਾਰ ਸਿੰਘ ਅੱਜ ਮੈਂ ਬੰਦਿਆਂ 'ਚ ਰਲ ਗਿਆ। ਮੇਰੇ ਨਾਲ ਬੰਦਿਆਂ ਦੀ ਧਿਰ ਜੁੜ ਗਈ ਹੁਣ ਸਾਰੇ 'ਲਾਕੇ 'ਤੇ ਰਾਜ ਕਰਾਂਗਾ।"

"ਪਹਿਲਾਂ ਕਿਹੜਾ ਰਾਜ ਨਹੀਂ ਕਰ ਰਿਹਾ।"

"ਨਹੀਂ ਹੁਣ ਅਸਲੀ ਰਾਜ ਕਰਾਂਗਾ।"

"ਹੁਣ ਕੋਈ ਚੋਣ ਜਿੱਤ ਲਈ?"

"ਹੁਣ ਬੰਦਿਆਂ ਦੇ ਹੱਥ ਮਿਲ ਗਏ।"

"ਬੰਦੇ ਪਹਿਲਾਂ ਕਿਹੜਾ ਘੱਟ ਹੈ।"

"ਨਹੀਂ ਹੁਣ ਅਸਲੀ ਬੰਦੇ ਨਾਲ ਜੁੜੇ ਐਂ। ਰੱਤੇ ਟਿੱਬੇ ਵਾਲਾ ਭਾਊ। ਉਸ ਦਾ ਜੁਆਤਰਾ ਤੇ ਉਨ੍ਹਾਂ ਦਾ ਸਾਰਾ ਪੱਖ। ਬਾਈ ਸਿਆਂ ਉਨ੍ਹਾਂ ਦੇ ਘਰਾਂ 'ਚ ਬੰਦੂਕ ਪਿਸਤੌਲਾਂ ਦੀ ਕਮੀ ਹੈ ਨਾ ਸਿੱਕੇ ਬਰੂਦ ਦੀ। ਹੁਣ ਸਾਰਾ ਇਲਾਕਾ ਫੂਕ ਕੇ ਸੁਆਹ ਕਰਦੂੰ।"

"ਤੇਰੀ ਕਿਹੜੀ ਚੀਨ ਦੀ ਲੜਾਈ ਚੱਲ ਰਹੀ ਹੈ, ਜਿਸ ਨੂੰ ਐਨੇ ਅਸਲੇ ਦੀ ਲੋੜ ਹੈ?"

"ਨਹੀਂ ਬਾਈ ਜਗਤਾਰ ਸਿਆਂ ਪਹਿਲਾਂ ਮੈਂ ਕਮਜ਼ੋਰ ਸਾਂ ਤੈਨੂੰ ਤਾਂ ਮੈਂ ਸਰਕਾਰੇ-ਦਰਬਾਰੇ ਦਾ ਕੰਮ ਦਿੱਤਾ ਸੀ। ਬੰਦੇ ਮਾਰਨ ਲਈ ਤਾਂ ਆਖ਼ਿਰ ਮੈਂ ਕੱਲਾ ਹੀ ਸਾਂ ਨਾ।"

"ਸ਼ੇਰ ਸਿਆਂ ਕੋਈ ਨਵਾਂ ਸਿਆਪਾ ਤਾਂ ਨਹੀਂ ਬੀਜ ਰਿਹਾਂ?"

ਜਗਤਾਰ ਸਿੰਘ ਇੱਕ ਹੀ ਵਾਰ ਡਰ ਗਿਆ ਸੀ।

"ਬਾਈ ਅਸੀਂ ਧਰਤੀ 'ਤੇ ਆਏ ਹਾਂ ਬੰਦੇ ਮਾਰਨ ਲਈ, ਤੇ ਤੂੰ ਆਇਆ ਹੈਂ ਸਾਡੀ ਰਾਖੀ ਕਰਨ ਲਈ। ਜਦੋਂ ਤੱਕ ਤੂੰ ਜਿੰਦਾ ਹੈਂ ਸਾਨੂੰ ਕੋਈ ਫਾਹੇ ਨਹੀਂ ਲਾ ਸਕਦਾ।"

"ਸ਼ੇਰ ਸਿਆਂ ਬੰਦੇ ਕੇ ਕਤਲ ਦਾ ਪਾਪ ਜੁਗੋ-ਜੁਗ ਨਹੀਂ ਧੁਲਦਾ।"

"ਅਸੀਂ ਧੋ ਕੇ ਵੀ ਕੀ ਲੈਣੇਂ।"

"ਰੱਬ ਤੋਂ ਡਰ ਸ਼ੇਰ ਸਿਆਂ।"

"ਕਿਉਂ ਡਰਾਂ ਜਦੋਂ ਮੇਰਾ ਨਾਂ ਸ਼ੇਰ ਸਿੰਘ ਹੈ ਤੇ ਤੂੰ ਮੇਰਾ ਵੀਰ ਮੇਰੇ ਸਿਰ 'ਤੇ ਖੜ੍ਹਾ ਹੈਂ। ਮੈਂ ਸ਼ੇਰ ਸਿੰਘ ਨਹੀਂ ਬੱਬਰ ਸ਼ੇਰ ਸਿੰਘ। ਰੱਬ ਨਾ ਤੱਤੀ ਨੂੰ ਮਾਰੇ ਡਰਦੀ ਨਾ ਡਿਪਟੀ ਤੋਂ। ਸਾਰਾ ਇਲਾਕਾ ਸਾੜ ਕੇ ਸੁਆਹ ਕਰ ਦਿਆਂਗਾ। ਅੱਜ ਮੇਰੇ ਧਿਰ ਨਾਲ ਹੱਥ ਜੁੜੇ ਨੇ। ਭਾਊ ਚੜ੍ਹਤ ਸਿੰਘ ਬੰਦਾ ਮਾਰ ਕੇ ਕੱਚਾ ਹੀ ਖਾ ਜੇ ਤੇ ਡਕਾਰ ਵੀ ਨਾ ਮਾਰੇ।"

"ਸ਼ੇਰ ਸਿਆਂ ਤੂੰ ਅੱਜ ਕੀ ਬੋਲੀ ਜਾ ਰਿਹੈਂ? ਮੇਰੇ ਹੱਡਾਂ 'ਚ ਪਹਿਲੀ ਜਾਨ ਨਹੀਂ ਰਹੀ। ਜਿਹੜਾ ਮੈਂ ਦਿਨ-ਰਾਤ ਫਿਰਤ ਕਰ ਲਵਾਂਗਾ। ਮੇਰੇ 'ਤੇ ਤਰਸ ਕਰ। ਮੈਥੋਂ ਹੋਰ ਪਾਪ ਨਾ ਕਰਾ। ਬੰਦਾ ਮਾਰਨਾ ਜਾਂ ਕਾਤਲ ਨੂੰ ਬਚਾਣਾ ਇਕ ਹੀ ਗੱਲ ਹੈ।"

"ਇਹ ਪਾਪ ਤਾਂ ਤੈਨੂੰ ਸਿਰ ਲੈਣੇ ਹੀ ਪੈਣਗੇ। ਮੇਰੇ ਤਾਂ ਬਾਈ ਵੈਣ ਸੁਣਨ ਲਈ ਕੰਨ ਤਰਸ ਰਹੇ ਨੇ। ਲੋਹੜਾ, ਵਰ੍ਹਿਆਂ ਤੋਂ ਵੈਣ ਕੰਨੀਂ ਨਹੀਂ ਪਏ। ਕੜੀਆਂ ਵਰਗੇ ਜਵਾਨ ਪੁੱਤ ਮੇਰੇ ਸਾਹਮਣੇ ਮੁੱਛਾਂ ਨੂੰ ਵੱਟ ਦੇ ਕੇ ਲੰਘਦੇ ਨੇ। ਇਕ-ਇਕ ਨੂੰ ਚੁਣ ਕੇ ਮਰਾਂਗਾ। ਇਕ ਤੀਰ ਮਾਰਾਂ ਵਿਚ ਅਕਾਸ਼ ਦੇ ਤੇ ਝੜ-ਝੜ ਪੈਣ ਪਤੰਗੇ। ਉਹ ਬਾਈ ਪਤੰਗਿਆਂ ਵਾਂਗ ਧਰਤੀ 'ਤੇ ਡਿੱਗਣਗੇ।"

"ਸ਼ੇਰ ਸਿਆਂ ਤੈਨੂੰ ਵੀਰ ਕੀ ਹੋ ਗਿਆ?"

"ਕੁਛ ਨਹੀਂ। ਸ਼ੇਰ ਆਪਣੀ ਅੰਸ਼ ਨੂੰ ਦਾਗ ਨਹੀਂ ਲੁਆ ਸਕਦਾ। ਉਸ ਦੇ ਦੰਦਾਂ ਨੂੰ ਖ਼ੂਨ ਲੱਗਣਾ ਹੀ ਚਾਹੀਦਾ ਹੈ।"

"ਹੇ ਰੱਬਾ ਇਹ ਮੈਂ ਕੀ ਸੁਣ ਰਿਹਾਂ।" ਜਗਤਾਰ ਸਿੰਘ ਜ਼ਾਰੋਜ਼ਾਰ ਰੋ ਰਿਹਾ ਸੀ।

ਜਗਤਾਰ ਸਿੰਘ ਭਲੀ-ਭਾਂਤ ਜਾਣਦਾ ਸੀ ਕਿ ਕੇਰੇ ਵਾਲੇ ਪਿੰਡ ਦੇ ਸਰਪੰਚ ਝੱਜ ਸਿੰਘ ਨਾਲ ਸ਼ੇਰ ਸਿੰਘ ਖਹਿਬਾਜ਼ੀ ਰੱਖਦਾ ਸੀ। ਪਿਛਲੇ ਕਤਲਾਂ ਸਮੇਂ ਝੱਜ ਸਿੰਘ ਨੇ ਸ਼ੇਰ ਸਿੰਘ ਦੀ ਮੁਖ਼ਾਲਫਿਤ ਕੀਤੀ ਸੀ। ਕਈ ਵਾਰ ਸ਼ੇਰ ਝੱਜ ਸਿੰਘ ਨਾਲ ਬੋਲ ਬੁਲਾਰਾ ਵੀ ਕਰ ਚੁੱਕਿਆ ਸੀ। ਸ਼ਾਇਦ ਸ਼ੇਰ ਸਿੰਘ ਝੱਜ ਸਿੰਘ ਦੇ ਮੁਕਾਬਲੇ

'ਚ ਆਪਣੇ-ਆਪ ਨੂੰ ਕਮਜ਼ੋਰ ਸਮਝਦਾ ਸੀ, ਜਿਸ ਕਰਕੇ ਚੁੱਪ ਚਲਿਆ ਆ ਰਿਹਾ ਸੀ। ਭਾਊ ਚੜ੍ਹਤ ਸਿੰਘ ਬੰਦੇ ਮਾਰ ਭਾਊ ਸੀ। ਚੰਗੀ ਭੋਏਂ ਦਾ ਮਾਲਕ ਸੀ ਤੇ ਉਸਦੇ ਰਿਸ਼ਤੇਦਾਰ ਵੀ ਡਾਢੇ ਸਨ।

ਜਗਤਾਰ ਸਿੰਘ ਜਾਣਦਾ ਸੀ। ਸ਼ੇਰ ਸਿੰਘ ਉਸ ਦੀ ਕਮਜ਼ੋਰੀ ਸੀ ਤੇ ਸ਼ੇਰ ਸਿੰਘ ਇਸੀ ਕਮਜ਼ੋਰੀ ਦਾ ਫਾਇਦਾ ਉਠਾਂਦਾ ਸੀ।

"ਹੋਰ ਨਾ ਪੀ ਸ਼ੇਰ ਸਿਆਂ ਪਹਿਲਾਂ ਹੀ ਕਮਲਾ ਹੋ ਚੁੱਕਿਐਂ।"

"ਅੰਦਰ ਜ਼ਹਿਰ ਜਾਊ ਤਾਂ ਹੀ ਜ਼ਹਿਰ ਚੜੂ।" ਸ਼ੇਰ ਸਿੰਘ ਖਰਾਸ ਵਾਂਗ ਦੰਦ ਪੀਹ ਰਿਹਾ ਸੀ। "ਬੱਕਰੇ ਦੀ ਮਾਂ ਕਦੋਂ ਤੱਕ ਖ਼ੈਰ ਮਨਾਊ। ਝੱਜ ਸਿਆਂ ਤੇਰੇ ਬੱਕਰੇ ਬਹੁਤੇ ਦਿਨ ਛੋਲੇ ਨਹੀਂ ਖਾਣਗੇ।"

"ਸ਼ੇਰ ਸਿਆਂ ਤੇਰਾ ਪੁੱਤ ਛੋਟਾ ਹੈ ਧੀ ਜਵਾਨ ਹੈ। ਇਹ ਰਾਹ ਛੱਡ ਦੇ।"

"ਧੀ ਤਾਂ ਜਵਾਨ ਹੈ ਹੀ। ਉਸ ਨੂੰ ਘਰੋਂ ਵਿਦਾ ਕਰਨ ਮਗਰੋਂ ਹੀ ਇਹ ਕੰਮ ਕਰਾਂਗਾ।"

"ਉਸ ਦੀ ਅਜੇ ਦੋ ਸਾਲ ਪੜ੍ਹਾਈ ਬਾਕੀ ਹੈ।"

"ਜਵਾਨ ਧੀ ਦੀ ਪੜ੍ਹਾਈ ਦਾ ਕੀ ਵਿਚਾਰ। ਅਸੀਂ ਉਸ ਨੂੰ ਜੱਜ ਬਨਾਉਣੈ ਕਿ ਪ੍ਰਧਾਨ ਮੰਤਰੀ! ਸੁਣ ਲੈ ਬਾਈ ਉਹ ਮੇਰੀ ਧੀ ਹੈ। ਮੈਂ ਜਦੋਂ ਚਾਹਾਂ ਜੀਹਦੇ ਨਾਲ ਚਾਹਾਂ ਤੋਰ ਦਿਆਂ, ਤੂੰ ਕੌਣ ਹੁੰਨੈ ਵਿਚ ਟੰਗ ਅੜਾਣ ਵਾਲਾ।"

"ਮੈਂ ਕੋਈ ਨਹੀਂ ਹੁੰਦਾ ਤੇ ਨਾ ਹੀ ਮੈਂ ਟੰਗ ਅੜਾਵਾਂਗਾ।"

"ਟੰਗ ਅੜਾਵੇਂਗਾ ਤਾਂ ਟੰਗ ਤੁੜਾ ਵੀ ਲਵੇਂਗਾ।"

"ਪਰ ਮੈਂ ਤਾਂ ਟੰਗ ਅੜਾ ਸਕਦੀ ਹਾਂ ?" ਅਚਾਨਕ ਨੂਰੀ ਦੀ ਮੰਮੀ ਸਰਦਾਰਨੀ ਗਰਜੀ, ਉਹ ਬਹੁਤ ਦੇਰ ਤੋਂ ਗੁੱਸਾ ਰੋਕੀ ਖੜ੍ਹੀ ਸੀ। ਉਸ ਨੇ ਹੰਝੂ ਪੀ ਲਏ ਸਨ।

"ਤੂੰ ਕੌਣ ਹੈਂ-ਕੱਲ੍ਹ ਦੀ ਭੂਤਣੀ ਸਿਵਿਆਂ 'ਚ ਅੱਧ।"

"ਕੱਲ੍ਹ ਦੀ ਭੂਤਣੀ ਨਹੀਂ। ਪੂਰੇ ਨੌਂ ਮਹੀਨੇ ਪੇਟ 'ਚ ਰੱਖਿਐ ਆਪਣੀ ਲਾਡਲੀ ਨੂੰ। ਮੈਂ ਉਸਨੂੰ ਤੱਤੀ 'ਵਾ ਨਹੀਂ ਲੱਗਣ ਦਿਆਂਗੀ।"

"ਪੇਟ 'ਚ ਰੱਖ ਕੇ ਕੀ ਵੱਡਾ ਕੰਮ ਕਰਤਾ। ਸਾਰੀਆਂ ਤੀਵੀਆਂ ਹੀ ਪੇਟ 'ਚ ਰੱਖਦੀਆਂ ਨਹੀਂ ? ਧੀ ਪੁੱਤ ਜਵਾਨ ਹੋ ਕੇ ਤਾਂ ਬਾਪੂ ਦੀ ਪਗੜੀ ਦੀ ਲਾਜ ਹੁੰਦੈ। ਮੈਂ ਉਸ ਦਾ ਬਾਪੂ ਹਾਂ। ਮੈਂ ਆਪਣੀ ਪਗੜੀ ਨੂੰ ਲਾਜ ਨਹੀਂ ਲੱਗਣ ਦਿਆਂਗਾ।"

"ਵੱਡੀ ਉਜਲੀ ਪਗੜੀ ਵਾਲਾ। ਖ਼ੂਨੀ ਕਿਸੇ ਥਾਂ ਦਾ।"

"ਹਟ ਜਾ ਪਾਸੇ ਕੁੱਤੀਏ। ਇਕ ਦਗਾੜਾ ਮਾਰਕੇ ਛਾਤੀ ਪਾੜ ਦੂੰ।" ਸ਼ੇਰ ਸਿੰਘ ਨੇ ਬੰਦੂਕ ਉਠਾਈ।

"ਮਾਰ ਮੇਰੇ ਜੇ ਅਸਲੇ ਦਾ ਹੋਇਆ ਤਾਂ ਅੱਜ ਗੋਲੀ ਚਲਾ ਕੇ ਰਹੀ।"

"ਕੀ ਹੋ ਗਿਆ ਭੈਣ ਤੈਨੂੰ। ਉਹ ਤਾਂ ਸ਼ਰਾਬੀ ਹੈ।"

"ਵੀਰ ਇਹ ਸ਼ਰਾਬੀ ਨਹੀਂ ਮਚਲਾ ਹੈ ਮਚਲਾ। ਮੈਂ ਇਸ ਦੀ ਰਗ-ਰਗ ਤੋਂ ਵਾਕਿਫ਼ ਹਾਂ।

"ਬਾਈ ਇਸ ਨੂੰ ਮੇਰੀਆਂ ਅੱਖਾਂ ਤੋਂ ਦੂਰ ਲੈ ਜਾ, ਨਹੀਂ ਤਾਂ ਕੱਲ ਏਸ ਵਿਹੜੇ ਵੈਣ ਨਾ ਪੈਣ ਲੱਗ ਪੈਣ।"

ਜਗਤਾਰ ਸਰਦਾਰਨੀ ਨੂੰ ਅਗਲੇ ਅੰਦਰ ਲੈ ਗਿਆ। ਸਰਦਾਰਨੀ ਜ਼ਾਰੋ-ਜ਼ਾਰ ਰੋ ਰਹੀ ਸੀ। ਕਰਮਾਂ ਨੂੰ ਕੋਸ ਰਹੀ ਸੀ। ਖੋਟੀ ਕਿਸਮਤ ਨੂੰ ਪਿੱਟ ਰਹੀ ਸੀ।

ਜਗਤਾਰ ਸਿੰਘ ਦੇ ਸਰੀਰੋਂ ਸਤਿਆ ਮੁੱਕ ਗਈ। ਸਰੀਰ ਦਾ ਕਣ-ਕਣ ਕੰਬ ਰਿਹਾ ਸੀ। ਰਾਤ ਵੱਡੀ ਹੋ ਗਈ ਸੀ। ਚੁੱਪ ਦਾ ਪਹਿਰਾ ਸੀ।

* * *

ਰੁੱਤ ਬਦਲ ਗਈ ਸੀ। ਘੁੰਮ ਹੀ ਗਈ ਲਗਦੀ ਸੀ। ਦਰਖਤਾਂ ਤੇ ਫ਼ਸਲਾਂ 'ਤੇ ਬਹਾਰ ਫ਼ਲ ਦੇ ਰੂਪ ਵਿਚ ਵਟ ਗਈ ਸੀ।

ਨੂਰੀ ਦਾ ਨਿਖ਼ਾਰ ਹੋਰ ਵਧ ਗਿਆ ਸੀ। ਚਿਹਰਾ ਬੱਗੇ ਨਹੀਂ ਪਿਆਜ਼ੀ ਗੁਲਾਬ ਵਾਂਗ ਖਿਲ ਗਿਆ ਸੀ। ਅੰਗਾਂ 'ਤੇ ਹੋਰ ਰੰਗ ਚੜ੍ਹ ਗਿਆ ਸੀ। ਪਰ ਨੂਰੀ ਸਰੀਰ ਦੀ ਭਾਰੀ ਤਦ ਵੀ ਨਹੀਂ ਸੀ। ਮਸਾਂ ਪੱਚੀਆਂ ਫੁੱਲਾਂ ਜਿਤਨਾ ਭਾਰ ਸੀ। ਨੂਰੀ ਪਹਿਲਾਂ ਪਹਿਰਾਵੇ ਵਜੋਂ ਸਾਦਾ ਸੀ ਜਾਂ ਕਹੋ ਲਾਪਰਵਾਹ ਸੀ, ਸ਼ਾਇਦ ਸੋਚਦੀ ਸੀ ਬਾਣੇ ਬਦਲ-ਬਦਲ ਕਿਸ ਨੂੰ ਦਿਖਾਣੇ ਸੀ। ਕਦਰਦਾਨ ਅੱਖ ਨਾ ਹੋਵੇ ਤਾਂ ਗੁਲਾਬ ਦਾ ਨਿਖ਼ਾਰ ਵੀ ਜ਼ਾਇਆ ਹੀ ਹੁੰਦਾ ਹੈ। ਜੀਵਨ ਕਦਰ ਦੀ ਨੀਂਹ 'ਤੇ ਖੜ੍ਹਾ ਹੈ। ਜੀਵਨ ਦੀ ਖ਼ੁਸ਼ੀ ਕਦਰਦਾਨ ਅੱਖ ਦੇ ਸਹਾਰੇ ਹੈ।

ਨੂਰੀ ਨੂੰ ਨੂਰ ਕਹੋ, ਨੂਰ ਭਰੀ ਤੇ ਜਾਂ ਕਹੋ ਹੂਰ ਪਰੀ। ਉਹ ਸਾਵਣ ਭਾਦੋਂ ਦੀ ਸਤਰੰਗੀ ਪੀਂਘ ਹੀ ਸੀ। ਕੋਈ ਰੰਗ ਦਾ ਕੱਪੜਾ ਪਾਂਦੀ ਪਰ ਉਹ ਲਗਦੀ ਸਤਰੰਗੀ ਪੀਂਘ ਹੀ ਸੀ। ਸਾਰਾ ਕਾਲਜ ਤੱਕਦਾ ਸੀ। ਹਾਣਨ ਕੁੜੀਆਂ ਘੁੱਟਾਂ ਬਾਟੀ ਝਾਕਦੀਆਂ ਸਨ। ਹਾਏ ਰੱਬਾ ਸਾਡੇ ਵੇਲੇ ਰੂਪ ਦਾ ਖ਼ਜ਼ਾਨਾ ਮੁੱਕ ਗਿਆ। ਕਈ ਮਨ ਹੀ ਮਨ ਜ਼ਰੂਰ ਕਹਿੰਦੀਆਂ ਸਨ। ਕਾਲਜ ਦੇ ਵੱਡੇ ਭੈਣ ਜੀ ਜ਼ਰੂਰ ਸੋਚਦੇ ਸਨ ਨੂਰੀ ਵੰਨ-ਸਵੰਨੇ ਕੱਪੜੇ ਕਿਉਂ ਪਾਣ ਲੱਗ ਪਈ ਸੀ। ਰੱਬ ਨੇ ਉਸ ਨੂੰ ਵੈਸੇ ਹੀ ਸਭ ਕੁਝ ਬਖ਼ਸ਼ਿਐ। ਫਿਰ ਸੋਚ ਇਹ ਸਾਰਾ ਕੁਝ ਕਰਨ ਦੀ ਕੀ ਲੋੜ ਸੀ।

"ਤੇਰੀ ਸਗਾਈ ਹੋ ਗਈ ਨੂਰੀ?" ਵੱਡੇ ਭੈਣ ਜੀ ਨੇ ਪੁੱਛਿਆ ਸੀ।

"ਜੀ ਭੈਣ ਜੀ ਨਹੀਂ ਤਾਂ।"

"ਫੇਰ ਤੇਰੇ ਪਹਿਰਾਵੇ 'ਚ ਚੇਂਜ ਦਾ ਕਾਰਨ?"

"ਕੋਈ ਚੇਂਜ ਨਹੀਂ। ਮੈਂ ਤਾਂ ਇਕ ਵੀ ਨਵਾਂ ਕੱਪੜਾ ਨਹੀਂ ਸਿਲਾਇਆ ਭੈਣ ਜੀ।"

ਨੂਰੀ ਦਾ ਪ੍ਰਭਾਵ ਇਸ ਤਰ੍ਹਾਂ ਦਾ ਸੀ। ਉਸ ਉਪਰ ਕੋਈ ਸ਼ੱਕ ਕਰਨਾ ਸੰਭਵ ਨਹੀਂ ਸੀ। ਅੱਜ ਤੱਕ ਨੂਰੀ ਦੀ ਕੋਈ ਵੀ ਸ਼ਿਕਾਇਤ ਨਹੀਂ ਆਈ ਸੀ। ਸਿਰਕੱਢ ਤੇ ਖ਼ੂਬਸੂਰਤ ਕੁੜੀਆਂ ਦੇ ਕਿੱਸੇ ਕਹਾਣੀਆਂ ਰੋਜ਼ ਸਿਰਦਰਦੀ ਬਣਦੀਆਂ ਸਨ

ਪਰ ਨੂਰੀ ਬਾਰੇ ਸੁੱਤੀ ਗੰਗਾ ਵਗਦੀ ਸੀ। ਅਜਿਹੀ ਧੀ ਤਾਂ ਸਭ ਨੂੰ ਦੇਵੀਂ ਰੱਬਾ, ਵੱਡੇ ਭੈਣ ਜੀ ਖ਼ੁਸ਼ੀ 'ਚ ਡੁੱਬ ਕੇ ਕਿਹਾ ਕਰਦੇ ਸਨ।

ਚਾਰ ਵਜਦੇ ਤਾਂ ਸਹਿਜੇ ਹੀ ਨੂਰੀ ਤੇ ਰੂਬੀ ਕਿਤਾਬਾਂ ਲੈ ਕੇ ਗਰਾਊਂਡ ਵੱਲ ਤੁਰ ਜਾਂਦੀਆਂ ਸਨ। ਰੂਬੀ ਦੂਰ ਕਿਤਾਬ ਪੜ੍ਹਨ ਦਾ ਬਹਾਨਾ ਕਰਦੀ ਸੀ ਜਿਵੇਂ ਕੋਈ ਪੰਛੀ ਝੂਠਾ ਜਿਹਾ ਚੋਗਾ ਚੁਗਦਾ ਹੋਵੇ।

ਤੇਜਪਾਲ ਪਰੈਕਟਿਸ ਕਰਦਾ ਰੁਕਦਾ ਤਾਂ ਨੂਰੀ ਡਾਂਟ ਦਿੰਦੀ ਸੀ। "ਤੇਜ ਮੈਂ ਤੇਰੇ ਤੇਜ ਦੌੜਦੇ ਰੂਪ ਨੂੰ ਹੀ ਪਿਆਰ ਕੀਤਾ। ਮੈਂ ਤੈਨੂੰ ਹਵਾ ਵਿਚ ਉਡਦੇ ਨੂੰ ਤੱਕਣਾ ਚਾਹੁੰਦੀ ਹਾਂ। ਰੁਕਿਆ ਨਾ ਕਰ। ਦਸੰਬਰ ਦੀਆਂ ਖੇਡਾਂ 'ਚ ਬਹੁਤ ਸਾਰੇ ਇਨਾਮ ਮਿਲਣੇ ਚਾਹੀਦੇ ਨੇ।"

"ਸਭ ਤੋਂ ਵੱਡਾ ਇਨਾਮ ਤਾਂ ਮਿਲ ਗਿਆ। ਰੱਬ ਕੋਲੋਂ ਹੋਰ ਕੀ ਮੰਗਣੈ?"

"ਪਰ ਮੈਨੂੰ ਹੋਰ ਵੀ ਚਾਹੀਦੇ ਨੇ।"

"ਸ਼ਾਇਦ ਮੈਨੂੰ ਨਹੀਂ।"

"ਦੇਖ ਲਉ ਮੈਂ ਰੁੱਸ ਜਾਵਾਂਗੀ।"

"ਮੈਂ ਮਨਾ ਲਵਾਂਗਾ।"

"ਮੈਂ ਬਹੁਤ ਜ਼ਿੱਦੀ ਹਾਂ।"

"ਮੇਰੇ 'ਚ ਅਥਾਹ ਸਬਰ ਹੈ।"

"ਤੁਹਾਡਾ ਸਬਰ ਮੁਕ ਜਾਵੇਗਾ।"

"ਰੱਬ ਕਰੇ ਤੁਹਾਡੀ ਜ਼ਿੱਦ ਟੁੱਟੇ ਨਾ, ਮੇਰਾ ਸਬਰ-ਤੇ ਮੈਂ ਐਸੇ ਤਰ੍ਹਾਂ ਹੀ ਨੂਰੀ ਨੂੰ ਮਨਾਂਦਾ ਰਹਾਂ।"

"ਤੇ ਪਰੈਕਟਿਸ ਕੌਣ ਕਰੂ। ਹਵਾ 'ਚ ਕੌਣ ਉੱਡੂ, ਇਨਾਮ ਕੌਣ ਲਿਆਊ?"

ਬੱਸ ਹੁਣ ਮੈਂ ਪੂਰੇ ਹਫ਼ਤੇ ਮਗਰੋਂ ਮਿਲਿਆ ਕਰਨੈ। ਇਹ ਤਾਂ ਅਸੀਂ ਗ਼ਲਤ ਰਾਹ ਚੁਣ ਲਿਆ। ਕਿਹਾ ਜਾਂਦੈ ਮਨੁੱਖ ਦੀ ਬਰਬਾਦੀ ਔਰਤ ਬਣਦੀ ਹੈ।"

"ਅਬਾਦੀ ਵੀ ਤਾਂ ਔਰਤ ਹੀ ਹੁੰਦੀ ਹੈ।"

"ਪਰ ਮੈਂ ਤਾਂ ਤੁਹਾਡਾ ਸਮਾਂ ਬਰਬਾਦ ਕਰਦੀ ਹਾਂ ਨਾ। ਤੁਸੀਂ ਪਰੈਕਟਿਸ ਛੱਡ ਕੇ ਮੇਰੇ ਨਾਲ ਗੱਲਾਂ ਕਰਦੇ ਰਹਿੰਦੇ ਹੋ। ਸਮਾਂ ਤਾਂ ਕਿਸੇ ਦਾ ਇੰਤਜ਼ਾਰ ਨਹੀਂ ਕਰਦਾ ਨਾ, ਨਹੀਂ-ਨਹੀਂ ਗੱਲਾਂ ਨਾਲ ਢਿੱਡ ਨਹੀਂ ਭਰਦਾ। ਉਮਰਾਂ ਮੁੱਕ ਜਾਂਦੀਆਂ ਨੇ ਗੱਲਾਂ ਨਹੀਂ ਮੁੱਕਦੀਆਂ।"

"ਰੱਬ ਕਰੇ ਉਮਰਾਂ ਮੁੱਕ ਜਾਣ, ਗੱਲਾਂ ਨਾ ਮੁੱਕਣ। ਮੈਂ ਸਦਾ ਨੂਰੀ ਦੇ ਕੋਲ ਬੈਠਾ ਨੂਰੀ ਦੀਆਂ ਮਿੱਠੀਆਂ-ਮਿੱਠੀਆਂ ਗੱਲਾਂ ਸੁਣਦਾ ਰਹਾਂ। ਨੂਰੀ ਵਰਗੀਆਂ-ਬਹਿ ਤੂੰ ਮੇਰੇ ਕੋਲ ਤੈਨੂੰ ਤਕਦਾ ਰਹਾਂ।"

"ਬਸ-ਬਸ ਮੈਨੂੰ ਸ਼ਾਇਰੀ ਨਹੀਂ ਦੌੜਨ ਦੀ ਪਰੈਕਟਿਸ ਚਾਹੀਦੀ ਹੈ। ਚਲੋ ਉੱਠੋ ਦੌੜੋ ਨਹੀਂ ਤਾਂ ਮੈਂ ਚੱਲੀ।" ਨੂਰੀ ਉਠ ਕੇ ਤੁਰ ਪਈ।

"ਰੱਬ ਦੇ ਵਾਸਤੇ ਜਾਉ ਨਾ, ਮੈਂ ਦੌੜਨਾ ਸ਼ੁਰੂ ਕਰਦਾ ਹਾਂ।"

"ਤੇ ਮੈਂ ਤੱਕਣਾ ਸ਼ੁਰੂ ਕਰਦੀ ਹਾਂ।"

"ਤੇਜਪਾਲ ਨੇ ਦੌੜਨਾ ਸ਼ੁਰੂ ਕਰ ਦਿੱਤਾ। ਪੂਰੇ ਜ਼ੋਰ ਨਾਲ। ਹੋਰ ਤੇਜ਼। ਹੋਰ ਤੇਜ਼ ਇਤਨਾ ਤੇਜ਼ ਕਿ ਉਸ ਦੀ ਉਡਾਨ ਵਧਦੇ ਆ ਰਹੇ ਸ਼ਾਮ ਦੇ ਹਨੇਰੇ 'ਚ ਛੁਪਣੀ ਸ਼ੁਰੂ ਹੋ ਗਈ। ਜਿਵੇਂ ਅੱਖਾਂ ਨੂੰ ਅੰਧਰਾਤਾ ਹੋ ਜਾਂਦਾ ਹੈ। ਕਈ ਥਾਵਾਂ ਤੋਂ ਤੇਜਪਾਲ ਅੱਖਾਂ ਤੋਂ ਅਲੋਪ ਹੋ ਜਾਂਦਾ ਸੀ।

"ਆਈ ਐਮ ਪਰਾਊਡ ਆਫ਼ ਯੂ।" ਨੂਰੀ ਖ਼ੁਸ਼ੀ 'ਚ ਤਾਲੀਆਂ ਮਾਰਦੀ ਹੋਸਟਲ ਵਲ ਜਾ ਰਹੀ ਸੀ।

"ਤੂੰ ਮੇਰੀ ਇਸ ਉਡਾਨ ਦਾ ਤਾਣ ਹੈ ਨੂਰੀ।"

ਹੌਂਕਦੀ ਆਵਾਜ਼ ਵਿਚ ਤੇਜਪਾਲ ਕਹਿ ਰਿਹਾ ਸੀ।

ਨੂਰੀ ਤੁਰ ਗਈ ਸੀ। ਤੇਜਪਾਲ ਰੁਕ ਗਿਆ ਸੀ ਹਨੇਰਾ ਵਧ ਗਿਆ ਸੀ।

"ਕੀ ਇਹ ਸੱਚ ਹੈ? ਕੀ ਨੂਰੀ ਸੱਚ ਹੈ? ਮੇਰੀ ਤਕਦੀਰ ਇਤਨੀ ਸੁੰਦਰ ਹੈ?" ਤੇਜਪਾਲ ਥਾਂ 'ਤੇ ਹੀ ਬੈਠਾ ਸੋਚਣ ਲੱਗ ਪਿਆ। ਤੇਜਪਾਲ ਦੀ ਅੰਤਰ ਆਤਮਾ ਮੰਨਦੀ ਨਹੀਂ ਸੀ ਕਿ ਇਹ ਸਾਰਾ ਸੱਚ ਸੀ। ਸੂਰਜ ਪੱਛਮ 'ਚੋਂ ਨਿਕਲ ਸਕਦਾ ਸੀ ਪਰ ਨੂਰੀ ਉਸ ਦੀ ਨਹੀਂ ਹੋ ਸਕਦੀ ਸੀ। ਨੂਰੀ ਕੌਣ ਸੀ। ਉਸ ਦੇ ਮਾਂ-ਬਾਪ ਕੌਣ ਸਨ? ਉਹ ਕਿਹੜੀ ਜਮਾਤ 'ਚ ਪੜ੍ਹਦੀ ਸੀ? ਇਹ ਉਸ ਨੇ ਕਦੇ ਨਹੀਂ ਪੁੱਛਿਆ ਸੀ। ਉਹ ਮਿਲਦੇ ਸਨ। ਗਿਣਤੀ ਦੀਆਂ ਗੱਲਾਂ ਹੁੰਦੀਆਂ ਸਨ। ਮੂਰਤ ਜੇਹੀ ਨੂਰੀ ਨਾਲ ਉਹ ਗੱਲਾਂ ਘਟ ਕਰਦਾ ਸੀ ਪਰ ਤਕਦਾ ਬਹੁਤਾ ਸੀ। ਉਸ ਨੂੰ ਡਰ ਜਿਹਾ ਲੱਗਦਾ ਰਹਿੰਦਾ ਸੀ, ਕਿਤੇ ਕੋਈ ਗੱਲ ਮੁਕ ਜਾਏ ਤੇ ਨੂਰੀ ਉਠ ਕੇ ਤੁਰ ਜਾਏ। ਉਸ ਦੇ ਕਲੇਜੇ 'ਚੋਂ ਰੁਗ ਜਿਹਾ ਭਰਿਆ ਜਾਂਦਾ ਸੀ।

ਹਾਂ, ਇਹ ਸੱਚ ਹੀ ਤਾਂ ਸੀ ਕਿ ਨੂਰੀ ਉਸ ਨੂੰ ਪਿਆਰ ਕਰਦੀ ਸੀ। ਨੂਰੀ ਉਸ ਦੀ ਬਣ ਚੁੱਕੀ ਸੀ। ਨੂਰੀ ਉਸ ਦੀ ਜਿੰਦ ਜਾਨ ਸੀ। ਉਹ ਨਾ ਨੂਰੀ ਬਗੈਰ ਰਹਿ ਸਕਦਾ ਸੀ ਨਾ ਨੂਰੀ ਬਗੈਰ ਜੀ ਸਕਦਾ ਸੀ। ਨੂਰੀ ਉਸ ਦਾ ਜੱਗ ਜਹਾਨ ਸੀ, ਨੂਰੀ ਉਸ ਦਾ ਰੱਬ ਸੀ। "ਜੋੜੀ ਵਿਚ ਭੰਗਣਾ ਨਾ ਪਾਈ, 'ਕੱਠਿਆਂ ਨੂੰ ਚੱਕ ਲੀਂ ਰੱਬਾ।" ਤੇਜਪਾਲ ਨੇ ਉਚੀ ਆਵਾਜ਼ ਵਿਚ ਕਿਹਾ ਸੀ।

ਉਹ ਹਨੇਰੇ 'ਚ ਬਹੁਤ ਦੇਰ ਤਕ ਬੈਠਾ ਨੂਰੀ ਨਾਲ ਗੱਲਾਂ ਕਰਦਾ ਰਿਹਾ।

* * *

ਨੂਰੀ ਨੂੰ ਕੋਈ ਮਿਲਣ ਆਇਆ ਸੀ। ਨੂਰੀ ਨੇ ਲੱਖਣ ਲਾਇਆ ਉਹ ਕੌਣ ਹੋ ਸਕਦਾ ਸੀ? ਸਮਝ ਨਹੀਂ ਪਈ। ਥੋੜ੍ਹੀ ਦੇਰ ਸੋਚਣ ਮਗਰੋਂ ਉਸ ਨੇ ਮਾਈ ਤੋਂ ਪੁੱਛਿਆ,

"ਮਾਤਾ ਜੀ ਉਹ ਕੌਣ ਹੈ?"

"ਮੈਨੂੰ ਕੀ ਪਤਾ ਨੂਰੀ।"

"ਨਾ ਮੇਰਾ ਮਤਲਬ ਬੁੜ੍ਹੀ ਜਾਂ ਬੰਦਾ?"

"ਇਕ ਬੁੜ੍ਹੀ ਇਕ ਮੁੰਡਾ।"

ਨੂਰੀ ਨੂੰ ਤਦ ਵੀ ਸਮਝ ਨਾ ਪਈ।

"ਮਾਤਾ ਜੀ ਪੁੱਛ ਕੇ ਆਓ ਕਿਸ ਨੂੰ ਮਿਲਣੈ।"

"ਤੈਨੂੰ ਧੀਏ।"

"ਪਰ ਮੇਰੇ ਮਿਲਣ ਵਾਲੇ ਤਾਂ ਅਜਿਹੇ ਕੋਈ ਹੈ ਹੀ ਨਹੀਂ।"

"ਤੂੰ ਜਾ ਕੇ ਮਿਲ ਤਾਂ ਲੈ, ਮੂੰਹ 'ਚ ਤਾਂ ਨਹੀਂ ਪਾ ਲੂ।"

ਮਾਈ ਤੁਰ ਗਈ।

ਨੂਰੀ ਥੋੜ੍ਹਾ ਸਮਾਂ ਦੁਚਿੱਤੀ 'ਚ ਰਹੀ। ਅਖ਼ੀਰ ਨੂਰੀ ਗੈਸਟ ਰੂਮ 'ਚ ਪਹੁੰਚ ਗਈ।

"ਮੈਂ ਸਦਕੇ, ਮਾਂ ਵਾਰੀ।" ਕੋਈ ਫਫੇਕੁਟਣੀ ਜਿਹੀ ਔਰਤ ਇਲ੍ਹ ਵਾਂਗ ਨੂਰੀ ਦੇ ਸਿਰ ਵਲ ਵਧੀ।

"ਤੁਸੀਂ ਕੌਣ?"

"ਮੈਂ ਬਸੰਤੀ। ਬਸੰਤ ਕੌਰ। ਇਹ ਮੇਰਾ ਸ਼ੇਰ ਜਬਰਜੰਗ ਸਿੰਘ।"

ਨੂਰੀ ਨੇ ਭੜਕ ਕਰਕੇ ਸੁਰਤੀ ਖੁੱਲ੍ਹੀ।

ਬਸੰਤ ਕੌਰ ਦੀਆਂ ਖੋਚਰੀਆਂ ਅੱਖਾਂ 'ਚ ਪ੍ਰਸ਼ੰਸਾ ਘੁਲੀ ਹੋਈ ਸੀ। ਨੂਰੀ ਨੂੰ ਤਕਦਿਆਂ ਹੀ ਉਹ ਮੰਤਰ-ਮੁਗਧ ਹੋ ਗਈ ਸੀ। ਨੂਰੀ ਦੇ ਰੋਕਦਿਆਂ-ਰੋਕਦਿਆਂ ਮਾਈ ਨੇ ਉਸ ਨੂੰ ਆਪਣੀਆਂ ਬਾਹਾਂ 'ਚ ਘੁੱਟ ਲਿਆ ਸੀ, ਜਿਵੇਂ ਉਹ ਗਲਵੱਕੜੀ ਨਹੀਂ ਪਾ ਰਹੀ ਸੀ, ਹੱਥੋਪਾਈ ਕਰ ਰਹੀ ਸੀ। ਉਸ ਦਾ ਆਪਣਾ ਧੌਲਾ ਝਾਟਾ ਖੁੱਲ੍ਹ ਗਿਆ ਸੀ। ਸਿਰ ਵਾਲਾ ਲੱਥ ਗਿਆ ਸੀ। ਦੰਦ-ਜਾਹੜ-ਹੀਣ ਮੂੰਹ ਨਾਲ ਉਸ ਨੇ ਨੂਰੀ ਦਾ ਮੂੰਹ ਚੁੰਮਣਾ ਸ਼ੁਰੂ ਕਰ ਦਿੱਤਾ ਸੀ।

ਨੂਰੀ ਹੱਕੀ ਬੱਕੀ ਸੀ, ਉਸ ਨੂੰ ਸਮਝ ਨਹੀਂ ਪੈ ਰਹੀ ਸੀ ਕਿ ਉਹ ਇਲ੍ਹ ਵਾਂਗ ਉਪਰ ਝਪਟੀ ਮਾਈ ਨੂੰ ਲਾਹ ਕੇ ਕਿਵੇਂ ਸੁੱਟੇ। ਨੂਰੀ ਨੇ ਪੂਰਾ ਤਾਣ ਲਾ ਕੇ ਝਾਫੇ ਵਰਗੀ ਬਸੰਤ ਕੌਰ ਨੂੰ ਦੂਰ ਹਟਾਇਆ।

ਬਸੰਤ ਕੌਰ ਦਾ ਸਾਹ ਚੜ੍ਹ ਗਿਆ।

ਜਬਰਜੰਗ ਸਿੰਘ ਟੌਪੇ ਦੇ ਫੁੱਲ ਵਾਂਗ ਖਿੜਿਆ ਬੈਠਾ ਸੀ। ਤੇਜ਼ਧਾਰ ਖੱਤ ਕੱਢੀ ਤੇ ਸੁਰਮੇ ਦੀ ਦੱਖਦਾਰ ਧਾਰ ਪਾਈ ਤੇ ਤੋਤੇ ਰੰਗੀ ਪੱਗ ਬੰਨ੍ਹੀ ਦੂਰ ਬੈਠਾ ਖ਼ੀ ਖ਼ੀ ਕਰਕੇ ਹੱਸ ਰਿਹਾ ਸੀ। ਵਾੜ ਦੇ ਕੱਦੂ ਵਰਗਾ ਗੋਲ-ਗੋਲ ਸੋਫੇ 'ਚ ਚਾਬੀ ਵਾਲੇ ਖਿਡੌਣੇ ਵਾਂਗ ਹਿਲ ਨਹੀਂ ਬੁੜ੍ਹਕ ਰਿਹਾ ਸੀ।

ਨੂਰੀ ਨੇ ਜਬਰਜੰਗ ਚੰਗੀ ਤਰ੍ਹਾਂ. ਨਾ ਉਸ ਦਿਨ ਦੇਖਿਆ ਸੀ ਨਾ ਅੱਜ। ਉਸ ਨੇ ਉਸ ਨੂੰ ਪਛਾਣਿਆ ਨਹੀਂ ਸੀ। ਉਸ ਨੇ ਪਗੜੀ ਦਾ ਫਰਲਾ ਛੱਡਿਆ ਸੀ, ਜਿਹੜਾ ਉਸ ਦੇ ਸਿਰ ਤੇ ਚੀਨੇ ਕਬੂਤਰ ਵਾਂਗ ਬਾਜੀ ਪਾ ਰਿਹਾ ਸੀ। ਉਹ ਅੱਜ ਨੂਰੀ ਦਾ ਹੋਣ ਵਾਲਾ ਪ੍ਰਾਹੁਣਾ ਬਣ ਕੇ ਆਇਆ ਸੀ। ਉਸ ਦੇ ਗਲ 'ਚ ਸੋਨੇ ਦਾ ਦੂਹਰਾ ਕੰਠਾ ਵੀ ਪਾਇਆ ਸੀ। ਪੈਰਾਂ 'ਚ ਤਿੱਲੇਦਾਰ ਖੋਸਾ ਸੀ ਜਿਸ ਦਾ ਤਿੱਲਾ ਚਮਕਦਾ ਦੁਹਾਈਆਂ ਪਾ ਰਿਹਾ ਸੀ। ਉਸਦੀ ਗੰਢ ਵਰਗੀ ਗੋਲ ਗੋਗੜ

ਉਪਰੋਂ ਪਿਸਤੌਲ ਦਾ ਗਾਤਰਾ ਲਟਕਿਆ ਹੋਇਆ ਸੀ। ਪਿਸਤੌਲ ਦੇ ਨਾਲ-ਨਾਲ ਦੁਨਾਲੀ ਬੰਦੂਕ ਪੱਟਾਂ 'ਤੇ ਰੱਖੀ ਹੋਈ ਸੀ।

ਨੂਰੀ ਜ਼ਰੂਰ ਘਬਰਾਈ ਸੀ। ਪਰ ਉਸ ਨੂੰ ਤੁਰੰਤ ਹੀ ਖ਼ਿਆਲ ਆ ਗਿਆ ਕਿ ਰੱਤੇ ਖੇੜੇ ਦੇ ਭਾਉ ਖਾਨਦਾਨ ਤੋਂ ਘਬਰਾ ਕੇ ਜਾਨ ਨਹੀਂ ਛੁਡਾਈ ਜਾ ਸਕਦੀ ਸੀ।

"ਮਾਤਾ ਜੀ ਜ਼ਰਾ ਆਰਾਮ ਨਾਲ ਬੈਠੋ। ਪਹਿਲਾਂ ਦੱਸੋ ਚਾਹ ਮੰਗਵਾਵਾਂ?"

"ਲੈ ਸੁੱਖੀ ਸਾਂਦੀ ਚਾਹ ਮੁੜ ਤੂੰ ਮੰਗਵਾਏਂਗੀ? ਘਰ ਸੁੱਖ ਨਾਲ 25 ਮੱਝਾਂ ਦਾ ਖੰਧਾ ਖੜ੍ਹਾ ਈ। ਮੈਂ ਕੱਲ੍ਹ ਹੀ ਇਕ ਮੱਝ ਐਥੇ ਭੇਜ ਦੇਵਾਂ।"

"ਨਹੀਂ ਨਹੀਂ ਮਾਂ ਜੀ।"

"ਡਰਦੀ ਕਿਉਂ ਪਈ ਏਂ। ਮੱਝ ਦੇ ਨਾਲ ਇਕ ਟਹਿਲੀਆ ਵੀ ਭੇਜ-ਸਾਂ। ਦੁੱਧ ਪੀਵੀਂ ਤੇ ਨਾਲ ਦੀਆਂ ਕੁੜੀਆਂ ਕੱਤਰੀਆਂ ਨੂੰ ਵੀ ਪਿਲਾਈਂ। ਇਸ ਉਮਰੇ ਡਟ ਕੇ ਦੁੱਧ ਪੀਤਾ ਹੋਵੇ ਤਾਂ ਮੁੜ ਮੁੰਡੇ ਇੱਟਾਂ ਵਰਗੇ ਜੰਮਦੇ ਈ। ਚੌਥੇ ਮਹੀਨੇ ਮੁੰਡੇ ਮੱਝਾਂ ਮਗਰ ਲਗ ਤੁਰਦੇ ਈ। ਮੇਰਾ ਜਗਜਿਉਣਾ ਤਾਂ ਦੁੱਧ ਹੀ ਪੀਂਵਦਾ ਹੈ। ਪੂਰੀ ਦੀ ਪੂਰੀ ਥੱਲੇ ਬਹਿ ਮੱਝ ਚੂੰਘ ਜਾਂਦਾ ਈ। ਸੁੱਖ ਨਾਲ ਨਿਕਲਿਆ ਵੀ ਪੂਰਾ ਘਬਰੇਟਾ ਈ। ਮਦਾਨ 'ਚ ਖੜ੍ਹਾ ਹੋ ਜੇ ਸੌ ਦੁਸ਼ਮਣ ਨੂੰ ਪਛਾੜ ਛੱਡੇ। ਕਈ ਵਾਰੀ ਮੁੜ ਮੁਕਾਬਲਾ ਹੋ ਚੁੱਕਾ ਈ। ਦੁਸ਼ਮਣ ਦੇ ਦੰਦ ਨਾ ਭੰਨੇ ਜਾਣ ਤਾਂ ਮੁੜ ਉਹ ਕਦੇ ਈ ਪਿੱਛਾ ਨਹੀਂ ਛਡਦਾ। ਲੈ ਰਕਾਨੇ ਸ਼ਗਨ ਫੜ। ਮੈਂ ਤਾ ਬਸ ਸ਼ੱਕ ਹੀ ਕੱਢਣਾ ਸੀ। ਮੈਨੂੰ ਤੇਰੇ ਵਰਗੀ ਮੁੜ ਹੀਰ ਸਲੇਟੀ ਹੀ ਚਾਹੀਦੀ ਸੀ ਆਪਣੇ ਸਿਉਣੇ ਵਾਸਤੇ। ਕੱਲਾ ਈ ਬਥੇਰੀ ਕੋਸ਼ਿਸ਼ ਕੀਤੀ ਜੋੜੀ ਬਣ ਜਾਏ। ਦੂਰ-ਦੂਰ ਤਕ ਕੋਈ ਵੈਦ ਡਾਕਟਰ ਨਹੀਂ ਜੇ ਛੱਡਿਆ। ਸਾਧਾਂ ਬੂਬਣਿਆਂ ਤੋਂ ਮੁੜ ਤਵੀਤ ਤਾਗੇ ਵੀ ਬਥੇਰੇ ਕਰਾ ਛੱਡੇ ਈ ਪਰ ਕੋਈ ਵੱਸ ਨਾ ਚੱਲਿਆ। ਵੈਸੇ ਤਾਂ ਜੱਗ ਜਿਉਣਾ ਕੱਲਾ ਹੀ ਪੰਦਰਾਂ ਵਰਗਾ ਈ। ਜਾਇਦਾਦ ਅੱਗ ਲਾਇਆਂ ਵੀ ਨਹੀਂ ਮੁੱਕਦੀ ਧੀਏ 'ਕੱਲਾ ਜੋ ਹੋਇਆ। ਦੋ ਤਾਂ ਜੀਪਾਂ ਨੇ ਚੜ੍ਹਨ ਲਈ। ਘੋੜੀਆਂ ਵੀ ਰੱਖ ਛੱਡੀਆਂ ਈ। ਦੁਸ਼ਮਣ ਨਾਲ ਸਿੰਗ ਫਸ ਜਾਣ ਤਾਂ ਰਾਤ-ਬਰਾਤੇ ਘੋੜੀਆਂ ਹੀ ਪੂਰਾ ਪਾਂਦੀਆਂ ਈ, ਅਸਲਾ ਬਹੁਤ ਈ। ਜਬਰ ਸਿਉਂ ਨੂੰ ਮੁੜ ਰੋਜ਼ ਨਵਾਂ ਅਸਲਾ ਚਾਹੀਦਾ ਈ। ਇਲਾਕਾ ਜੰਗਲ ਜੋ ਹੋਇਆ। ਦੁਸ਼ਮਣਾਂ ਨੂੰ ਖ਼ਬਰ ਰਹਿਣੀ ਚਾਹੀਦੀ ਹੈ। ਮੁੜ ਹੱਥ ਮਿਲ ਗਏ ਤਾਂ ਅਗਲਿਆਂ ਸੁੱਕੀ ਦੇ ਪੱਤਣ ਨਹੀਂ ਨਿਕਲਣ ਦੇਣਾ। ਜਬਰਜੰਗ ਨਿਸ਼ਾਨੇ ਦਾ ਬੜਾ ਸ਼ੁੱਧ ਈ। ਦਸ ਸਾਲ ਦਾ ਸੀ ਜਦੋਂ ਅਸਮਾਨੋਂ ਉਡਦਾ ਕਾਂ ਫੁੰਡ ਧਰਦਾ ਸੀ। ਘਰ 'ਚ ਕਾਵਾਂ ਦਾ ਢੇਰ ਲਾ ਛਡਦਾ ਸੀ। 'ਲਾਕੇ ਦੇ ਸਾਰੇ ਕਾਂ ਕਿਧਰੇ ਈ ਮੁੜ ਛੁਪ ਗਏ ਸਨ। ਧੀਏ ਘਰ ਮੁੜ ਤੱਕੇਂਗੀ, ਗੇੜਾ ਦੇਂਦੀ ਥੱਕ ਲੱਥੇਂਗੀ। ਕਈ-ਕਈ ਕਮਰੇ ਤਾਂ ਸਾਲ-ਸਾਲ ਮੁੜ ਵੇਖਣ ਦਾ ਮੌਕਾ ਹੀ ਨਹੀਂ ਲਗਦਾ। ਚੰਗਾ ਹੁਣ ਅਸੀਂ ਲਗੇ ਚਲਦੇ ਹਾਂ ਤੇ ਕੱਲ੍ਹ ਮੁੜ ਮੱਝ ਭੇਜ ਛੱਡਾਂਗੀ।"

"ਨਹੀਂ ਨਹੀਂ ਮਾਂ ਜੀ। ਮੈਂ ਤਾਂ ਇਕ ਮਹੀਨਾ ਟੂਰ 'ਤੇ ਜਾ ਰਹੀ ਹਾਂ।"

"ਕਿੱਥੇ ਮੁੜ ਜਾ ਰਹੀ ਏਂ ਸੁੱਖ ਤਾਂ ਹੈ?"

"ਗੁਰਦੁਆਰਿਆਂ ਦੇ ਦਰਸ਼ਨ ਕਰਨ।"

"ਹਲਾ 'ਕੱਲੀ?"

"ਕਾਲਜ ਦੀਆਂ ਸਾਰੀਆਂ ਕੁੜੀਆਂ।"

"ਮਖਿਆ 'ਕੱਲੀ ਏਂ ਤਾਂ ਆਪਣੇ ਸਿਉਣੇ ਨੂੰ ਭੇਜ ਛੱਡਾਂ ਬੰਦੂਕ ਲੈ ਆਊ। ਜੀਪ 'ਚ ਦੋਵੇਂ ਮੁੜ ਗੇੜਾ ਕੱਢ ਆਉ।"

"ਨਹੀਂ ਸਾਰਾ ਕਾਲਜ ਜਾ ਰਿਹੈ।"

"ਲੈ ਉਹ ਤਾਂ ਠੀਕ ਏ। ਜਦੋਂ ਮੰਗੇ ਜਾਈਏ। ਬਹੁਤਾ ਬਾਹਰ-ਅੰਦਰ ਨਹੀਂ ਘੁੰਮੀਦਾ।"

"ਚੰਗਾ ਹੁਣ ਤੁਸੀਂ ਚਲੋ।" ਨੂਰੀ ਨੇ ਬਸੰਤੀ ਦੇ ਹੱਥ ਰੁਪਿਆ ਦਾ ਸ਼ਗਨ ਮੋੜਦਿਆਂ ਬਾਹਰ ਧਕਦਿਆਂ ਕਿਹਾ।

"ਚਲੋ ਕਿਉਂ ਸਾਨੂੰ ਕਿਸੇ ਦਾ ਮੁੜ ਡਰ ਏ-ਬੰਦੂਕ ਸਾਡੇ ਨਾਲ। ਗੋਲੀ ਮੁੜ ਵਿਚ ਚਾਹੜੀ ਏ ਨਾਲੀ 'ਚ।"

"ਮਾਤਾ ਜੀ ਮੁਲਾਕਾਤ ਦਾ ਸਮਾਂ ਖ਼ਤਮ ਹੋ ਗਿਆ।"

"ਹਲਾ ਮੁਲਾਕਾਤ ਦਾ ਸਮਾਂ ਖ਼ਤਮ ਹੋ ਗਿਆ। ਤੂੰ ਤਾਂ ਏਥੇ ਕੈਦਣ ਏਂ। ਮੈਂ ਤਾਂ ਮੁੜ ਰੋਜ਼ ਆਵਾਂਗੀ ਤੇ ਇਹ ਕਿਵੇਂ ਸੂਤਰ ਬੱਝੂ।"

"ਛੇ ਮਹੀਨੇ 'ਚ ਇਕ ਵਾਰੀ ਮੁਲਾਕਾਤ ਹੋ ਸਕਦੀ ਹੈ।"

"ਹਲਾ ਇਹ ਤਾਂ ਬੜਾ ਲੋਹੜਾ ਕਢ ਮਾਰਿਆ ਈ। ਮੈਂ ਤਾਂ ਮੁੜ ਤੇਰਾ ਮੁੱਖ ਦੇਖੇ ਬਗੈਰ ਨਹੀਂ ਜੇ ਰਹਿ ਸਕਦੀ ਤੇ ਇਹ ਸ਼ਗਨ ਦਾ ਰੁਪਿਆ ਮੁੜ ਕਿਉਂ ਮੋੜ ਰਹੀ ਏਂ, ਇਹ ਤਾਂ ਮੁੜ ਮਨਸੌਣਾ ਹੋਇਆ। ਤੇ ਮੈਂ ਇਹ ਹੋਰ ਕੀਹਨੂੰ ਦੇਣੇ ਹੋਏ। ਜੇਬ 'ਚ ਪਾ। ਲੋਹੜਾ ਜੇਬ ਮੁੜ ਕੁੜਤੀ ਨੂੰ ਲੁਆਈ ਹੀ ਨਹੀਂ।"

"ਅਮੜੀਏ ਪੜ੍ਹੀਆਂ ਕੁੜੀਆਂ ਦੇ ਜੇਬਾਂ ਨਹੀਂ ਹੁੰਦੀਆਂ, ਨਾਲੇ ਇਹ ਪਹਿਨਦੀਆਂ ਨੇ ਜੈਂਪਰ।" ਜਬਰਜੰਗ ਸਿੰਘ ਨੇ ਪਾਸੇ ਤੋਂ ਜਾਣਕਾਰੀ ਦਿੱਤੀ।

"ਹਲਾ ਭਾਈ ਅੱਜ ਦੀਆਂ ਕੁੜੀਆਂ ਲੋਹੜਾ ਮਾਰਦੀਆਂ ਈ।"

"ਕੁੜਤੀ ਤੇ ਮੋਰਨੀਆਂ ਛੜੇ ਪੱਟਣ ਨੂੰ ਪੁਆਈਆਂ।" ਬੋਲਦਾ ਜਬਰਜੰਗ ਕਮਰੇ 'ਚੋਂ ਬਾਹਰ ਨਿਕਲ ਗਿਆ।

ਮਾਂ ਖ਼ੀ-ਖ਼ੀ-ਖ਼ੀ ਕਰਕੇ ਹੱਸੀ।

ਝਾਫੇ ਵਰਗੇ ਹੱਥ ਨਾਲ ਸਿਰ ਪਲੋਸ ਕੇ ਉਹ ਬਾਹਰ ਨਿਕਲ ਗਈ।

ਨੂਰੀ ਗੁੱਸੇ ਨਾਲ ਮੁੱਠੀਆਂ ਮੀਚੀ ਖੜ੍ਹੀ ਸੀ।

ਨੋਟਾਂ ਦੀ ਤਹਿ ਨੂਰੀ ਦੇ ਹੱਥ ਵਿਚ ਘੁਟੀ ਹੋਈ ਸੀ। ਨੂਰੀ ਨੂੰ ਲੱਗਿਆ ਇਹ ਕੋਈ ਝੱਖੜ ਸੀ, ਜਿਹੜਾ ਉਸ ਦੇ ਕਮਰੇ ਆ ਵੜਿਆ ਸੀ ਤੇ ਸਾਰੇ ਕੱਪੜੇ ਤੇ ਸਾਮਾਨ ਉਥਲ-ਪੁਥਲ ਕਰ ਗਿਆ ਸੀ।

"ਇਹ ਕੱਛੂਕੁਮਾ ਫੇਰ ਆ ਗਿਆ ਸੀ?" ਰੂਬੀ ਨੇ ਪੁੱਛਿਆ, ਉਹ ਕਮਰੇ 'ਚ ਬਾਹਰ ਖੜ੍ਹੀ ਰਹੀ ਸੀ।

"ਮਾਂ ਨੂੰ ਵਹੁਟੀ ਪਸੰਦ ਕਰਾਣ ਆਇਆ ਸੀ।"

"ਮੂੰਹ ਨਾ ਮੱਥਾ ਜਿੰਨ ਪਹਾੜੋਂ ਲੱਥਾ।"

"ਉਹ ਆਪਣੇ ਆਪ ਨੂੰ ਅਨਮੋਲ ਹੀਰਾ ਸਮਝਦੈ ਤੇ ਮਾਂ ਅਠਾਰਵੀਂ ਸਦੀ ਦਾ ਯੋਧਾ। ਜਿਸ ਦਿਨ ਜੰਮਿਆ ਸਿਰਫ਼ ਇਹੀ ਜੰਮਿਆ ਸੀ। ਬਾਕੀ ਮਾਵਾਂ ਨੇ ਵਰਤ ਰੱਖ ਲਏ ਸਨ। ਹੇ ਰੱਬਾ ਕਿਵੇਂ ਜਾਨ ਛੁਟੀ, ਡੈਣ ਵਰਗੀ ਬੁੜ੍ਹੀ ਨੇ ਸਿਰ ਖਾ ਲਿਆ। ਇਕੋ ਸਾਹੇ ਬੋਲਦੀ ਗਈ। ਮੱਝ ਵਾਲੀ ਗੱਲ 'ਤੇ ਹਾਸਾ ਵੀ ਨਿਕਲ ਚੱਲਿਆ ਸੀ।"

"ਮੱਝ ਮੰਗਵਾ ਲੈ, ਕੱਚਾ ਦੁੱਧ ਪੀ-ਪੀ ਬੈਠਕਾਂ ਮਾਰਿਆ ਕਰੀਂ। ਜਦੋਂ ਅਖਾੜੇ 'ਚ ਉਤਰੇਂਗੀ ਕੱਚਾ ਦੁੱਧ ਪੀਤਾ ਹੀ ਕੰਮ ਆਊ।"

"ਬਕਵਾਸ ਨਾ ਕਰ ਰੂਬੀ। ਵੈਸੇ ਜੇ ਤੂੰ ਅਖਾੜੇ 'ਚ ਉਤਰਨੈ ਤਾਂ ਮੱਝ ਮੰਗਵਾ ਦੇਵਾਂਗੀ।"

"ਦੋਵੇਂ ਜ਼ੋਰ ਨਾਲ ਹੱਸਦੀਆਂ ਕਮਰੇ ਵੱਲ ਤੁਰ ਪਈਆਂ।

ਨੂਰੀ ਨੇ ਨੋਟਾਂ ਦੀ ਤਹਿ ਬਾਹਰ ਖੜ੍ਹੀ ਮਾਈ ਦੇ ਹੱਥ ਦਿੱਤੀ। ਬਹੁਤ ਸਾਰੇ ਨੋਟ ਦੇਖ ਕੇ ਮਾਈ ਚੌਂਕੀ।

"ਐਨੇ?"

"ਇਹ ਰਿਸ਼ਵਤ ਹੈ ਮਾਈ।"

"ਰਿਸ਼ਵਤ ਕਾਹਦੀ ਭਾਈ।" ਮਾਈ ਦੀਆਂ ਅੱਖਾਂ ਅੱਡੀਆਂ ਹੋਈਆਂ ਸਨ ਜਿਵੇਂ ਕੋਈ ਮੁਸੀਬਤ ਆ ਗਈ ਸੀ।

"ਜੇਕਰ ਮੁੜ ਇਹ ਕਦੇ ਮਿਲਣ ਆ ਗਏ ਤਾਂ ਕਹੀਂ ਨੂਰੀ ਤਾਂ ਪਿੰਡ ਗਈ ਹੈ।"

"ਜੇ ਉਹ ਮੰਨੇ ਨਾ?"

"ਫੇਰ ਰੂਬੀ ਨੂੰ ਮਿਲਾ ਦੇਈਂ।"

"ਦੋਵੇਂ ਹਸਦੀਆਂ ਕਮਰੇ 'ਚ ਪਹੁੰਚ ਗਈਆਂ। ਕਮਰੇ 'ਚ ਪਹੁੰਚਦਿਆਂ ਹੀ ਨੂਰੀ ਸੰਜੀਦਾ ਹੋ ਗਈ।

"ਕੋਈ ਚੰਦਰੀ ਵਾੜ ਦਾ ਝਾਫਾ ਉਡ ਕੇ ਚਿੰਬੜ ਗਿਆ।"

ਨੂਰੀ ਦੇ ਮਨ ਨੇ ਕਿਹਾ। ਸੱਚ ਹੀ ਰੰਗ ਰੂਪ ਜਵਾਨੀ ਇਕ ਦੁਸ਼ਮਣ ਹੈ। ਨੂਰੀ ਸੋਚ ਰਹੀ ਸੀ। ਫਿਰ ਉਸ ਨੂੰ ਬਾਪੂ ਦਾ ਨਹੀਂ ਚਾਚੇ ਦਾ ਖ਼ਿਆਲ ਆਇਆ, ਉਹ ਸੱਚ ਹੀ ਦੁਸ਼ਮਣ ਸੀ। ਮੂਰਖ਼ ਸੀ। ਉਸ ਨੂੰ ਜ਼ਿੰਦਗੀ ਦੀ ਕੋਈ ਸਾਰ ਨਹੀਂ ਸੀ। ਸਾਰੀ ਉਮਰ ਬੰਦੂਕਾਂ ਚਲਾਣ ਤੋਂ ਸਿਵਾਏ ਕੁਝ ਨਹੀਂ ਕੀਤਾ। ਪਰ ਉਹ ਆਪਣੀ ਧੀ ਦੀ ਜ਼ਿੰਦਗੀ ਕਿਉਂ ਬਰਬਾਦ ਕਰਨਾ ਚਾਹੁੰਦਾ ਸੀ? ਨੂਰੀ ਨੇ ਉਸ ਦਾ ਭਲਾ ਕੀ ਵਿਗਾੜਿਆ ਸੀ?

ਨੂਰੀ ਦੇ ਸੀਨਿਉਂ ਲੰਮਾ ਹਉਕਾ ਉਠਿਆ।

ਨੂਰੀ ਤੇ ਰੂਬੀ ਥੋੜ੍ਹੀ ਦੇਰ ਨਾਲ ਪਹੁੰਚੀਆਂ ਸਨ। ਤੇਜਪਾਲ ਪੂਰੀ ਤੇਜ਼ੀ ਨਾਲ ਦੌੜ ਰਿਹਾ ਸੀ। ਨੂਰੀ ਨੇ ਉਸ ਨੂੰ ਰੁਕਣ ਲਈ ਕਿਹਾ।

"ਮੇਰੇ ਕੋਲ ਬਹਿ ਤੇ ਗੱਲ ਸੁਣ।"

"ਕੋਈ ਖਾਸ ਗੱਲ ਹੈ?" ਤੇਜਪਾਲ ਨੇ ਦੇਖ ਲਿਆ ਸੀ। ਨੂਰੀ ਦਾ ਚਿਹਰਾ ਸੰਜੀਦਾ ਸੀ। ਅੱਖਾਂ ਦੀ ਚਮਕ ਭਿੱਜੀ ਹੋਈ ਸੀ। ਆਵਾਜ਼ 'ਚ ਚਹਿਕ ਨਹੀਂ ਸੀ।

"ਹਾਂ ਬਹੁਤ ਖਾਸ।"

"ਛੇਤੀ ਦੱਸ। ਮੇਰਾ ਤਾਂ ਦਿਲ ਡਰ ਗਿਆ।"

"ਮਰਦ ਕਦੇ ਡਰਦੇ ਨਹੀ।"

"ਇਸ ਤਰ੍ਹਾਂ ਤਾਂ ਡਰਦਾ ਨਹੀਂ।"

"ਤੂੰ ਮੇਰੇ ਲਈ ਕਿੱਥੋਂ ਤਕ ਲੜ ਸਕਦੈਂ?"

"ਜਦ ਤਕ ਸਾਹ ਵਗਦੇ ਰਹਿਣਗੇ।"

"ਕੋਈ ਤੈਥੋਂ ਮੈਨੂੰ ਖੋਹ ਕੇ ਲਿਜਾਵੇ ਤਾਂ ਕੀ ਕਰੇਂਗਾ?"

"ਲਿਜਾਣ ਨਹੀਂ ਦਿਆਂਗਾ।"

"ਬਾਹਾਂ 'ਚ ਕਿੰਨੀ ਕੁ ਤਾਕਤ ਹੈ?"

"ਬਹੁਤ ਹੈ। ਲੜ ਸਕਦਾਂ। ਜਿੱਤ ਸਕਦਾਂ।"

"ਸਾਹਮਣੇ ਬੰਦੂਕਾਂ ਤਣੀਆਂ ਹੋਣ।"

"ਛਾਤੀ ਤਾਣ ਦਿਆਂਗਾ। ਛਲਣੀ ਹੋ ਜਾਵਾਂਗਾ।

"ਤੈਨੂੰ ਛਲਣੀ ਕਰਕੇ ਉਹ ਮੈਨੂੰ ਖੋਹ ਕੇ ਲੈ ਜਾਣਗੇ।"

"ਫੇਰ ਤਾਂ ਮੇਰੀ ਬੇਵਸੀ ਹੋਵੇਗੀ।"

"ਕੋਈ ਰਾਹ?"

"ਨਹੀਂ ਸੁਝਦਾ।"

"ਮੇਰੇ ਪਾਸ ਰਾਹ ਹੈ।"

"ਦੱਸ।"

"ਮੈਨੂੰ ਕਿਧਰੇ ਲੈ ਚੱਲ।"

"ਤੂੰ ਕੋਈ ਅਵਾਰਾ ਕੁੜੀ ਨਹੀਂ।"

"ਅਵਾਰਾ ਜ਼ਿੰਦਗੀ ਜੀ ਜਾਂਦੇ ਨੇ। ਸ਼ਰੀਫ਼ਾਂ ਨੂੰ ਕੋਈ ਮਨ-ਮਰਜ਼ੀ ਨਾਲ ਜੀਣ ਨਹੀਂ ਦਿੰਦਾ।"

"ਸਮੱਸਿਆ ਕੀ ਹੈ?"

"ਬਹੁਤ ਛੇਤੀ ਮੈਨੂੰ ਬੰਦੂਕਾਂ ਦੀ ਛਾਂ ਹੇਠ ਜੀਪ 'ਚ ਲੱਦ ਕੇ ਵਿਦਾ ਕਰ ਦਿੱਤਾ ਜਾਵੇਗਾ।"

"........"

ਸੋਚਿਆਂ ਮਸਲੇ ਹੱਲ ਨਹੀਂ ਹੁੰਦੇ। ਕਰਮ ਹੀ ਕਰਨਾ ਪੈਂਦਾ ਹੈ।"

"........."

"ਮੈਂ ਜਾਣਦੀ ਹਾਂ ਕਿਸੇ ਦੀ ਜਵਾਨ ਧੀ ਕੱਢ ਕੇ ਲੈ ਜਾਣਾ ਨਾ ਸਮਾਜ ਗਵਾਰਾ ਕਰਦਾ ਹੈ ਤੇ ਨਾ ਹੀ ਜ਼ਮੀਰ। "ਹੀਰੇ ਇਸ਼ਕ ਨਾ ਮੂਲ ਸੁਆਦ ਦਿੰਦੇ,

ਨਾਲ ਚੋਰੀਆਂ ਅਤੇ ਉਧਾਲਿਆਂ ਦੇ" ਕਹਿਣ ਵਾਲੇ ਆਪਣਾ ਮਨਚਾਹਿਆ ਮੋਤੀ ਸਦਾ ਲਈ ਗੁਆ ਬੈਠਦੇ ਹਨ। ਮੈਂ ਯਕੀਨਣ ਤੇਰੀ ਨਹੀਂ ਬਣ ਸਕਾਂਗੀ। ਮੇਰੇ ਪਾਲਨਹਾਰ ਤੇ ਮੇਰੀ ਜਨਣੀ ਮਾਂ ਸਾਡੇ ਨਾਲ ਹੋਵੇਗੀ। ਚੱਲ ਤੇਜ ਮੈਨੂੰ ਲੈ ਕੇ ਇਤਨਾ ਤੇਜ਼ ਤੇ ਇਤਨੀ ਦੂਰ ਲੈ ਚੱਲ ਜਿੱਥੋਂ ਤੱਕ ਨਾ ਮੇਰੇ ਬਾਪੂ ਦੀ ਗੋਲੀ ਪਹੁੰਚ ਸਕੇ ਨਾ ਕਿਸੇ ਹੋਰ ਦੀ। ਅਸੀਂ ਆਪਣੀ ਮਰਜ਼ੀ ਦਾ ਸੰਸਾਰ ਵਸਾ ਲਵਾਂਗੇ।"

ਪਤਾ ਨਹੀਂ ਕਦੋਂ ਨੂਰੀ ਸਹਿਮੀ-ਸਹਿਮੀ ਤੇਜਪਾਲ ਦੀ ਬੁੱਕਲ ਵਿਚ ਸਿਮਟ ਗਈ ਸੀ। ਉਹ ਇਸ ਤਰ੍ਹਾਂ ਲੁਕ ਰਹੀ ਸੀ ਜਿਵੇਂ ਬਾਪੂ ਦੀ ਜਾਂ ਭਾਊਆਂ ਦੀ ਬੰਦੂਕ ਹੁਣੇ ਹੀ ਚੱਲਣ ਵਾਲੀ ਸੀ।

"ਡਰ ਨਾ ਨੂਰੀ। ਇਤਨੀ ਛੇਤੀ ਤਾਂ ਚੜ੍ਹੀ ਹਨੇਰੀ ਵੀ ਨਹੀਂ ਝੁਲ ਸਕਦੀ। ਹੌਂਸਲਾ ਕਰ। ਮੈਨੂੰ ਕੁਝ ਸੋਚ ਕੇ ਪ੍ਰਬੰਧ ਕਰਨ ਦੇ।"

ਤੇਜਪਾਲ ਨੇ ਨੂਰੀ ਨੂੰ ਆਪਣੀਆਂ ਬਾਹਾਂ 'ਚ ਘੁੱਟ ਰੱਖਿਆ ਸੀ। ਨੂਰੀ ਨੂੰ ਮਹਿਸੂਸ ਹੋਇਆ ਤੇਜਪਾਲ ਦੀਆਂ ਬਾਹਾਂ ਬਹੁਤ ਮਜ਼ਬੂਤ ਸਨ।

"ਨੂਰੀ ਤੇਰਾ ਪਿੰਡ ਕਿਹੜਾ ਹੈ?"

"ਪੰਛੀ ਤੇ ਪ੍ਰੇਮ ਕਰਨ ਵਾਲਿਆਂ ਦਾ ਕੋਈ ਘਾਟ ਨਹੀਂ ਹੁੰਦਾ।"

"ਮਾਂ ਬਾਪ ਕਿੱਥੇ ਰਹਿੰਦੇ ਨੇ?"

"ਚੱਕ ਬੁਰਜ।"

"ਚੱਕ ਬੁਰਜ। ਉਹ ਤਾਂ ਮੇਰੇ ਪਿੰਡ ਤੋਂ ਚਾਰ ਕੋਹ ਹੀ ਹੈ। ਤੂੰ ਕਿਤੇ ਸਰਦਾਰ ਸ਼ੇਰ ਸਿੰਘ ਦੀ ਧੀ ਤਾਂ ਨਹੀਂ?"

"ਹਾਂ, ਪਰ ਤੈਨੂੰ ਕਿਵੇਂ ਪਤਾ।"

"ਸ਼ੇਰ ਸਿੰਘ ਦੀ ਧੀ ਦੇ ਹੁਸਨ ਦੇ ਬੜੇ ਚਰਚੇ ਸੁਣੇ ਸਨ।"

"ਉਹੀ ਹੁਸਨ ਤੇਰੀਆਂ ਬਾਹਾਂ 'ਚ ਪਿਐ।"

"ਪਿਛਲੇ ਜਨਮ 'ਚ ਕੋਈ ਭਗਤੀ ਕੀਤੀ ਹੋਵੇਗੀ।"

"ਸ਼ਾਇਦ ਤੂੰ ਮੋਤੀ ਪੁੰਨ ਕੀਤੇ ਹੋਣ ਤੇ ਮੈਂ ਹੀਰੇ।"

"ਕਿਸ ਨੇ ਕੀ ਕੀਤਾ ਪਰ ਮੈਂ ਜ਼ਰੂਰ ਪੁੰਨ ਕੀਤਾ, ਸਾਲਾਂ ਤੱਕ ਭਗਤੀ ਕੀਤੀ ਹੋਵੇਗੀ। ਸੱਚੇ ਰੱਬ ਦੀ ਜਿਸ ਦਾ ਫ਼ਲ ਇਹ ਮੋਤੀ ਮੇਰੀ ਝੋਲੀ ਪੈ ਗਿਆ।"

"ਇਹ ਮੋਤੀ ਹੁਣ ਸਾਂਭਣਾ ਵੀ ਤੇਰਾ ਕੰਮ ਹੈ।"

"ਇਤਨੀ ਕਠਨ ਤਪੱਸਿਆ ਮਗਰੋਂ ਪਾਇਆ ਮੋਤੀ ਮੈਂ ਧਾੜਵੀਆਂ ਦੇ ਹੱਥ ਨਹੀਂ ਆਣ ਦਿਆਂਗਾ।"

"ਸੱਚ?"

"ਹਾਂ ਸੱਚ।"

"ਨਵੇਂ ਹੱਕਦਾਰ ਕੌਣ ਬਣਨ ਦੀ ਸੋਚ ਰਹੇ ਨੇ?"

ਰੱਤੇ ਟਿੱਬੇ ਵਾਲੇ।"

"ਭਾਊ?"

"ਹਾਂ ਭਾਊ।"

"ਉਹ ਤਾਂ ਸਰਾਸਰ ਊਤ ਲੋਕ ਨੇ।"

"ਉਨ੍ਹਾਂ ਊਤਾਂ ਨਾਲ ਹੀ ਮੁਕਾਬਲਾ ਕਰਨਾ ਪਊ।"

"ਮੁਕਾਬਲਾ ਡਟ ਕੇ ਕਰਾਂਗਾ।"

"ਮੈਨੂੰ ਕਿਧਰੇ ਲੈ ਚੱਲ। ਮੈਂ ਤੈਨੂੰ ਖੋਣਾ ਨਹੀਂ ਚਾਹੁੰਦੀ।"

"ਤੈਨੂੰ ਮੈਂ ਆਪਣੇ ਆਪ 'ਚ ਲਕੋ ਲਵਾਂਗਾ। ਚਿੰਤਾ ਨਾ ਕਰ।"

"ਅਸੀਂ ਕਿਸੇ ਹੋਰ ਦੇਸ਼ ਚਲੇ ਚਲਾਂਗੇ।"

"ਹੋਰ ਦੇਸ਼ ਕਿਉਂ ਇਸ ਦੇਸ਼ ਹੀ ਰਹਾਂਗੇ।"

"ਏਥੇ ਵੈਰੀ ਰਹਿਣ ਨਹੀਂ ਦੇਣਗੇ।"

ਨੂਰੀ ਦਾ ਸਰੀਰ ਜਿਵੇਂ ਕਿਸੇ ਡਰ ਨਾਲ ਕੰਬ ਰਿਹਾ ਸੀ। ਤੇਜਪਾਲ ਦੀਆਂ ਬਾਹਾਂ ਉਸ ਨੂੰ ਹੋਰ ਘੁੱਟ ਰਹੀਆਂ ਸਨ।

ਅੱਜ ਨੂਰੀ ਨੂੰ ਪਰਤਣ ਦੀ ਜਿਵੇਂ ਯਾਦ ਹੀ ਭੁੱਲ ਗਈ ਸੀ। ਅਰਦਾਸ 'ਚ ਸ਼ਾਮਿਲ ਹੋਣ ਦਾ ਖ਼ਿਆਲ ਵੀ ਵਿਸਰ ਗਿਆ ਸੀ।

ਰੂਬੀ ਵਧਦਾ ਹਨੇਰਾ ਵੇਖ ਕੇ ਉਨ੍ਹਾਂ ਦੇ ਨੇੜੇ ਆਉਂਦੀ ਗਈ।

"ਬਹੁਤ ਦੇਰ ਹੋ ਗਈ।"

"ਅੜੀਏ ਕੁਝ ਨਹੀਂ ਹੋਣ ਲੱਗਿਆ।"

"ਹੁਣ ਜਾਣਾ ਹੀ ਚਾਹੀਦੈ।" ਤੇਜਪਾਲ ਨੇ ਨੂਰੀ ਨੂੰ ਕਿਹਾ।

"ਫਿਰ ਕਦੋਂ ਮਿਲਾਂਗੇ।"

"ਕੱਲ੍ਹ ਇਸੀ ਥਾਂ।"

"ਦੂਜੇ ਦੇਸ਼ ਕਦੋਂ ਚੱਲਾਂਗੇ?"

"ਉਹ ਵੀ ਵਕਤ ਆ ਜਾਏਗਾ।"

"ਆਪਾਂ ਦੇਰ ਨਹੀਂ ਕਰਨੀ, ਨਹੀਂ ਤਾਂ ਬਹੁਤ ਦੇਰ ਹੋ ਜਾਵੇਗੀ?"

ਨਹੀਂ, ਦੇਰ ਨਹੀਂ ਕਰਾਂਗੇ।"

"ਮੇਰੇ ਸਿਰ ਦੀ ਸਹੁੰ।"

"ਤੇਰੇ ਸਿਰ ਦੀ ਸਹੁੰ। ਤੇਰੇ ਪਿਆਰ ਦੀ ਸਹੁੰ।"

ਤੇ ਨੂਰੀ ਨੇ ਤੇਜਪਾਲ ਨੂੰ ਜ਼ੋਰ ਨਾਲ ਬਾਹਾਂ ਵਿਚ ਘੁੱਟ ਲਿਆ। ਉਹ ਘੁਟਦੀ-ਘੁਟਦੀ ਮੁੱਕ ਜਾਣਾ ਚਾਹੁੰਦੀ ਸੀ। ਕੋਈ ਡਰ ਉਸ ਦੀ ਹੋਸ਼ ਨੂੰ ਲਪੇਟਦਾ ਆ ਰਿਹਾ ਸੀ।

* * *

ਅਜੇ ਤੱਕ ਕਲਾਸਾਂ ਨਹੀਂ ਲੱਗੀਆਂ ਸਨ।

ਨੂਰੀ ਨੇ ਗੁੱਤ ਹੀ ਕੀਤੀ ਸੀ ਕਿ ਉਸ ਦੀ ਮੰਮੀ ਤੇ ਬਾਪੂ ਜੀ ਪਹੁੰਚ ਗਏ।

ਦੋਹਾਂ ਨੇ ਨੂਰੀ ਨੂੰ ਬੁੱਕਲ 'ਚ ਲੈ ਕੇ ਪਿਆਰ ਕੀਤਾ।

"ਉਹ ਆਈ ਸੀ?"

ਕੌਣ ਮੱਝ ਵਾਲੀ?" ਨੂਰੀ ਥੋੜ੍ਹਾ ਹੱਸ ਪਈ ਸੀ।

"ਚੰਦਰੀ ਡੈਣ ਰੱਤੇ ਟਿਬੇ ਵਾਲੀ।"

"ਨਾਲ ਡੈਣ ਦਾ ਭੂਤਣਾ ਵੀ ਸੀ।"

"ਉਸ ਨੂੰ ਕਾਲਜ ਵਾਲਿਆਂ ਮਿਲਣ ਕਿਵੇਂ ਦਿੱਤਾ?" ਜਗਤਾਰ ਸਿੰਘ ਹੈਰਾਨ ਸੀ।

"ਔਰਤ ਨੂੰ ਮਿਲਣ ਦੀ ਮਨਾਹੀ ਨਹੀਂ।"

"ਤੇ ਨਾਲ ਦਾ?"

ਉਸ ਦੀ ਆੜ 'ਚ ਅੰਦਰ ਆ ਗਿਆ।"

"ਇਕ ਬਾਰ ਚੁੱਪ ਤਣ ਗਈ।

"ਤੁਸੀਂ ਲੋਕ ਚਿੰਤਤ ਲੱਗਦੇ ਹੋ।"

"ਹਾਂ। ਤੇਰੇ ਨਾਲ ਸਲਾਹ ਕਰਨ ਆਏ ਹਾਂ।"

"ਕਰੋ ਸਲਾਹ।"

"ਅਸੀਂ ਤੇਰਾ ਰਿਸ਼ਤਾ ਕਰਨਾ ਚਾਹੁੰਦੇ ਹਾਂ।"

"ਕਿਥੇ?"

"ਜਿਥੇ ਤੂੰ ਕਹੇ।" ਜਗਤਾਰ ਸਿੰਘ ਨੇ ਤੁਰੰਤ ਕਿਹਾ।

"ਇਸ ਤੋਂ ਪਹਿਲਾਂ ਕਿ ਕੋਈ ਹਨੇਰੀ ਝੁੱਲੇ ਅਸੀਂ ਫ਼ਰਜ਼ ਪੂਰਾ ਕਰਨਾ ਚਾਹੁੰਦੇ ਹਾਂ।"

"ਹੁਣੇ ਦਸ ਹੁਣੇ ਡੋਲੀ ਤੋਰਦੇ ਹਾਂ ਪਰ ਲੜਕੇ ਦਾ ਘਰਾਣਾ ਸਾਡੇ ਤੁਲ ਦਾ ਹੋਣਾ ਚਾਹੀਦਾ ਹੈ।"

"ਘਰਾਣਾ ਤੁਲ ਹੋਣਾ ਚਾਹੀਦਾ ਹੈ, ਇਸ ਗੱਲ ਦਾ ਤਾਂ ਪਤਾ ਨਹੀਂ ਪਰ ਲੜਕਾ ਤੁਹਾਨੂੰ ਪਸੰਦ ਆਏਗਾ।"

"ਜ਼ਮੀਨ ਜਾਇਦਾਦ ਪੂਰੀ ਹੋਣੀ ਚਾਹੀਦੀ ਹੈ।"

"ਖ਼ੈਰ ਜ਼ਮੀਨ ਹੋਵੇ ਜਾਂ ਨਾ ਪਰਵਾਹ ਨਹੀਂ।"

"ਕਿਉਂ ਬਾਈ ਜੀ?"

"ਮੇਰੀ ਸਾਰੀ ਜ਼ਮੀਨ ਮੇਰੀ ਧੀ ਦੀ ਹੀ ਤਾਂ ਹੈ।"

"ਪਰ ਬਾਈ ਜੀ...।"

"ਇਨ੍ਹਾਂ ਗੱਲਾਂ ਦੀ ਪਰਵਾਹ ਨਹੀਂ। ਨੂਰੀ ਦੀ ਪਸੰਦ ਸਾਡੀ ਪਸੰਦ। ਭੈਣ ਜੀ ਲੜਕੇ 'ਚ ਪੂਰੇ ਗੁਣ ਹੋਣ ਬੱਸ ਕਾਹਦੀ ਕਮੀ।"

"ਗੁਣਾਂ ਦੀ ਕਮੀ ਨਹੀਂ ਬਾਪੂ ਜੀ।"

"ਕਿਹੜੇ ਪਿੰਡੋਂ ਹੈ ਲੜਕਾ?"

"ਇਹ ਤਾਂ ਪਤਾ ਨਹੀਂ।"

"ਹੈਂ।"

"ਹੈਂ।"

"ਮੈਂ ਪੁੱਛਿਆ ਹੀ ਨਹੀਂ।"

"ਗੋਤ ਕੀ ਹੈ?"
"ਇਹ ਵੀ ਪਤਾ ਨਹੀਂ।"
"ਕੋਈ ਨਿੱਕੀ ਜਾਤ ਦਾ ਤਾਂ ਨਹੀਂ?"
"ਪਿਆਰ 'ਚ ਜਾਤਾਂ ਨਹੀਂ ਪੁੱਛੀਆਂ ਜਾਂਦੀਆਂ।"
"ਨੂਰੀ ਸ਼ਰਮ ਕਰ, ਤੇਰੇ ਤਾਇਆ ਜੀ ਸਾਹਮਣੇ ਨੇ।"
"ਪਿਆਰ ਚੋਰੀ ਹੈ ਨਾ ਪਾਪ। ਇਹ ਇਕ ਜਜ਼ਬਾ ਹੈ। ਦੋ ਦਿਲਾਂ ਦੀ ਸਾਂਝ।"
"ਪੜ੍ਹ-ਪੜ੍ਹ ਕੇ ਨਿਰਲੱਜ ਹੋ ਗਈ।"
"ਨਹੀਂ ਭੈਣ ਜੀ ਇਨ੍ਹਾਂ ਸ਼ਬਦਾਂ 'ਚ ਕੋਈ ਨਿਰਲੱਜਤਾ ਨਹੀਂ।
"ਸਾਨੂੰ ਕਦੋਂ ਦਿਖਾਏਂਗੀ?"
"ਸ਼ਾਮ ਨੂੰ ਚਾਰ ਵਜੇ।"
"ਉਹਦੇ ਘਰ ਲੈ ਕੇ ਚੱਲ।"
"ਮੈਨੂੰ ਉਹਦੇ ਘਰ ਦਾ ਪਤਾ ਹੀ ਨਹੀਂ।"
"ਹੈ ਲੋਹੜਾ, ਕੁੜੀਏ ਬੁਝਾਰਤਾਂ ਤਾਂ ਨਹੀਂ ਪਾ ਰਹੀ?"
"ਮੰਮਾ ਤੁਹਾਨੂੰ ਪਤੈ ਮੈਂ ਝੂਠ ਨਹੀਂ ਬੋਲਦੀ।"
"ਫਿਰ ਕੀ ਪਤੈ ਚਾਰ ਵਜੇ ਲੜਕਾ ਮਿਲੇਗਾ।"
"ਇਹ ਗੱਲ ਪੱਕੀ ਹੈ।"
"ਫੇਰ ਸ਼ਾਮ ਤੱਕ ਅਸੀਂ ਠਹਿਰੀਏ?"
"ਪਰ ਬਾਪੂ ਜੀ ਤੁਸੀਂ ਤਾਂ ਲੜਕਾ ਦੇਖ ਚੁੱਕੇ ਹੋ।"
"ਹੈਂ ਕਦੋਂ?"
"ਗੱਡੀ ਦੀ ਬਾਰੀ ਵਾਲਾ।"
"ਓਹ ਉਹਦਾ ਤਾਂ ਝਉਲਾ ਹੀ ਵੇਖਿਆ ਸੀ। ਪਰ ਜੇਕਰ ਤੈਨੂੰ ਪਸੰਦ ਹੈ ਤਾਂ ਅਸੀਂ ਦੇਖ ਕੇ ਕੀ ਕਰਨੈ।"
"ਨਹੀਂ ਬਾਈ ਜੀ ਇਹ ਆਖ਼ਰ ਹੈ ਤਾਂ ਨਿਆਣੀ ਨਾ।"
"ਪਰ ਇਸ ਨੇ ਕਰਨੀ ਤਾਂ ਮਰਜ਼ੀ ਹੈ।"
"ਮੈਨੂੰ ਲੜਕਾ ਪਸੰਦ ਨਾ ਆਇਆ ਤਾਂ ਮੈਂ ਹਾਂ ਨਹੀਂ ਕਹਿਣੀ। ਮੇਰੀ ਧੀ ਦੀ ਜ਼ਿੰਦਗੀ ਦਾ ਸਵਾਲ ਹੈ।"
"ਤੁਸੀਂ ਚਾਚਾ ਸ਼ੇਰ ਸਿੰਘ ਨੂੰ ਦੇਖ ਕੇ ਪਸੰਦ ਕੀਤਾ ਸੀ?"
"ਸਾਡੇ ਵੇਲੇ ਤਾਂ ਕਿਸਮਤ ਪੁੜੀ ਖੁਲ੍ਹਦੀ ਸੀ। ਮੁਕਲਾਵੇ ਤੇ ਵੀ ਮੂੰਹ ਨਹੀਂ ਵੇਖਿਆ ਜਾਂਦਾ ਸੀ। ਸਾਡਾ ਸਮਾਂ ਭਾਈ ਹੋਰ ਸੀ। ਉਸੇ ਦੀ ਸਜ਼ਾ ਭੁਗਤ ਰਹੀ ਹਾਂ।"
"ਭਰੋਸਾ ਕਰ ਮਾਂ ਤੇਰੀ ਧੀ ਇਸ ਤਰ੍ਹਾਂ ਦੀ ਸਜ਼ਾ ਨਹੀਂ ਭੁਗਤੇਗੀ।"
ਦੋਵੇਂ ਤੇਜਪਾਲ ਨੂੰ ਤੱਕਣ ਵਾਸਤੇ ਰੁਕ ਗਏ।
ਸਰਦੀ ਉਤਰੀ ਆ ਰਹੀ ਸੀ। ਰੁੱਤ ਦਾ ਦਿਨ ਥੋੜ੍ਹਾ ਸੁੰਗੜ ਗਿਆ ਸੀ। ਪਰਛਾਵੇਂ ਝੱਟ ਹੀ ਢਲ ਗਏ ਸਨ ਜਿਵੇਂ ਗ਼ਰੀਬ ਦੀ ਜਵਾਨੀ ਢਲ ਜਾਂਦੀ ਹੈ।

ਦੁਪਹਿਰ ਗਰਮ ਹੋਣ ਤੋਂ ਪਹਿਲਾਂ ਹੀ ਢਲ ਗਈ ਸੀ। ਸੂਰਜ ਸਿਰ ਤੇ ਚੜ੍ਹ ਭਖਿਆ ਨਹੀਂ ਸੀ, ਸਗੋਂ ਚੋਰਾਂ ਵਾਂਗ ਪਾਸੇ-ਪਾਸੇ ਟੇਢ ਦੇ ਕੇ ਗਰਾਊਂਡ ਦੇ ਉੱਚੇ ਦਰਖਤਾਂ 'ਤੇ ਚਮਕ ਪਿਆ ਸੀ। ਨੂਰੀ ਨੇ ਕਈ ਵਾਰ ਘੜੀ ਤੱਕੀ ਸਮਾਂ ਹੋ ਕੇ ਵੀ ਅੱਗੇ ਲੰਘ ਗਿਆ ਸੀ। ਹੁਣ ਤਾਂ ਪੰਜ ਵੱਜ ਗਏ ਸਨ। ਸੂਰਜ ਦੀ ਲਾਲੀ ਵੀ ਰੰਗ ਵਟਾ ਚਲੀ ਸੀ ਤੇ ਪੰਛੀ ਵੀ ਝੁਰਮੁਟ ਪਾਣ ਲੱਗ ਪਏ ਸਨ।

ਤੇਜਪਾਲ ਨਹੀਂ ਆਇਆ।

ਨੂਰੀ ਥੋੜ੍ਹੀ ਹੈਰਾਨ ਵੀ ਸੀ ਤੇ ਚਿੰਤੁਤ ਵੀ।

"ਫੇਰ ਕਦੇ ਆਈਏ?"

"ਇਸ ਤਰ੍ਹਾਂ ਹੀ ਠੀਕ ਰਹੇਗਾ।"

"ਸਾਨੂੰ ਤਾਰ ਦੇ ਕੇ ਬੁਲਾ ਲਈਂ।"

"ਅਸੀਂ ਰਾਤ ਰਹਿ ਜਾਂਦੇ ਪਰ ਤੇਰੇ ਬਾਪੂ ਜੀ ਤੇ ਭਰੋਸਾ ਨਹੀਂ ਕੀਤਾ ਜਾ ਸਕਦਾ। ਘਰ ਸੁੰਨਾ ਹੈ।"

"ਬਾਪੂ ਨਹੀਂ ਚਾਚਾ ਜੀ।"

"ਤਿੰਨੇ ਹੱਸ ਪਏ। ਮਾਤਾ ਤੇ ਤਾਇਆ ਤੁਰ ਗਏ। ਰਾਤ ਪਈ। ਨੂਰੀ ਕਮਰੇ 'ਚ ਆਈ। ਉਸ ਨੂੰ ਸਮਝ ਨਹੀਂ ਪੈ ਰਹੀ ਸੀ ਆਖ਼ਿਰ ਤੇਜ ਚਲਾ ਕਿੱਥੇ ਗਿਆ ਸੀ। ਜਾਣ ਤੋਂ ਪਹਿਲਾਂ ਉਸ ਨੂੰ ਦੱਸਣਾ ਤਾਂ ਚਾਹੀਦਾ ਸੀ।

"ਤੇਜ ਧੋਖਾ ਦੇ ਸਕਦੈ?" ਨੂਰੀ ਨੇ ਆਪਣੇ ਆਪ ਤੋਂ ਪੁੱਛਿਆ।

"ਮੇਰਾ ਵਿਸ਼ਵਾਸ ਕਦੇ ਝੂਠਾ ਨਹੀਂ ਹੋ ਸਕਦਾ।" ਨੂਰੀ ਨੇ ਆਪਣੇ ਆਪ ਨੂੰ ਜਵਾਬ ਦਿੱਤਾ।

ਨੂਰੀ ਨੇ ਬੱਤੀ ਬੁਝਾ ਦਿੱਤੀ। ਰੂਬੀ ਅੱਜ ਛੇਤੀ ਹੀ ਸੌਂ ਗਈ ਸੀ। ਸ਼ਾਇਦ ਉਸ ਦਾ ਚਿੱਤ ਢਿੱਲਾ ਸੀ। ਇਸ ਕਰਕੇ ਉਸ ਨੇ ਰਾਤ ਦੀ ਪੜ੍ਹਾਈ ਵੀ ਨਹੀਂ ਕੀਤੀ ਸੀ।

ਰਾਤ ਦੇ ਹਨੇਰੇ ਵਿਚ ਨੂਰੀ ਤੇਜਪਾਲ ਨਾਲ ਗੱਲਾਂ ਕਰਨ ਲੱਗ ਪਈ। ਰਾਤ ਦਾ ਹਨੇਰਾ ਨੂਰੀ ਨੂੰ ਚੰਗਾ-ਚੰਗਾ ਲੱਗ ਰਿਹਾ ਸੀ। ਤੇਜਪਾਲ ਉਸ ਦੇ ਕੋਲ ਸੀ। ਅਗਲੀ ਸਵੇਰ ਨੂਰੀ ਤੇ ਰੂਬੀ ਨੇ ਤੇਜਪਾਲ ਦਾ ਪਤਾ ਕਰਨ ਦੀ ਕੋਸ਼ਿਸ਼ ਕੀਤੀ ਪਰ ਕੋਈ ਪਤਾ ਨਾ ਲੱਗਿਆ।

"ਤੂੰ ਉਸ ਦਾ ਪਤਾ ਹੀ ਨਹੀਂ ਪੁੱਛਿਆ?"

"ਕਦੇ ਨਹੀਂ।"

"ਕਦੇ ਨਹੀਂ" ਰੂਬੀ ਨੇ ਉਸ ਦਾ ਮੂੰਹ ਚਿੜਾਇਆ।

"ਬੜਾ ਇਸ਼ਕ ਕਰਦੀ ਹੈਂ। ਪੰਛੀ ਤੇ ਆਸ਼ਿਕ ਦਾ ਕੀ ਪਤਾ ਕਦੋਂ ਉਡਾਰੀ ਮਾਰ ਜਾਵੇ।"

"ਅਸੀਂ ਕਿਸੇ ਨੂੰ ਕੈਦ ਕਰਕੇ ਨਹੀਂ ਰੱਖਣਾ।"

"ਪਰ ਪਤਾ ਤਾਂ ਕੋਲ ਹੋਣਾ ਹੀ ਚਾਹੀਦੈ। ਅਗਲਾ ਬਿਮਾਰ ਹੀ ਹੋ ਜਾਵੇ। ਵੇਲੇ-ਕੁਵੇਲੇ ਪਤਾ ਕਰਨਾ ਪੈ ਜਾਵੇ। ਦਸ ਕਿਹੜੇ ਬੰਦੇ ਤੋਂ ਪਤਾ ਕਰੀਏ?"

"ਆਪਾਂ ਉਹਦੇ ਹੋਸਟਲ ਚੱਲੀਏ।"

"ਉਹ ਹੋਸਟਲ ਰਹਿੰਦੈ?"

"ਸ਼ਾਇਦ।"

"ਸ਼ਾਇਦ।" ਰੂਬੀ ਨੇ ਉਸ ਦਾ ਮੂੰਹ ਚਿੜਾਇਆ।

ਚਾਰ ਵਜੇ ਉਹ ਦੋਵੇਂ ਗਰਾਊਂਡ ਵਿਚ ਦੀ ਅੱਗੇ ਲੜਕਿਆਂ ਦੇ ਹੋਸਟਲ ਵੱਲ ਹੋ ਤੁਰੀਆਂ। ਗਰਾਊਂਡ ਦੇ ਅੱਧ 'ਚ ਮਾਲੀ ਘਾਹ ਠੀਕ ਕਰ ਰਿਹਾ ਸੀ।

"ਬਾਬਾ ਜੀ ਦਸ ਸਕਦੇ ਹੋ ਤੇਜਪਾਲ ਸਿੰਘ ਕਿੱਥੇ ਰਹਿੰਦੈ?"

"ਉਹ ਤੁਹਾਡਾ ਵੀਰ ਲਗਦੈ?" ਮਾਲੀ ਨੇ ਰੰਬਾ ਰੋਕ ਕੇ ਪੁੱਛਿਆ।

"ਨਹੀਂ।"

"ਕੀ ਤੁਸਾਂ ਉਹਦੀਆਂ ਭੈਣਾਂ ਲਗਦੀਓਂ?"

"ਹਾਂ ਮੇਰਾ ਵੀਰ ਲਗਦੈ।" ਰੂਬੀ ਨੇ ਕਿਹਾ।

"ਪਰ ਪੁੱਛ ਤਾਂ ਇਹ ਕੁੜੀ ਰਹੀ ਹੈ।"

"ਮੇਰੇ ਮੂੰਹ 'ਚ ਛਾਲੇ ਹੋਏ ਨੇ।"

"ਹਲਾ ਛਾਲੇ ਕਿਉਂ ਹੋ ਗਏ?"

"ਛਾਲਿਆਂ ਦੀ ਮਰਜ਼ੀ।"

"ਪਹਿਲਾਂ ਵੀ ਕਦੇ ਹੋਏ ਸੀ?"

"ਪਿਛਲੇ ਸਾਲ ਹੋਏ ਸੀ।

"ਕੀ ਦਵਾਈ ਲੈਣ ਨਾਲ ਹਟੇ ਸੀ?"

"ਨਾ ਬੋਲਣ ਨਾਲ।"

"ਹੁਣ ਫਿਰ ਕਿਉਂ ਬੋਲੀ ਜਾਨੀ ਐਂ।"

"ਤੁਸੀਂ ਜਿਉਂ ਮਿਲ ਪਏ।"

"ਮੈਥੋਂ ਕਾਕੀ ਤੁਸੀਂ ਕੀ ਪੁੱਛਿਆ ਸੀ?"

"ਤੇਜਪਾਲ ਸਿੰਘ ਕਿੱਥੇ ਰਹਿੰਦੈ?"

"ਤੁਸੀਂ ਉਡਾਰੂ ਬਾਰੇ ਪੁੱਛ ਰਹੀਉਂ?"

"ਹਾਂ-ਹਾਂ।"

"ਪਰ ਤੁਸੀਂ ਮੂੰਹ ਕਿਧਰੋਂ ਚੱਕੀ ਆਉਣੀਉਂ?"

"ਤੁਹਾਨੂੰ ਬਾਬਾ ਦੀਹਦਾ ਨਹੀਂ।"

"ਤੁਸੀਂ ਹਰਿਆਰ ਢਾਂਡੀ ਵਾਂਗ ਘਾਹ ਮਿਧਦੀਆਂ ਆ ਰਹੀਉਂ।"

"ਸੌਰੀ ਬਾਬਾ ਗਲਤੀ ਹੋ ਗਈ।"

"ਮੈਨੂੰ ਬਾਬਾ ਕਿਉਂ ਕਹਿਣੀਊਂ?"

"ਇਹ ਵੀ ਗਲਤੀ ਹੋ ਗਈ।"

"ਮੈਂ ਤੁਹਾਨੂੰ ਬਾਬਾ ਦੀਹਦਾ ਮਸਾਂ ਪੰਜਾਹ ਨੂੰ ਤਾਂ ਅਪੜਿਆਂ। ਸਾਰਾ ਦਿਨ ਖੁਰਪਾ ਚਲਾਂਦਾ ਤੇ ਸਵੇਰੇ ਸੌ ਡੰਡ ਵੀ ਮਾਰਦਾਂ। ਤੁਸੀਂ ਤਾਂ ਮੇਰੀ ਖੇਹ ਹੀ ਪੱਟ ਤੀ। ਕਾਕੀ ਤੁਸੀਂ ਮੈਨੂੰ ਬਾਬਾ ਨਹੀਂ ਕਹਿਣਾ ਸੀ। ਊਂ ਭਾਵੇਂ ਸਿਰ 'ਚ ਸੌ ਛਿੱਤਰ

ਮਾਰ ਲੈਂਦੀਆਂ। ਪਰ ਮੈਂ ਕਿਹੜਾ ਥੋਨੂੰ ਕੋਈ ਮਛਕਰੀ ਕੀਤੀ ਸੀ। ਐਵੇਂ ਹੀ ਜੁੱਤੀਆਂ ਮਾਰ ਦਿੰਦੀਆਂ-ਦੇਖੋ ਭਲੇ ਦਾ ਪਹਿਰਾ। ਬਾਬਾ ਕਹਿੰਦੀ ਐ ਮੇਰੇ ਸਿਰ ਦੇ ਸਾਰੇ ਵਾਲ ਕਾਲੇ ਨੇ।" ਬਾਬਾ ਇਕੋ ਸਾਹੇ ਬੋਲਦਾ ਜਾ ਰਿਹਾ ਸੀ ਤੇ ਉਹ ਦੂਰ ਚਲੀਆਂ ਗਈਆਂ ਸਨ। ਬਾਬੇ ਨੇ ਇਕ ਅੱਖ ਬੰਦ ਕਰਕੇ ਦੋਹਾਂ ਨੂੰ ਪਿੱਛੋਂ ਤੱਕਿਆ "ਕਿਸੇ ਕਿਸਮਤ ਦੇ ਧਨੀ ਦੇ ਹੱਥ ਦੀ ਰੇਖਾ ਹੋਣਗੀਆਂ। ਸਾਡੀ ਤਕਦੀਰ ਲਿਖਣ ਵੇਲੇ ਰੱਬ ਸੌਂ ਹੀ ਗਿਆ ਜਾਂ ਫਿਰ ਸਿਆਹੀ ਮੁੱਕ ਗਈ। ਅੰਗ ਤਾਂ ਰੱਬ ਨੇ ਸਾਨੂੰ ਵੀ ਪੂਰੇ ਦਿੱਤੇ ਨੇ ਬਸ ਇਕ ਲਕੀਰ ਹੀ ਨਹੀਂ ਖਿੱਚੀ। ਕਿਹੜਾ ਕੋਈ ਜ਼ੋਰ ਚਲਦੇ। ਰੱਬ ਕਿਤੇ ਤੁਰਿਆ ਫਿਰਦਾ ਮਿਲ ਜਾਏ। ਏਥੇ ਕਿਤੇ ਛੈਲ ਕਰਦਾ ਹੀ ਮਿਲ ਜਾਏ, ਏਸੇ ਖੁਰਪੇ ਨਾਲ ਵੱਢ ਧਰਾਂ। ਨਾਲੇ ਫੇਰ ਸਾਡੇ ਖੁਰਪੇ ਤੋਂ ਬਚ ਕੇ ਵਖਾਏ। ਥਾਂ ਤੇ ਹੀ ਢੇਰੀ ਕਰ ਦਿਆਂ। ਵੱਡਾ ਰੱਬ ਬਣਿਆ ਫਿਰਦੈ। ਬੰਦੇ ਬਣੌਂਦਾ ਕਿਸਮਤ ਲਿਖਣੋਂ ਭੁਲ ਜਾਂਦੈ। ਇਉਂ ਤੂੰ ਸਰੀਰ ਦਾ ਪੁਤਲਾ ਹੀ ਨਾ ਘੜਦਾ। ਵੇਖੋ ਯਾਰੋ ਕਿਵੇਂ ਕੋਤਲਾਂ ਵਰਗੀਆਂ ਘੜੀਆਂ ਮੂਰਤਾਂ ਸੀ ਮੂਰਤਾਂ। ਕਿਵੇਂ ਰਕਾਣਾਂ ਬੋਚ-ਬੋਚ ਪੱਬ ਧਰਤੀ 'ਤੇ ਧਰਦੀਆਂ ਸਨ। ਘਾਹ 'ਤੇ ਵੀ ਨਿਸ਼ਾਨ ਨਹੀਂ ਪਿਆ।" ਬਾਬਾ ਉਨ੍ਹਾਂ ਦੇ ਪੱਬਾਂ ਦੇ ਨਿਸ਼ਾਨ ਨਿਰਖਣ ਲੱਗ ਪਿਆ।

ਹੋਸਟਲ ਵਿਚ ਧੂਫ਼ ਦੇ ਧੂੰਏਂ ਵਾਂਗ ਕੁੜੀਆਂ ਦੀ ਖ਼ਬਰ ਸੁਗੰਧੀ ਵਾਂਗ ਫੈਲ ਗਈ।

ਕਮਰਿਆਂ 'ਚੋਂ ਸਾਰੇ ਲੜਕੇ ਖ਼ਾਮੋਸ਼ ਪੋਲੇ-ਪੋਲੇ ਪੈਰ ਧਰਦੇ ਕੁੜੀਆਂ ਦੇ ਮਗਰ-ਮਗਰ ਤੁਰ ਰਹੇ ਸਨ। ਉਹ ਡਰਦੇ ਤੁਰ ਰਹੇ ਸਨ ਕਿਤੇ ਚੀਨੀਆਂ ਕਬੂਤਰੀਆਂ ਪੈਰਾਂ ਦੇ ਖੜਾਕੇ ਨਾਲ ਉਡ ਨਾ ਜਾਣ। ਸਵਰਗ ਦਾ ਨਜ਼ਾਰਾ ਅਲੋਪ ਨਾ ਹੋ ਜਾਏ।

"ਵੀਰ ਜੀ ਤੇਜਪਾਲ ਦਾ ਕਮਰਾ ਕਿਹੜਾ ਹੈ?"

"ਕਮਰਾ ਤਾਂ ਇਹ ਨਾਲ ਲਗਦੈ ਪਰ ਉਹ ਤਾਂ ਗਰਾਂ ਗਿਐ?"

"ਕਦੋਂ ਆਏਗਾ?"

"ਸ਼ਾਇਦ ਕੱਲ੍ਹ ਆ ਜਾਵੇ।"

"ਸਾਡਾ ਸੁਨੇਹਾ ਦੇ ਦਿਉਗੇ?"

"ਸੁਨੇਹਾ ਦੱਸੋ।"

"ਕਹਿਣਾ ਕੋਈ ਮਿਲਣ ਆਇਆ ਸੀ।"

"ਬਸ ਐਨੇ ਨਾਲ ਉਹ ਸਮਝ ਜਾਏਗਾ?"

"ਹਾਂ।"

"ਬਾਕੀ ਮੈਂ ਆਪਣੇ ਕੋਲੋਂ ਦਸ ਦਿਆਂਗਾ।"

"ਹੋਰ ਹੀਰ ਗਾ ਕੇ ਸੁਣਾਨੀ ਹੈ?" ਪਿੱਛੇ ਕਿਸੇ ਲੜਕੇ ਨੇ ਕਿਹਾ।

ਨੂਰੀ ਤੇ ਰੂਬੀ ਪਿੱਛੇ ਝਾਕੀਆਂ ਤਾਂ ਲੜਕਿਆਂ ਦੇ ਇੱਜੜ ਨਾਲ ਸਾਰਾ ਵਰਾਂਡਾ ਭਰ ਗਿਆ। ਕਬੱਡੀ ਖੇਡਣ ਵਾਲਿਆਂ ਵਾਂਗ ਉਹ ਝੁਕ ਕੇ ਅੱਗੇ ਵਧੇ ਆ ਰਹੇ ਸਨ।

ਕੁੜੀਆਂ ਮੁੰਡਿਆਂ ਨੂੰ ਦੇਖ ਕੇ ਘਬਰਾ ਗਈਆਂ ਸਨ। ਉਨ੍ਹਾਂ ਨੂੰ ਸਮਝ ਨਹੀਂ ਆ ਰਹੀ ਸੀ ਕਿ ਮੁੰਡਿਆਂ ਦੀ ਭੀੜ ਚੀਰ ਕੇ ਕਿਵੇਂ ਲੰਘਣ?"

"ਓਏ ਮੰਡੀਰੇ-ਰਸਤਾ ਛੱਡ ਦਿਉ।" ਓਸੇ ਲੜਕੇ ਨੇ ਜ਼ੋਰ ਨਾਲ ਕਿਹਾ।

ਦੋਵੇਂ ਲੜਕੀਆਂ ਪਾਣੀ 'ਚੋਂ ਚੀਰ ਪਾਂਦੀਆਂ ਲੰਘ ਗਈਆਂ। ਸਾਰੇ ਲੜਕਿਆਂ ਨੇ ਸਾਹ ਬੋਚ ਲਏ ਸਨ।

"ਬਾਈ ਤੇਰੇ ਨਾਲ ਗੱਲਬਾਤ ਕੀਤੀ ਸੀ?"

"ਹਾਂ, ਕਿਉਂ?"

"ਯਾਰ ਬਾਈ ਬਣ ਕੇ ਮੂੰਹ ਚੁੰਮ ਲੈਣ ਦੇ।"

"ਮੈਂ ਧਰਤੀ ਜੀਭ ਨਾਲ ਚਟਦਾਂ ਜਿਥੋਂ ਦੀ ਉਹ ਤੁਰਕੇ ਗਈਐਂ।"

"ਸਾਡੇ ਹੋਸਟਲ ਦੇ ਭਾਗ ਕਿਵੇਂ ਜਾਗ ਪਏ?"

"ਬਾਈ ਓਏ ਸਾਡੇ ਹੋਸਟਲ 'ਚ ਤੇਜ ਬਾਈ ਜਿਉਂ ਰਹਿੰਦੈ।"

"ਰੱਬਾ ਸਾਡੀਆਂ ਲੱਤਾਂ 'ਚ ਵੀ ਘੁਕਣ ਵਾਲੇ ਪਈਏ ਜੜ ਦਿੰਦਾ। ਅਸੀਂ ਕਿਹੜਾ ਤੇਰੇ ਢਿੱਡ 'ਚ ਲੱਤ ਮਾਰੀ ਸੀ।"

"ਰੱਬ ਵੀ ਸਾਲਾ ਕਿਸੇ ਕਿਸੇ ਦੇ ਵੱਸ 'ਚ ਆਉਂਦੇ।"

"ਹਾਏ ਕਿਧਰ ਨੂੰ ਤੁਰ ਗਈਆਂ।

"ਉਨ੍ਹਾਂ ਦਾ ਮੁਸ਼ਕ ਸੁੰਘਦੇ ਮਗਰ-ਮਗਰ ਚਲਦੇ ਹਾਂ।"

"ਖ਼ਬਰਦਾਰ।"

"ਸਾਨੂੰ ਤਾਂ ਰੱਬ ਨੀ ਰੋਕ ਸਕਦਾ।" ਲੜਕੇ ਤੁਰ ਪਏ ਨੂਰੀ ਤੇ ਰੂਬੀ ਅਲੋਪ ਹੋ ਚੁਕੀਆਂ ਸਨ।

* * *

ਜਗਤਾਰ ਤੇ ਸਰਦਾਰਨੀ ਘਰ ਪਹੁੰਚੇ ਤਾਂ ਘਰ ਵਿਚ ਭੁਚਾਲ ਆਇਆ ਹੋਇਆ ਸੀ। ਸ਼ੇਰ ਸਿੰਘ ਬੱਬਰ ਸ਼ੇਰ ਬਣ ਬੁਕ ਰਿਹਾ ਸੀ। ਉਸ ਨੇ ਦੁਨਾਲੀ ਬੰਦੂਕ ਦੇ ਕਈ ਸਾਰੇ ਕਾਰਤੂਸ ਫੂਕ ਦਿੱਤੇ ਸਨ। ਘਰ ਦੀਆਂ ਕੰਧਾਂ ਦੀਆਂ ਇੱਟਾਂ ਪੁੱਟ ਛੱਡੀਆਂ ਸਨ। ਕਈ ਪਸ਼ੂ ਵੀ ਜ਼ਖ਼ਮੀ ਕਰ ਦਿੱਤੇ ਸਨ। ਘਰ ਦੇ ਸਾਰੇ ਨੌਕਰ ਡਰ ਕੇ ਕੰਧਾਂ ਨਾਲ ਮੱਖੀਆਂ ਵਾਂਗ ਚਿਪਕੇ ਹੋਏ ਸਨ। ਘਰ ਵੱਡਾ ਸੀ ਤੇ ਦੀਵਾਰਾਂ ਉਚੀਆਂ ਸਨ, ਜਿਸ ਕਰਕੇ ਪਿੰਡ ਨੂੰ ਬਹੁਤੀ ਖ਼ਬਰ ਨਹੀਂ ਹੁੰਦੀ ਸੀ। ਵੈਸੇ ਵੀ ਲੋਕਾਂ ਨੂੰ ਸ਼ੇਰ ਸਿੰਘ ਦੀ ਆਦਤ ਪੈ ਚੁੱਕੀ ਸੀ। ਉਹ ਮਹੀਨੇ ਦੋ ਮਹੀਨੇ ਇਸ ਤਰ੍ਹਾਂ ਦਾ ਖੜਕਾ-ਦੜਕਾ ਕਰਦਾ ਰਹਿੰਦਾ ਸੀ। ਸ਼ੇਰ ਸਿੰਘ ਕਿਹਾ ਕਰਦਾ ਸੀ ਕਿ ਇਤਨਾ ਕੀਤੇ ਬਗੈਰ ਕੰਧਾਂ ਵੀ ਬੇਖ਼ੌਫ਼ ਹੋ ਜਾਂਦੀਆਂ ਸਨ। ਜਾਨਵਰ ਵੀ ਤਰਹਿਣੋ ਹੱਟ ਜਾਂਦੇ ਸਨ। ਉਹ ਬੰਦਾ ਹੀ ਕੀ ਹੋਇਆ ਜਿਸ ਦੇ ਕਦਮਾਂ ਦੀ ਆਵਾਜ਼ ਸੁਣ ਕੁੱਤੇ ਅਲੋਪ ਨਾ ਹੋ ਜਾਣ। ਕੰਧਾਂ ਬੂ-ਬੂ ਨਾ ਕਰਨ।

ਉਨ੍ਹਾਂ ਦੀ ਜੀਪ ਵਿਹੜੇ 'ਚ ਪਹੁੰਚੀ।

"ਇਹ ਤੁਸੀਂ ਜਿਹੜਾ ਤਾਨਾ ਤਣਦੇ ਫਿਰਦੇ ਹੋ ਮੈਨੂੰ ਸਭ ਪਤੈ। ਮੇਰੀ ਮਰਜ਼ੀ ਬਗੈਰ ਪੱਤਾ ਵੀ ਨਹੀਂ ਹਿੱਲ ਸਕਦਾ। ਜਦ ਤੱਕ ਸ਼ੇਰ ਸਿਉਂ ਜਿਉਂਦੈ ਤੇ ਇਹ ਬੰਦੂਕ ਹੱਥੀਂ ਹੈ। ਤਦ ਪੱਤਾ ਮੈਥੋਂ ਪੁੱਛ ਕੇ ਹੀ ਹਿੱਲੇਗਾ। ਮੈਂ ਕਹਾਂ ਤਾ ਪੂਰੇ ਦੀ ਹਵਾ ਪੱਛੋਂ ਦੀ ਬਣ ਵਗਣ ਲੱਗ ਪਏ।"

"ਜਦ ਤੈਨੂੰ ਇਹ ਪਤੈ ਤਾਂ ਝਗੜਾ ਕਾਹਦੈ?"

"ਨੂਰੀ ਮੇਰੀ ਧੀ ਹੈ।"

"ਕੌਣ ਕਹਿੰਦੈ ਉਹ ਤੇਰੀ ਧੀ ਨਹੀਂ।"

"ਤੁਸੀਂ ਦੋਵੇਂ-ਤੇ ਤੁਸੀਂ ਦੋਵੇਂ ਕੰਨ ਖੋਹਲ ਕੇ ਸੁਣ ਲਵੋ, ਮੈਂ ਨੂਰੀ ਦਾ ਰਿਸ਼ਤਾ ਚੜ੍ਹਤ ਸਿੰਘ ਦੇ ਕਾਕੇ ਜਬਰਜੰਗ ਸਿੰਘ ਨਾਲ ਪੱਕਾ ਕਰ ਚੁੱਕਿਆਂ। ਮਰਦ ਦੀ ਮੁੱਛ ਤੇ ਜ਼ੁਬਾਨ ਕਦੇ ਬਦਲ ਨਹੀਂ ਸਕਦੀ।"

"ਮਰ ਗਏ ਮੇਰੀ ਕਰਮਾਂ ਵਾਲੀ ਦਾ ਰਿਸ਼ਤਾ ਮੇਰੀ ਮਰਜ਼ੀ ਬਗੈਰ ਪੱਕਾ ਕਰਨ ਵਾਲੇ। ਉਹ ਮੇਰੀ ਧੀ ਹੈ ਮੇਰੀ।" ਨਾ ਚਾਹੁੰਦੀ ਵੀ ਸਰਦਾਰਨੀ ਬੋਲ ਪਈ।

"ਭੈਣ ਜੀ ਚੁਪ ਰਹੋ। ਇਹ ਤਾਂ ਸ਼ਰਾਬੀ ਹੈ ਤੁਸੀਂ ਤਾਂ ਸੋਫੀ ਹੋ ਚੁੱਪ ਰਹੋ।"

"ਬਾਈ ਮੈਂ ਬਿਲਕੁਲ ਸ਼ਰਾਬੀ ਨਹੀਂ। ਮੇਰੀ ਗੱਲ ਕੰਨ ਖੋਹਲ ਕੇ ਸੁਣ ਲਉ, ਮੈਂ ਰਿਸ਼ਤਾ ਪੱਕਾ ਕਰ ਚੁਕਿਆਂ।"

"ਰਿਸ਼ਤੇ ਦੀਆਂ ਗੱਲਾਂ ਸਵੇਰੇ ਕਰਾਂਗੇ। ਹੁਣ ਤੂੰ ਰੋਟੀ ਖਾ ਕੇ ਸਉ।"

"ਪਹਿਲਾਂ ਕਹਿ ਜੋ ਮੈਂ ਕਹਾਂਗਾ ਉਹੀ ਹੋਵੇਗਾ।"

"ਪਹਿਲਾਂ ਵੀ ਤਾਂ ਓਹੀ ਹੁੰਦੈ।"

"ਨੂਰੀ ਦਾ ਰਿਸ਼ਤਾ ਜਬਰਜੰਗ ਸਿੰਘ ਨਾਲ ਪੱਕਾ।"

"ਰਿਸ਼ਤੇ ਦੀ ਗੱਲ ਇਸ ਸਮੇਂ ਨਹੀਂ ਕਰੀਦੀ। ਅੰਮ੍ਰਿਤ ਵੇਲੇ ਕਰੀਦੀ ਹੈ। ਇਹ ਤਾਂ ਭੂਤਾਂ ਦਾ ਵੇਲਾ ਹੈ।"

"ਭੂਤਾਂ ਦਾ ਵੇਲਾ? ਮੇਰੇ ਸਾਹਮਣੇ ਕਰੋ ਭੂਤ ਜੇ ਗੋਲੀ ਮਾਰ ਕੇ ਫਾਕੜਾਂ ਨਾ ਕਰ ਦਿਆਂ।"

"ਲੈ ਰੋਟੀ ਖਾ।"

"ਪਹਿਲਾਂ ਪੈੱਗ ਦੇ।"

"ਹੋਰ ਨਹੀਂ ਪੀਣੀ। ਪਹਿਲਾਂ ਹੀ ਬਹੁਤ ਪੀ ਚੁੱਕਿਐਂ।"

"ਲੈ ਤੂੰ ਕਹਿਣੈ ਤਾਂ ਹੋਰ ਨਹੀਂ ਪੀਂਦੇ। ਰੋਟੀ ਖਾ ਕੇ ਸੌਂ ਜਾਂਦੇ ਹਾਂ। ਪਰ ਨੂਰੀ ਦਾ ਰਿਸ਼ਤਾ ਮੈਂ ਪੱਕਾ ਕਰ ਆਇਆਂ। ਉਸ ਨੂੰ ਤਾਂ ਹੁਣ ਬਰਹਮਾ ਵੀ ਨਹੀਂ ਬਦਲ ਸਕਦਾ।" ਅੱਧੀ ਰੋਟੀ ਖਾ ਕੇ ਸ਼ੇਰ ਸਿੰਘ ਘਰਾੜੇ ਮਾਰਨ ਲੱਗ ਪਿਆ।

ਰਾਤ ਟਿਕ ਗਈ ਸੀ ਪਰ ਜਗਤਾਰ ਸਿੰਘ ਤੇ ਸਰਦਾਰਨੀ ਨਹੀਂ ਟਿਕੇ ਸਨ। ਉਨ੍ਹਾਂ ਸਲੋਤਰੀ ਬੁਲਾ ਕੇ ਫੱਟੜ ਪਸ਼ੂਆਂ ਦੇ ਪੱਟੀ ਕਰਾਈ।

"ਭੈਣ ਜੀ ਪਤਾ ਨਹੀਂ ਸਾਡੇ ਘਰ 'ਤੇ ਕੀ ਭਾਣਾ ਵਰਤਣ ਚਲੈ। ਆਪਾਂ ਨੂਰੀ ਨੂੰ ਛੁਪਾ ਦੇਈਏ। ਬਦਨਾਮੀ ਤਾਂ ਜ਼ਰੂਰ ਹੋਵੇਗੀ। ਰੌਲਾ ਪਾ ਦੇਈਏ ਨੂਰੀ

ਕਿਸੇ ਨਾਲ ਦੌੜ ਗਈ। ਕਹਾਂਗੇ ਉਹ ਸ਼ੇਰ ਸਿੰਘ ਤੋਂ ਡਰਦੀ ਦੌੜ ਗਈ। ਨਹੀਂ ਤਾਂ ਇਸ ਪਰੇਤ ਨੇ ਪਿੱਛਾ ਨਹੀਂ ਛੱਡਣਾ ਤੇ ਮੇਰੀ ਧੀ ਭਾਊਆਂ ਦੇ ਜੰਗਲੀ ਖਾਨਦਾਨ 'ਚ ਨਹੀਂ ਜਾਣੀ ਚਾਹੀਦੀ। ਧੀ ਮੇਰੀ ਕਿਸੇ ਸ਼ਾਹੀ ਘਰਾਣੇ ਦੇ ਕਾਬਿਲ ਹੈ।"

"ਪਰ ਉਸ ਲੜਕੇ ਦਾ ਵੀ ਤਾਂ ਕੁਛ ਪਤਾ ਨਹੀਂ?"

"ਲੜਕਾ ਤਾਂ ਮਿਲ ਜਾਏਗਾ ਤੇ ਹੈ ਵੀ ਬੜਾ ਹੋਣਹਾਰ। ਜਦੋਂ ਮਿਲੇ ਉਸ ਨਾਲ ਸ਼ਹਿਰ ਗੁਰਦੁਆਰੇ 'ਚ ਜਾ ਕੇ ਲਾਵਾਂ ਪੜ੍ਹਾ ਦੇਈਏ। ਲੜਕਾ ਘਰੋਂ ਗਰੀਬ ਹੋਇਆ ਤਾਂ ਹੋਰ ਵੀ ਚੰਗੀ ਗੱਲ ਹੈ। ਆਪਾਂ ਐਨੀ ਜਾਇਦਾਦ ਫੂਕਣੀ ਹੈ। ਅੱਧੀ ਨੂਰੀ ਦੇ ਨਾਂ ਕਰ ਦੇਵਾਂਗੇ।"

"ਮੈਂ ਤਾਂ ਵੀਰ ਜੀ ਤਿਆਰ ਹਾਂ।"

"ਏਸੇ 'ਚ ਹੀ ਭਲਾਈ ਹੈ।"

"ਮੈਂ ਤਾਂ ਕਹਿਣੀ ਹਾਂ ਤੁਸੀਂ ਕੱਲ੍ਹ ਹੀ ਜਾ ਕੇ ਸ਼ਾਦੀ ਕਰ ਆਓ। ਦੋਵੇਂ ਘਰੋਂ ਜਾਵਾਂਗੇ ਤਾਂ ਇਸ ਖਰੂਦੀ ਨੂੰ ਸ਼ੱਕ ਪਏਗਾ।"

"ਮੈਂ ਸਵੇਰੇ ਕਹਾਂਗਾ ਮੈਂ ਅੰਮ੍ਰਿਤਸਰ ਇਸ਼ਨਾਨ ਕਰਨ ਚੱਲਿਆਂ।"

"ਇਹ ਬਿਲਕੁਲ ਠੀਕ ਹੈ।"

"ਘਰ 'ਚ ਨਕਦੀ ਕਿੰਨੀ ਕੁ ਪਈ ਹੈ?"

"ਪੰਜਾਹ ਕੁ ਹਜ਼ਾਰ ਹੈ। ਇਸ ਦਾ ਨੂਰੀ ਦੇ ਬਾਪੂ ਨੂੰ ਪਤੈ?"

"ਗਹਿਣੇ ਵੀ ਹੈ?"

"ਸੌ ਤੋਲੇ ਦਾ ਪੂਰਾ ਸੈਟ ਹੈ। ਮੈਂ ਨੂਰੀ ਲਈ ਬਣਾ ਕੇ ਰੱਖਿਆ ਸੀ। ਕੱਪੜਾ ਵੀ ਬਹੁਤ ਬਣਾ ਰੱਖਿਆ ਹੈ।"

"ਕੱਪੜੇ ਦਾ ਤਾਂ ਸ਼ੇਰ ਸਿਉਂ ਨੂੰ ਪਤਾ ਲੱਗ ਜਾਏਗਾ। ਗਹਿਣੇ ਤੇ ਨਕਦੀ ਲੈ ਜਾਵਾਂਗਾ।"

"ਬਾਕੀ ਨਕਦੀ ਸ਼ਹਿਰੋਂ ਆਹੜਤੀਆਂ ਪਾਸੋਂ ਲੈ ਲੈਣੀ।"

"ਇਸ ਗੱਲ ਦਾ ਵੀ ਸ਼ੇਰ ਸਿੰਘ ਨੂੰ ਪਤਾ ਲੱਗ ਜਾਏਗਾ। ਆਹੜਤੀਏ ਬਦਮਾਸ਼ ਹੁੰਦੇ ਨੇ। ਉਹ ਨਹੀਂ ਚਾਹੁੰਦੇ, ਉਨ੍ਹਾਂ ਦੇ ਗੱਲੇ 'ਚੋਂ ਨਕਦੀ ਘਟੇ। ਉਹ ਤੁਰੰਤ ਸੂਹ ਬਾਹਰ ਕੱਢ ਦੇਣਗੇ। ਚਲੋ ਹੋਰ ਨਕਦੀ ਮਗਰੋਂ ਗੱਲ ਠੰਡੀ ਪੈਣ ਤੇ ਦੇ ਦੇਵਾਂਗੇ।"

ਉਹ ਪਹਿਰ ਦੇ ਤੜਕੇ ਤਕ ਸਲਾਹਾਂ ਕਰਦੇ ਰਹੇ।

* * *

"ਕਿਧਰ ਦੀ ਤਿਆਰੀ ਹੈ? ਅਧਸੁੱਤੇ ਸ਼ੇਰ ਸਿੰਘ ਨੇ ਪੁੱਛਿਆ।

"ਅੰਮ੍ਰਿਤਸਰ ਦੇ ਇਸ਼ਨਾਨ ਕਰਨ ਚੱਲਿਆਂ।"

"ਕਿਉਂ ਕੋਈ ਫਾਂਸੀ ਤੋਂ ਬਰੀ ਹੋਇਐ?"

"ਸੁਖ ਮੰਗ ਸ਼ੇਰ ਸਿਆਂ।"

"ਕੀ ਕੋਈ ਕਤਲ ਕਰਨ ਦੀ ਤਿਆਰੀ ਹੈ?"

"ਸਵੇਰੇ-ਸਵੇਰੇ ਰੱਬ ਦਾ ਨਾਂ ਲੈ ਸਾਈਂ ਲੋਕਾ।"

"ਕਿਉਂ ਰੱਬ ਅਸਲਾ ਦਿੰਦੈ ਕਿ ਘਰੇ ਦਾਣੇ ਭੇਜਦੈ। ਐਵੇਂ ਕੱਛਾਂ ਵਾਲਿਆਂ ਦੇ ਪਾਖੰਡ 'ਚ ਫਸੀ ਫਿਰਦੀ ਹੈ ਦੁਨੀਆ।"

"ਮੈਂ ਰਾਤ ਨੂੰ ਨਾ ਮੁੜਿਆ ਤਾਂ ਕੱਲ੍ਹ ਸ਼ਾਮ ਤੱਕ ਆਵਾਂਗਾ।"

"ਪੁੱਠੇ ਰਾਹ ਪੈ ਗਿਐਂ ਜਦੋਂ ਮਰਜ਼ੀ ਐ ਮੁੜੀ। ਤੇਰੇ ਬਕਸੇ ਤੋਂ ਲਗਦੈ ਚਾਰ ਦਿਨ ਲਾ ਕੇ ਹੀ ਮੁੜੇਂਗਾ।"

"ਮੈਂ ਜੀਪ ਟੇਸਣ ਤੋਂ ਮੋੜ ਦਿਆਂਗਾ।"

"ਤੂੰ ਧੁਰ ਕਿਉਂ ਨਹੀਂ ਲੈ ਕੇ ਜਾਂਦਾ। ਘਰੇ ਖੜ੍ਹੀ ਨੂੰ ਕੀ ਇਸ ਨੂੰ ਚੋਣੈ ?"

"ਨਹੀਂ ਮੈਂ ਫਿਰੋਜ਼ਪੁਰੋਂ ਬੱਸਾਂ 'ਤੇ ਜਾਵਾਂਗਾ।"

ਹੋਰ ਬਹੁਤਾ ਸੁਣਿਆ ਜਗਤਾਰ ਸਿੰਘ ਨੇ ਜੀਪ ਤੁਰਾ ਲਈ।

ਸੂਰਜ ਨੇ ਝਾਤ ਕਹਿ ਦਿੱਤੀ ਸੀ। ਰਾਤ ਦਾ ਰੇਤਾ ਤਰੇਲ ਨੇ ਦੱਬ ਦਿੱਤਾ ਸੀ। ਬਾਜਰੇ ਦੇ ਖੇਤਾਂ 'ਚ ਕਾਲਾ ਤਿੱਤਰ ਬੋਲ ਰਿਹਾ ਸੀ। ਤੇਜ ਵੱਗਦੀ ਹਵਾ 'ਚ ਠੰਢ ਸੀ।

ਜਗਤਾਰ ਜਿਵੇਂ ਤੁਰੰਤ ਹੀ ਕਾਲਜ ਪਹੁੰਚ ਗਿਆ।

ਅਜੇ ਤੱਕ ਕਲਾਸਾਂ ਲੱਗੀਆਂ ਨਹੀਂ ਸਨ।

ਸੁਨੇਹੇ ਦੇ ਨਾਲ ਹੀ ਨੂਰੀ ਕਮਰੇ 'ਚ ਬਾਹਰ ਆ ਗਈ। ਉਸਦਾ ਚਿਹਰਾ ਖਿਲਿਆ ਹੋਇਆ ਸੀ। ਸੱਜਰੀ ਸਵੇਰ ਵਰਗਾ ਸੱਜਰਾ-ਸੱਜਰਾ।

"ਉਹ ਤਾਂ ਅਜੇ ਮੁੜੇ ਨਹੀਂ ਕਿਤੋਂ ਬਾਪੂ ਜੀ।"

"ਹਾਏ ਲੋਹੜਾ।"

"ਐਨੀ ਕੀ ਕਾਹਲ ਹੈ ਬਾਪੂ ਜੀ ?"

ਜਗਤਾਰ ਸਿੰਘ ਨੇ ਕਾਹਲ ਦੀ ਵਾਰਤਾ ਦੱਸੀ। ਨੂਰੀ ਸੋਚ ਵਿਚ ਡੁੱਬ ਗਈ। ਉਸ ਨੂੰ ਆਪਣੇ ਸੁਭਾਅ ਤੇ ਗੁੱਸਾ ਵੀ ਆਇਆ ਤੇ ਪਛਤਾਵਾ ਵੀ ਕਿ ਉਸ ਨੇ ਤੇਜਪਾਲ ਦਾ ਅਤਾ-ਪਤਾ ਕਿਉਂ ਨਹੀਂ ਪੁੱਛਿਆ ਸੀ।

"ਮੈਂ ਗੁਰੂ ਘਰ ਦੇ ਇਸ਼ਨਾਨ ਕਰਨ ਦਾ ਝੂਠ ਬੋਲ ਕੇ ਤੁਰਿਆਂ। ਸੋਚਦਾ ਸਾਂ ਪਾਪ ਕਰ ਚੱਲਿਆ ਸੀ। ਮੈਂ ਹੁਣ ਇਸ਼ਨਾਨ ਕਰਕੇ ਰਾਤ ਨਹੀਂ ਤਾਂ ਕਲ੍ਹ ਦੁਪਹਿਰ ਤਕ ਮੁੜ ਆਵਾਂਗਾ। ਰੂਹ ਸੁੱਚੀ ਕਰਨ ਮਗਰੋਂ ਧੀ ਦਾ ਪੁੰਨ ਕਰਾਂਗਾ। ਇਹ ਸਾਮਾਨ ਸੰਭਾਲ।"

"ਇਹ ਕੀ ਹੈ ਬਾਪੂ ਜੀ ?"

ਜਗਤਾਰ ਸਿੰਘ ਨੇ ਸਾਮਾਨ ਬਾਰੇ ਦੱਸਿਆ ਤੇ ਤੁਰ ਆਇਆ।

ਨੂਰੀ ਸਾਮਾਨ ਗੋਦ 'ਚ ਘੁਟਕੇ ਬਹਿ ਗਈ। ਵਿਧਾਤਾ ਲੇਖ ਕਿਸ ਤਰ੍ਹਾਂ ਟੇਡੇ-ਮੇਡੇ ਲਿਖਦੈ। ਕੁੰਡਲੀ 'ਚ ਸੱਪ ਵੀ ਸੀ ਤੇ ਸੱਪ ਦਾ ਜ਼ਹਿਰ ਕੱਢਣ ਵਾਲਾ ਬਾਪੂ ਜਗਤਾਰ ਸਿੰਘ। ਸਿੱਧੇ ਲੇਖ ਲਿਖੇ ਹੁੰਦੇ ਨੂਰੀ ਦਾ ਵਿਆਹ ਕਿਸ ਧੂਮ-ਧਾਮ ਨਾਲ ਹੋਣਾ ਸੀ। ਇਕ ਸੁਨਹਿਰੀ ਯਾਦਗਾਰ ਬਣ ਜਾਣੀ ਸੀ ਜਿਹੜਾ ਹੁਣ 'ਚੋਰੀ' ਬਣ ਗਿਆ ਸੀ।

ਨੂਰੀ ਦੀਆਂ ਅੱਖਾਂ 'ਚੋਂ ਹੰਝੂ ਕਿਰ ਆਏ।

ਨੂਰੀ ਤੇ ਰੂਬੀ ਕਾਲਜ ਹੋ ਆਈਆਂ। ਹੋਸਟਲ ਵੀ ਦੁਬਾਰਾ ਹੋ ਆਈਆਂ ਤੇਜਪਾਲ ਦੀ ਕੋਈ ਉਘ-ਸੁਘ ਨਹੀਂ ਸੀ। ਖੇਡਾਂ ਦੇ ਇੰਚਾਰਜ ਨੇ ਦੱਸਿਆ ਕਿ ਤੇਜਪਾਲ ਹਫ਼ਤੇ ਦੀ ਛੁੱਟੀ ਮੰਗ ਕੇ ਗਿਆ ਸੀ ਪਰ ਗਿਆ ਕਿਹੜੇ ਦੇਸ਼ ਸੀ ਇਸ ਦੀ ਕਿਸੇ ਨੂੰ ਵੀ ਖ਼ਬਰ ਨਹੀਂ ਸੀ। ਤੇਜਪਾਲ ਇਕੱਲਾ ਹੀ ਸੀ। ਉਸ ਦਾ ਗੂਹੜਾ ਜੋੜੀਦਾਰ ਨਹੀਂ ਸੀ। ਉਹ ਕਿਹਾ ਕਰਦਾ ਸੀ ਯਰਾਨੇ ਉਸ ਦਾ ਵਕਤ ਖ਼ਰਾਬ ਕਰਦੇ ਸਨ।

ਨੂਰੀ ਦੁਬਿਧਾ ਵਿਚ ਸੀ। ਕੋਈ ਕਿਨਾਰਾ ਨਜ਼ਰ ਨਹੀਂ ਆਂਦਾ ਸੀ। ਉਸ ਦਾ ਆਪਣਾ ਵਿਸ਼ਵਾਸ ਧੋਖਾ ਦਿੰਦਾ ਲਗਦਾ ਸੀ। ਇਕ ਦੋ ਵਾਰ ਉਹ ਪਛਤਾ ਵੀ ਚੁੱਕੀ ਸੀ ਕਿ ਉਡਦੇ ਪੰਛੀ ਨਾਲ ਪਿਆਰ ਕਿਉਂ ਪਾ ਬੈਠੀ ਸੀ। ਉਡਦੇ ਪੰਛੀ ਮੋੜਾ ਪਾਣ ਨਾ ਪਾਣ। ਨੂਰੀ ਦਾ ਦਿਲ ਡੁੱਬ ਗਿਆ। ਅੱਖਾਂ ਡਲਕ ਪਈਆਂ।

ਬਾਪੂ ਜਗਤਾਰ ਸਿੰਘ ਜੋ ਕਹਾਣੀ ਦੱਸ ਗਿਆ ਸੀ ਉਸ ਦਾ ਅੰਤ ਭਿਆਨਕ ਸੀ। ਉਹ ਅੰਤ ਬਹੁਤ ਨੇੜੇ ਸੀ। ਸਮਾਂ ਥੋੜ੍ਹਾ ਵੀ ਨਹੀਂ ਸੀ। ਨੂਰੀ ਦੇ ਕਲੇਜੇ ਹੌਲ ਪੈ ਗਿਆ। ਸੁਰਤੀ ਗੋਤਾ ਖਾ ਗਈ। ਨਾ ਚਾਹੁੰਦੀ ਵੀ ਉਹ ਗਰਾਊਂਡ ਪਾਸ ਆ ਕੇ ਬਹਿ ਗਈ ਸੀ। ਸ਼ਾਇਦ ਝੂਠ-ਸੱਚ ਹੀ ਹੋ ਜਾਵੇ। ਪਰ ਗਰਾਊਂਡ ਛੜੇ ਦੇ ਜੀਵਨ ਵਾਂਗ ਸੁੰਨਮਸੁੰਨ ਸੀ। ਰੋਹੀ ਬੀਆਬਾਨ ਵਾਂਗ ਸੁੰਨੀ ਖਾਲੀ ਘਰ ਵਾਂਗ ਬਾਂ-ਬਾਂ ਕਰਦੀ ਸੀ। ਨੂਰੀ ਅੱਖਾਂ ਭਰ ਭਰ ਰੋਂਦੀ ਰਹੀ। ਅੱਖਾਂ ਪੂੰਝ-ਪੂੰਝ ਸੁੰਨੀ ਗਰਾਊਂਡ ਵਲ ਤਕਦੀ ਰਹੀ।

"ਕਿਤੇ ਪਿੰਡ ਨਾ ਗਿਆ ਹੋਵੇ?" ਰੂਬੀ ਨੇ ਅਚਾਨਕ ਕਿਹਾ ਜਿਵੇਂ ਉਸ ਦੇ ਮਨ 'ਚ ਆਸ ਜਗੀ ਸੀ।

"ਹਾਂ" ਨੂਰੀ ਚਹਿਕੀ। ਪਰ ਕਿਹੜੇ ਪਿੰਡ?" ਨੂਰੀ ਦੀ ਆਸ ਬੇਆਸ ਹੋ ਕੇ ਬੁਝ ਗਈ ਜਿਵੇਂ ਦੀਵੇ ਨੂੰ ਫੂਕ ਵੱਜ ਗਈ।"

"ਉਸ ਦੇ ਪਿੰਡ ਦਾ ਨਾਂ ਤਾਂ ਕਾਲਜ ਵਿਚੋਂ ਮਿਲ ਸਕਦੈ।"

"ਹਾਂ ਪਰ ਹੁਣ ਤਾਂ ਦਫ਼ਤਰ ਬੰਦ ਹੋ ਗਿਆ।"

"ਹੋਸਟਲ ਤਾਂ ਖੁੱਲ੍ਹਾ ਹੈ।"

"ਇਸ ਵਕਤ ਹੋਸਟਲ 'ਚ ਜਾਣਾ ਠੀਕ ਹੈ?"

"ਅੱਗ ਲੱਗੀ ਤੋਂ ਮਸ਼ਕਾਂ ਦਾ ਭਾਅ ਨਹੀਂ ਪੁਛਦੇ।"

"ਸੀਨੇ ਖਿਚ ਜਿਨ੍ਹਾਂ ਨੇ ਖਾਧੀ ਉਹ ਕਰ ਅਰਾਮ ਨਹੀਂ ਬਹਿੰਦੇ" ਨੂਰੀ ਛਾਲ ਮਾਰ ਕੇ ਉਠੀ।

ਸਾਹਮਣੇ ਗਰਾਊਂਡ ਹਨੇਰੇ ਨਾਲ ਭਰ ਗਿਆ ਸੀ ਤੇ ਹੋਸਟਲ ਦੀਆਂ ਬੱਤੀਆਂ ਜਗ ਪਈਆਂ ਸਨ। ਨੂਰੀ ਤੇ ਰੂਬੀ ਮਰਦਾਂ ਵਾਂਗ ਸੀਨਾ ਤਾਣ ਕੇ ਹੋਸਟਲ ਵਿਚ ਵੜ ਗਈਆਂ ਜਿਵੇਂ ਉਹ ਬਘਿਆੜਾਂ ਦੇ ਝੁੱਲ 'ਚ ਵੜੀਆਂ ਹੋਣ।

ਪਹਿਲਾਂ ਵਾਂਗ ਹੀ ਕੋਈ ਲੜਕਾ ਘਿਉ ਦੀ ਕਟੋਰੀ ਭਰ ਕੇ ਰਸੋਈ ਘਰ ਵਲ ਜਾਣ ਦੀ ਤਿਆਰੀ 'ਚ ਮਿਲ ਗਿਆ।

"ਵੀਰ ਜੀ ਤੇਜਪਾਲ ਦੇ ਪਿੰਡ ਦਾ ਨਾਂ ਦੱਸ ਸਕਦੇ ਹੋ?" ਕੀ ਕਹਿ ਦਿੱਤਾ। ਇਹਦੇ ਨਾਲੋਂ ਤਾਂ ਗਾਹਲ ਹੀ ਕੱਢ ਲੈਂਦੀਆਂ। ਚਾਰ ਛਿੱਤਰ ਹੀ ਸਿਰ 'ਚ ਧਰ ਲੈਂਦੀਆਂ। ਵਾਹ ਨੀ ਕਿਸਮਤੇ ਤੇਰੀਆਂ ਕੁੱਜੇ 'ਚ ਲੱਤਾਂ। ਉਹ ਸੋਚ ਰਿਹਾ ਸੀ ਤੇ ਇਕ ਟਿਕ ਕੁੜੀਆਂ ਵਲ ਦੇਖ ਰਿਹਾ ਸੀ।

"ਚੁਪ ਹੋ ਗਏ ਤੁਸੀਂ।" ਨੂਰੀ ਨੇ ਪੁੱਛਿਆ।

"ਉਹਦਾ ਪਿੰਡ ਬੁਰਜ ਸਰਦਾਰਾਂ ਦੇ ਚੱਕਾਂ ਦੇ ਅੱਗੇ ਸਟੇਸ਼ਨ ਖਿਪਾਂਵਾਲੀ ਲਗਦੈ ਪਰ ਸਟੇਸ਼ਨੋਂ ਦੂਰ ਕਾਫ਼ੀ ਹੈ। ਸਰਦਾਰਾਂ ਦੇ ਚੱਕਾਂ ਵਿਚ ਦੀ ਵੀ ਜਾ ਸਕਦੇ ਹੋ ਤੇ ਸਿੱਧਾ ਰਾਹ ਵੀ ਹੈ ਪਰ ਸਿੱਧਾ ਰਾਹ ਖ਼ਰਾਬ ਹੈ। ਜੀਪ ਜਾਂ ਕਾਰ ਨਹੀਂ ਜਾ ਸਕਦੀ।"

ਚੱਕਾਂ ਦੀ ਤਾਂ ਨੂਰੀ ਖ਼ੁਦ ਸੀ ਪਰ ਉਸ ਨੂੰ ਆਸੇ ਪਾਸੇ ਦੇ ਪਿੰਡਾਂ ਦੀ ਜਾਣਕਾਰੀ ਨਹੀਂ ਸੀ। ਜਾਂ ਕਹੋ ਨੂਰੀ ਖੂਹ ਦਾ ਡੱਡੂ ਸੀ, ਹੋਸਟਲ ਤੋਂ ਘਰ ਤੇ ਬੱਸ। ਵੱਧ ਤੋਂ ਵੱਧ ਖਿਪਾਂਵਾਲੀ ਸਟੇਸ਼ਨ ਦਾ ਪਤਾ ਸੀ।

"ਉਸ ਦੇ ਆਣ ਦੀ ਤਾਂ ਖ਼ਬਰ ਨਹੀਂ ਨਾ?"

"ਨਹੀਂ, ਪਰ ਪਰਸੋਂ ਆਣਾ ਚਾਹੀਦੈ।"

"ਤੁਹਾਨੂੰ ਕਿਵੇਂ ਪਤੈ?"

"ਪਤਾ ਤਾਂ ਨਹੀਂ ਲੱਖਣ ਲੌਣਾ।"

"ਤੁਸੀਂ ਪਰਸੋ ਪਤਾ ਕਰ ਲੈਣਾ। ਜਾਂ ਕਹੋ ਮੈਂ ਦਸ ਆਵਾਂਗਾ। ਤੁਹਾਡਾ ਪਤਾ ਕੀ ਹੈ?"

"ਸਾਡਾ ਪਤਾ-ਸਾਡਾ ਪਤਾ। ਅੱਛਾ ਅਸੀਂ ਖ਼ੁਦ ਆ ਕੇ ਪਤਾ ਕਰ ਜਾਵਾਂਗੀਆਂ।"

"ਅਸੀਂ ਤੇਰੇ ਜੇਠ ਤਾਂ ਨਹੀਂ। ਸਾਨੂੰ ਪਤਾ ਦੱਸਦਿਆਂ ਕੀ ਤੰਦੂਆ ਪੈ ਗਿਆ ਕਿ ਜੀਭ ਠਾਕੀ ਗਈ। ਪਤਾ ਦੱਸਜੇਂਗੀ ਵੇਲੇ ਕੁਵੇਲੇ ਘਰ ਅੱਗੋਂ ਲੰਘ ਕੇ ਹੀ ਰਾਂਝਾ ਰਾਜੀ ਕਰ ਲਿਆ ਕਰਾਂਗੇ।" ਲੜਕਾ ਸੋਚ ਰਿਹਾ ਸੀ।

"ਤੁਹਾਡਾ ਨਾਂ ਕੀ ਹੈ ਵੀਰ ਜੀ?"

"ਵੀਰਾਂ ਦੇ ਨਾਂ ਨਹੀਂ ਹੁੰਦੇ।" ਉਹ ਸੜ ਬਲ ਗਿਆ ਸੀ।

"ਵੈਸੇ ਗੁਰਦੀਪ ਕਹਿੰਦੇ ਨੇ ਮੈਨੂੰ।"

"ਕੁੜੀਆਂ ਹੱਸ ਪਈਆਂ, ਲੜਕਾ ਵੀ ਹੱਸ ਪਿਆ। ਤੇ ਮੁੰਡਿਆਂ ਨਾਲ ਭਰਿਆ ਵਰਾਂਡਾ ਵੀ ਹੱਸ ਪਿਆ।

"ਪਾਸੇ ਹੋਜੋ ਕਤੀੜੋ, ਮੇਰੇ ਗੈਸਟ ਆਏ ਹੈ। ਕਿਵੇਂ ਮੱਖੀਆਂ ਵਾਂਗ ਭੀੜ ਕਰ ਰੱਖੀ ਹੈ।"

ਹੱਸ ਕੇ ਕੁੜੀਆਂ ਤੁਰ ਗਈਆਂ।

"ਭਲਾ ਬਾਈ ਸਿਆਂ ਇਹ ਤੇਜ ਦਾ ਹੀ ਪਤਾ ਕਰਨ ਕਿਉਂ ਆਈਆਂ।"

"ਐਨੇ ਸਾਰੇ ਹਾਂ ਕਿਸੇ ਦਾ ਵੀ ਪਤਾ ਪੁੱਛ ਲੈਣ।"

"ਕਤੀੜ ਵਾਧੇ ਦਾ ਨਾਂ ਨਹੀਂ ਚਾਹੀਦਾ। ਸ਼ੇਰ ਦਾ ਪਤਾ ਚਾਹੀਦੈ।"

"ਹੱਥ ਮਿਲਾਕੇ ਤਾਂ ਦੇਖਣ। ਕਿਸੇ ਗੱਲੋਂ ਵੀ ਘੱਟ ਨਹੀਂ ਹਾਂ।"

"ਬਕਵਾਸ ਨਾ ਮਾਰ ਭਾਊ।"

"ਰੱਬਾ ਭੇਜ ਕਿਸੇ ਨੂੰ ਸਾਡਾ ਵੀ ਅਤਾ ਪਤਾ ਪੁੱਛੇ।"

"ਸਾਲਿਆ ਕਦੇ ਰੱਬ ਦਾ ਨਾਂ ਵੀ ਜਪਿਐ। ਕਦੇ ਵਿਸਾਖੀ ਨੂੰ ਵੀ ਗੁਰਦਵਾਰੇ ਮੱਥਾ ਨਹੀਂ ਟੇਕਿਆ।"

"ਵਿਸਾਖੀ ਦਾ ਇਸ਼ਨਾਨ ਕਰਨ ਤਾਂ ਜਾਇਆ ਕਰਦਾ ਭਾਵੇਂ ਕੁੜੀਆਂ ਵੇਖਣ ਹੀ ਜਾਵਾਂ। ਪਰ ਇਸ਼ਨਾਨ ਦਾ ਬਹਾਨਾ ਤਾਂ ਕਰਦਾਂ।" ਮੁੰਡੇ ਹੱਸ ਰਹੇ ਸਨ। ਗਿੱਦੜਾਂ ਵਾਂਗ ਚੀਕਾਂ ਮਾਰ ਰਹੇ ਸਨ।

ਅਗਲੇ ਦਿਨ ਚਾਰ ਵਜੇ ਜਗਤਾਰ ਸਿੰਘ ਪਹੁੰਚਿਆ ਸੀ। ਉਹ ਪੂਰਾ ਆਸ਼ਮੰਦ ਸੀ ਕਿ ਤੇਜਪਾਲ ਸਿੰਘ ਮਿਲ ਗਿਆ ਹੋਵੇਗਾ।

"ਤੇਜ ਤਾਂ ਆਏ ਨਹੀਂ।" ਨੂਰੀ ਉਦਾਸ ਸੀ।

"ਹੈਂ" ਜਗਤਾਰ ਦੇ ਸਿਰ ਜਿਵੇਂ ਸੌ ਘੜਾ ਪਾਣੀ ਪੈ ਗਿਆ ਸੀ।

"ਪਿੰਡ ਦਾ ਨਾਂ ਬੁਰਜ ਹੈ।"

"ਬੁਰਜ ਤਾਂ ਆਪਣੇ ਪਿੰਡ ਦੇ ਨਾਲ ਹੈ।"

"ਹਾਂ ਓਹੀ।"

"ਕਿਸ ਦਾ ਲੜਕਾ ਹੋਇਆ ?"

ਸ਼ਾਇਦ ਸੋਚ ਕੇ ਜਗਤਾਰ ਸਿੰਘ ਥੋੜ੍ਹਾ ਉਦਾਸ ਹੋ ਗਿਆ।

"ਕਿਹੜੀਆਂ ਸੋਚਾਂ 'ਚ ਪੈ ਗਏ ਬਾਪੂ ਜੀ ?"

"ਬੁਰਜ ਤਾਂ ਭਰਾਵਾਂ ਦਾ ਪਿੰਡ ਹੈ।"

"ਕੀ ਮਤਲਬ ਬਾਪੂ ਜੀ ?"

"ਮੇਰਾ ਮਤਲਬ ਲੋਕਾਂ ਕੋਲ ਭੋਏਂ ਘੱਟ ਹੈ।"

"ਆਪਾਂ ਭੋਏਂ ਤੋਂ ਕੀ ਲੈਣੇ।"

"ਇਹ ਵੀ ਠੀਕ ਹੈ।"

"ਇਹੀ ਠੀਕ ਹੈ ਬਾਪੂ ਜੀ। ਭੋਏਂ ਵਾਲਾ ਤਾਂ ਚਾਚਾ ਜੀ ਲੱਭੀ ਫਿਰਦੇ ਨੇ।"

"ਹਾਂ ਕਿਸਮਤ ਵਿਚ ਸੁੱਖ ਚਾਹੀਦੈ। ਭੋਏਂ ਸਾਰਿਆਂ ਨੂੰ ਸੁੱਖ ਨਹੀਂ ਦਿੰਦੀ।"

ਕਹਿਣ ਨੂੰ ਜਗਤਾਰ ਸਿੰਘ ਕਹਿ ਗਿਆ ਪਰ ਇਹ ਦਲੀਲ ਉਸਨੂੰ ਖ਼ੁਸ਼ੀ ਨਾ ਦੇ ਸਕੀ। ਬੁਰਜ ਭਰਾਵਾਂ ਦਾ ਪਿੰਡ ਜਾਣਿਆਂ ਜਾਂਦਾ ਸੀ ਜਿਸ ਕਰਕੇ ਲੋਕਾਂ ਪਾਸ ਜ਼ਮੀਨ ਬਹੁਤ ਘੱਟ ਹਿੱਸੇ ਆਂਦੀ ਸੀ। ਕਈ ਘਰ ਤਾਂ ਦੂਜੇ ਪਿੰਡੀ ਜਾ ਕੇ ਸੀਰ ਵੀ ਕਰਦੇ ਸਨ। ਪਰ ਤੇਜਪਾਲ ਇਕ ਹੋਣਹਾਰ ਲੜਕਾ ਸੀ। ਲੜਕੇ ਦੇ ਗੁਣ ਹੀ ਉਸ ਦੇ ਹੱਥ ਦੀ ਲਕੀਰ ਹੁੰਦੀ ਹੈ। ਭੋਏਂ ਨਾ ਵੀ ਹੋਈ ਤਾਂ ਕੀ ਗੱਲ ਹੈ ? ਜਗਤਾਰ ਸਿੰਘ ਦੀ ਭੋਏਂ ਕਿਸ ਦੇ ਕੰਮ ਆਣੀ ਸੀ। ਪਰ ਜਗਤਾਰ ਸਿੰਘ ਇਹ ਵੀ ਸੋਚ ਰਿਹਾ ਸੀ ਕਿ ਮੰਨੇ-ਪਰਮੰਨੇ ਸਰਦਾਰਾਂ ਦੀ ਧੀ ਗ਼ਰੀਬ ਜੱਟਾਂ ਦੇ ਘਰ ਜਾਵੇਗੀ ਤਾਂ ਜੱਗ ਮਿਹਣੇ ਨਹੀਂ ਦੇਵੇਗਾ ? ਇਹ ਸੋਚ ਕੇ ਜਗਤਾਰ ਸਿੰਘ

ਦਾ ਦਿਲ ਦੁਬਾਰਾ ਡੁੱਬ ਜਿਹਾ ਗਿਆ ਸੀ।

"ਬਹੁਤੀਆਂ ਵਿਚਾਰਾਂ 'ਚ ਨਾ ਪਉ ਬਾਪੂ ਜੀ। ਤੁਹਾਡੇ ਵਰਗੇ ਸਾਧੂ ਬਾਪ ਦੀ ਧੀ ਜਿਥੇ ਜਾਏਗੀ ਸੁੱਖ ਹੀ ਭੋਗੇਗੀ।"

ਪਤਾ ਨਹੀਂ ਕਿਉਂ ਜਗਤਾਰ ਸਿੰਘ ਜ਼ਾਰ-ਜ਼ਾਰ ਰੋਣ ਲੱਗ ਪਿਆ। ਗਲ ਦੁਆਲੇ ਲਪੇਟੇ ਸਫੇਦ ਪਰਨੇ ਨਾਲ ਉਹ ਅੱਖਾਂ 'ਚੋਂ ਵਹਿੰਦਾ ਹੜ੍ਹ ਕਿੰਨੀ ਦੇਰ ਸੋਕਦਾ ਰਿਹਾ। ਨੂਰੀ ਸਮਝਦੀ ਸੀ ਕਿਹੜਾ ਵੈਰਾਗ ਉਸ ਦੀਆਂ ਅੱਖਾਂ ਦਾ ਨੀਰ ਹੜ੍ਹ ਬਣ ਵਹਿ ਰਿਹਾ ਸੀ।

"ਬਾਪੂ ਜੀ ਤੁਹਾਡਾ ਪਿਆਰ ਮੇਰੀ ਦੌਲਤ ਹੈ। ਮੈਂ ਇਹ ਪਿਆਰ ਵੰਡਦੀ ਰਹਾਂਗੀ, ਖ਼ੁਸ਼ ਰਹਾਂਗੀ।"

"ਸੋਚਦਾ ਹਾਂ ਸ਼ੇਰ ਸਿੰਘ ਕਦੇ ਵੀ ਨਾ ਸਮਝਿਆ। ਉਹਦੇ ਪਿੱਛੇ ਮੈਂ ਜੀਵਨ ਖ਼ਤਮ ਕਰ ਲਿਆ ਪਰ ਉਹ ਕਦੇ ਨਾ ਸਮਝਿਆ, ਜਵਾਨ ਧੀ ਦਾ ਬਾਪ ਬਣ ਕੇ ਵੀ ਉਸ ਨੂੰ ਅਕਲ ਨਾ ਆਈ।"

"ਕੁਦਰਤ ਕਦੇ ਇਕ ਹੀ ਚੀਜ਼ ਪੈਦਾ ਨਹੀਂ ਕਰਦੀ, ਜੇਕਰ ਸਾਰੇ ਸੰਤ ਹੀ ਪੈਦਾ ਹੋ ਜਾਣ ਤਾਂ ਬਦੀ ਨਾ ਹੋਵੇ ਤੇ ਜੇ ਕੋਈ ਬਦੀ ਨਾ ਹੋਵੇ ਤਾਂ ਸੰਤ ਦੀ ਪਹਿਚਾਣ ਨਾ ਹੋਵੇ। ਸ਼ਾਇਦ ਸਾਡੇ ਪਿਛਲੇ ਜੀਵਨ ਦਾ ਕੋਈ ਕਰਮ ਹੈ ਕਿ ਮੇਰਾ ਬਾਪ ਸ਼ੇਰ ਸਿੰਘ ਹੈ ਜਗਤਾਰ ਸਿੰਘ ਨਹੀਂ।"

ਨੂਰੀ ਬੋਲ ਰਹੀ ਸੀ ਪਰ ਉਸ ਦੀਆਂ ਅੱਖਾਂ ਵਗ ਰਹੀਆਂ ਸਨ। ਆਵਾਜ਼ ਘਗਿਆ ਗਈ ਸੀ। ਰੂਬੀ ਨੂਰੀ ਦੇ ਹੰਝੂ ਪੂੰਝ ਰਹੀ ਸੀ।

"ਪਰ ਹੁਣ ਕਰਨਾ ਕੀ ਹੈ?" ਜਗਤਾਰ ਸਿੰਘ ਮੁੜ ਸੱਚ ਤੇ ਸੱਚਾਈ ਦੀ ਦੁਨੀਆ 'ਚ ਪਰਤ ਆਇਆ।

"ਤੁਸੀਂ ਤੇਜ ਦੇ ਪਿੰਡ ਜਾ ਆਉ।"

"ਠੀਕ ਹੈ। ਮੈਂ ਸਵੇਰ ਤਕ ਪਰਤ ਆਵਾਂਗਾ।"

"ਰਾਤ ਕਿਥੇ ਰਹੋਗੇ?"

"ਰਾਤ ਚੱਕੀਂ ਰਹਿਕੇ ਸਵੇਰ ਸਾਰ ਜੀਪ ਤੇ ਚਲਾ ਜਾਵਾਂਗਾ। ਮੁਸ਼ਕਿਲ ਨਾਲ ਇਕ ਘੰਟੇ ਦੀ ਤਾਂ ਵਾਟ ਹੈ।"

ਤੇ ਜਗਤਾਰ ਸਿੰਘ ਦੋਵੇਂ ਕੁੜੀਆਂ ਦੇ ਸਿਰ ਪਲੋਸ ਕੇ ਤੁਰ ਗਿਆ। ਕੁੜੀਆਂ ਮੱਖੀਆਂ ਵਾਂਗ ਚੁੱਪ ਬੈਠੀਆਂ ਸਨ।

* * *

ਭਾਊ ਚੜ੍ਹਤ ਸਿੰਘ ਦੀ ਹਵੇਲੀ 'ਚ ਗਹਿਮਾ-ਗਹਿਮੀ ਸੀ। ਜਿਵੇਂ ਸਾਰਾ ਇਲਾਕਾ ਹੀ ਪਹੁੰਚ ਗਿਆ ਸੀ। ਵਿਹੜੇ 'ਚ ਮੰਜੇ, ਕੁਰਸੀਆਂ, ਮੂਹੜੇ ਤੇ ਫੇਰ ਧਰਤੀ 'ਤੇ ਹੀ ਚੌਂਕੜੀ ਮਾਰੀ ਸ਼ਰਾਬ ਪੀਤੀ ਜਾ ਰਹੀ ਸੀ। ਜੀਪਾਂ ਤੇ ਕਾਰਾਂ ਊਠ ਤੇ ਘੋੜੇ ਵਿਹੜੇ ਤੋਂ ਬਾਹਰ ਖੇਤਾਂ ਤਕ ਖੜ੍ਹੇ ਸਨ। ਪਿੰਡ ਵਾਲਿਆਂ ਨੂੰ ਪਤਾ ਨਹੀਂ ਸੀ ਇਹ ਭੀੜ ਕਾਹਦੀ ਖ਼ੁਸ਼ੀ 'ਚ ਸੀ।

ਸ਼ਰਾਬ ਦੀਆਂ ਬੋਤਲਾਂ ਨਹੀਂ ਪੀਪੇ ਖਾਲੀ ਕੀਤੇ ਜਾ ਰਹੇ ਸਨ।

"ਕੁੜਮਾਂ ਸ਼ੇਰ ਸਿਆਂ ਤੂੰ ਤਾਂ ਵੇਖਣ ਨੂੰ ਭੱਬੂ ਜੇ ਲਗਦਾ ਹੀ ਪਰ ਨੱਢੀ. ਤਾਂ ਹੂਰ ਪਰੀ ਸੂ ਕਿਤੇ ਕਿਸੇ ਦੀ ਤਾਂ ਨਹੀਂ ਚੱਕ ਲਿਆਇਆ।" ਬਸੰਤੀ ਨੇ ਹੱਸ ਕੇ ਕਿਹਾ ਤੇ ਸਾਰੇ ਪਾਸੀਂ ਹਾਸੜ ਮੱਚ ਗਈ।

"ਬਸੰਤੀਏ ਸ਼ੇਰ ਸਿੰਘ ਦੀ ਤੂੰ ਮੁੜ ਜਵਾਨੀ ਨਹੀਂ ਤੱਕੀ। ਜਿੱਥੋਂ ਲੰਘ ਜਾਂਦਾ ਸੀ ਕੁੜੀਆਂ ਕੱਤਰੀਆਂ ਕਿਹਾ ਕਰਦੀਆਂ ਸਨ, ਫੜੀ ਮਾਂ ਮਕੱਈ ਦਾ ਟੁੱਕ ਮੈਂ ਸ਼ੇਰ ਸਿੰਘ ਤਕਣਾ ਈ।"

ਹਾਸਾ ਮੱਚ ਗਿਆ।

"ਸ਼ੇਰ ਸ਼ਿਆਂ ਆ ਤਾਂ ਮੁੜ ਸਾਰਿਆਂ ਯਾਰਾਂ ਨੂੰ ਮਿਲਾਵਾਂ।" ਚੜ੍ਹਤ ਸਿੰਘ ਨੇ ਕਿਹਾ।

ਚੜ੍ਹਤ ਸਿੰਘ ਦਾ ਧੂਵਾਂ ਚਿੱਟਾ ਭੋਥਾ ਵਿਹੜਾ ਸੰਭਰ ਰਿਹਾ ਸੀ। ਸ਼ਰਾਬ ਦੀ ਲੋਰ 'ਚ ਉਸ ਦੀ ਸੰਗਤਰੀ ਪਗੜੀ ਅੱਧੀ ਗਲ 'ਚ ਆ ਗਈ ਸੀ। ਉਸ ਦੀ ਦਾਹੜੀ ਸ਼ਰਾਬ ਨਾਲ ਭਿੱਜੀ ਸੀ। ਚਿੱਟਾ ਕੁੜਤਾ ਮੁਰਗੇ ਦੇ ਮਸਾਲੇ ਨਾਲ ਲੱਥ-ਪੱਥ ਸੀ। ਉਹ ਬਾਰ-ਬਾਰ ਕਿੱਲੀਆਂ ਵਰਗੀਆਂ ਉਂਗਲਾਂ ਚੱਟਦਾ ਸੀ ਤੇ ਦੂਜੇ ਹੱਥੋਂ ਗਿਲਾਸ ਨੂੰ ਡੀਕ ਲਾਂਦਾ ਸੀ।

ਸ਼ੇਰ ਸਿੰਘ ਨੂੰ ਸ਼ਰਾਬੋਂ ਵੱਧ ਮਿਲੀ ਧਿਰ ਬਣੇ ਪੱਖ ਦਾ ਨਸ਼ਾ ਸੀ। ਇਸ ਪੱਖ ਦੇ ਬਲਬੂਤੇ ਉਹ ਸਾਰਾ ਇਲਾਕਾ ਫੂਕ ਕੇ ਸੁਆਹ ਕਰ ਸਕਦਾ ਸੀ।

"ਇਹ ਜੇ ਭੀਟੀ ਵਾਲਾ ਬਦਮਾਸ਼। ਚੜ੍ਹਦੀ ਉਮਰੇ ਹੀ ਚਾਰ ਦੁਸ਼ਮਣ ਮਾਰੇ ਸੀ ਤੇ ਅੱਜ ਤੱਕ ਪਤਾ ਨਹੀਂ ਕਿੰਨੇ ਮਾਰ ਚੁਕਿਆ ਈ। ਕਿੰਨੇ ਮਾਰੇ ਊ?"

"ਕਦੇ ਗਿਣਤੀ ਹੀ ਨਹੀਂ ਕੀਤੀ ਕਿ ਨੱਢੀ ਦੇਣਾ ਜਿਹੜਾ ਆਕੜਦੇ ਉਸੇ ਵੇਲੇ ਉਹਦਾ ਟੱਟੂ ਪਾਰ ਕਰੀਦੈ।" ਭੀਟੀ ਵਾਲਾ ਬਦਮਾਸ਼ ਵਾਲਾਂ ਤੋਂ ਰਿਛ ਲਗਦਾ ਸੀ। ਉਹ ਬਘਿਆੜ ਜੇਡ ਮੂੰਹ ਖੋਲ੍ਹ ਬੱਕਰੇ ਦੀਆਂ ਸੰਖੀਆਂ ਸੂਤ-ਸੂਤ ਬਾਹਰ ਸੁੱਟ ਰਿਹਾ ਸੀ ਜਿਵੇਂ ਵੇਲਣਾ ਪੱਛ ਸੁਟਦੈ।

"ਤੇ ਇਹ ਜੇ ਝੰਡੂਕੇ ਵਾਲਾ ਹੜ ਸਿੰਘ-ਸਾਡਾ ਹਿਕ ਦਾ ਵਾਲ ਈ ਬੰਦਾ ਬਹੁਤ ਨਿੱਘਾ ਈ। ਛੇਤੀ ਕੀਤੇ ਜਾੜ੍ਹ ਨਹੀਂ ਜੇ ਖੋਲ੍ਹਦਾ ਤੇ ਜਦੋਂ ਖੋਲ੍ਹਦੈ ਦੁਸ਼ਮਣ ਥਾਂ ਤੇ ਹੀ ਫਨਾਹ ਸਮਝੋ-ਘਰ ਗਿਆਰਾਂ ਅਸਲੇ ਈ।" "ਭਾਊ ਇਕ ਹੁਣ ਹੋਰ ਲੈ ਲਿਆ, ਲੰਮੀ ਨਾਲੀ ਵਾਲਾ ਪਸਤੌਲ ਤਾਜਾ ਈ ਖਰੀਦਿਆ ਈ।" ਉਹ ਪਿਸਤੌਲ ਦੀ ਨਾਲੀ 'ਤੇ ਹੱਥ ਫੇਰ ਰਿਹਾ ਸੀ ਤੇ ਫੇਰ ਉਸ ਨੇ ਰੱਬ ਦੇ ਢਿੱਡ 'ਚ ਰੌਂਦ ਮਾਰਿਆ।

"ਸ਼ਾਬਸ਼ੇ ਜਵਾਨਾਂ। ਨਿੱਤ-ਨਿੱਤ ਨਹੀਂ ਭਤੀਜੇ ਵਿਊਣੇ।"

ਕਿਸੇ ਦੂਰੋਂ ਕਿਹਾ।

"ਤੇ ਇਹ ਜੇ ਭੂੰਦੜਵਾਲਾ ਜਗਰਾਜ ਸਿੰਘ ਇਹ ਤਾਂ ਗਵਜੀ ਦੋ ਵਾਰ ਫਾਹੇ ਤੋਂ ਬਚਿਐ ਪਰ ਬੰਦੇ ਮਾਰਨੋਂ ਅਜੇ ਵੀ ਨਹੀਂ ਹਟਦਾ। ਝਲ 'ਚ ਸਹਾ ਛਿਜੜ ਮਾਰਤਾ ਜਿਵੇਂ ਮੁੜ ਬੰਦਾ ਮਾਰਤਾ।"

"ਅਸੀਂ ਭਾਊ ਸ਼ੌਕ ਨਹੀਂ ਛੱਡਣਾ।" ਉਸ ਦਾ ਰੰਗ ਕਾਲਾ, ਅੱਖਾਂ ਲਾਲ ਤੇ ਦਾਹੜੀ ਕਤਰੀ ਹੋਈ ਸੀ। ਉਸ ਦੀ ਰੱਤੀ ਪੱਗ ਅੱਧੀ ਢਠ ਚੁੱਕੀ ਸੀ।

"ਪਰ ਹੈ ਯਾਰਾਂ ਦਾ ਯਾਰ। ਅੱਧੀ ਰਾਤ ਸੱਦਾ ਭੇਜਾਂ ਚਾਰ ਅਸਲੇ ਲੈ ਕੇ ਹਾਜ਼ਰ ਹੋ ਜਾਂਦੈ।"

"ਇਹ ਹੈ ਵਰਕੰਦੀ ਵਾਲਾ ਇੰਦਰ ਮਲਕ-ਸਰੀਰ ਦਾ ਪਤਲੈ ਪਰ ਨਿਸ਼ਾਨਾ ਪਤਾ ਨਹੀਂ ਕਿੱਥੋਂ ਸਿਖਿਆ ਈ। ਮਖਿਆ ਮੱਛੀ ਦੀ ਕਿਹੜਾ ਅੱਖ ਨਾ ਫੁੰਡ ਦੇਵੇ। ਬੜੇ ਘਣੇ ਦੁਸ਼ਮਣ ਮਾਰੇ ਹੈ। ਪੁਲਿਸ ਸਗੋਂ ਇਹਨੂੰ ਪੁਛ ਕੇ 'ਲਾਕੇ ਦੀ ਗਸ਼ਤ ਕਰਦੀ ਹੈ।"

ਮਲਕ ਦੀਆਂ ਅੱਖਾਂ ਪਤਲੇ ਸੱਪ ਵਰਗੀਆਂ ਸੀ। ਉਸਨੇ ਮੁੱਛਾਂ ਦੇ ਵਾਲ ਚੱਬ-ਚੱਬ ਕੇ ਭੋਰ ਰੱਖੇ ਸਨ।

"ਭਾਊ ਬਸ ਕਰ ਜਾ ਹੁਣ-ਇਉਂ ਤਾਂ ਅੱਧੀ ਰਾਤ ਤਕ ਏਸੇ ਕੰਮ ਲੱਗਿਆ ਰਹੇਂਗਾ। ਤੂੰ ਸੇਵਾ ਦਸ-ਅੱਜ ਕਿਸ ਕੰਮ ਲਈ ਇਕੱਠ ਕੀਤਾ।" ਇਕ ਮੰਜੇ ਤੋਂ ਢਾਣੀ ਵਾਲਾ ਗੁੱਜਰ ਬਦਮਾਸ਼ ਬੋਲਿਆ। ਉਹ ਮੋਟੇ ਗੋਡਿਆਂ ਤੇ ਗੰਢਾਂ ਵਾਲੀਆਂ ਉਂਗਲਾਂ ਵਾਲੇ ਲੰਮੇ ਪੈਰ ਖਿਲਾਰੀ ਮੰਜੇ 'ਤੇ ਸਾਰੇ ਦਾ ਸਾਰੇ ਖੁੱਲ੍ਹਿਆ ਪਿਆ ਸੀ। ਉਸ ਦਾ ਰੰਗ ਕਾਲੇ ਨਾਗ ਵਾਂਗ ਕਾਲਾ ਸੀ ਤੇ ਦਾਹੜੀ ਹੋਰ ਵੀ ਕਾਲੀ ਸੀ। ਉਸ ਦੇ ਦੋ ਪੀਲੇ ਲੰਮੇ ਦੰਦ ਕੁਹਾੜਿਆਂ ਵਾਂਗ ਬਾਹਰ ਝਾਕਦੇ ਸਨ।

ਸਾਰੇ ਦੇ ਸਾਰੇ ਸ਼ਰਾਬੀ ਹੋ ਚੁੱਕੇ ਸਨ। ਨਾ ਦਾਰੂ ਮੁਕਦੀ ਸੀ ਨਾ ਉਨ੍ਹਾਂ ਦੇ ਬਖਹਿਲਾਂ ਵਰਗੇ ਢਿੱਡ ਭਰਦੇ ਸੀ। ਬੱਕਰੇ ਤੇ ਮੁਰਗਿਆਂ ਦੀਆਂ ਪਰਾਤਾਂ ਭਰੀਆਂ ਖਾਲੀ ਹੁੰਦੀਆਂ ਜਾ ਰਹੀਆਂ ਸੀ।

"ਮੁੜ ਮੁਰਗਾ ਪਰ੍ਹਾਂ ਸੱਟ-ਮੁਰਗਾ ਖਾਧਾ ਜੇਹੀ ਜੀ ਗੋਭੀ ਖਾ ਲਈ। ਇਸ ਦੀਆਂ ਪਸਲੀਆਂ 'ਚ ਜਾਨ ਹੋਈ ਨਾ ਮਾਸ 'ਚ ਸੁਆਦ।" ਕੋਈ ਕਹਿ ਰਿਹਾ ਸੀ। ਬੱਕਰੇ ਦੇ ਹੱਡ ਚੂੰਡਦਿਆਂ ਉਸ ਦਾ ਮੂੰਹ ਮੱਥਾ ਮੁੜ੍ਹਕੇ ਨਾਲ ਭਰ ਚੁੱਕਿਆ ਸੀ।

"ਸ਼ੇਰ ਸਿਆਂ ਮੁੜ ਨੱਢੇ ਦੇ ਮੂੰਹ ਛੁਆਰਾ ਕਦੋਂ ਲਗਾਣਾ ਈ ?" ਚੜ੍ਹਤ ਸਿੰਘ ਨੇ ਬੋਤਲ ਮੂੰਹ ਨਾਲ ਲਾਂਦਿਆਂ ਪੁੱਛਿਆ। ਉਸ ਦੀਆਂ ਖੋਚਰੀ ਅੱਖਾਂ ਨਸ਼ੇ ਨਾਲ ਖੜ੍ਹਦੀਆਂ ਜਾ ਰਹੀਆਂ ਸਨ।

"ਜਦੋਂ ਕਹੋਂ।"

"ਗੁਰਦੁਵਾਰਿਉਂ ਅੱਖਰ ਕਢਾ ਲਉ ਤੇ ਸਿਆਪਾ ਨਬੇੜ ਛੱਡੋ ਮੁੜ।"

"ਪਰ ਬਾਪੂ ਇਨ੍ਹਾਂ ਦੇ ਦੁਸ਼ਮਣਾਂ ਦੀਆਂ ਤਾਂ ਰੜਕਾਂ ਕੱਢ ਛੱਡੋ।" ਜਬਰਜੰਗ ਮੁਰਗਾ ਖਾ ਨਹੀਂ ਚਵਲ ਰਿਹਾ ਸੀ।"

"ਕਿਹੜੇ ਦੁਸ਼ਮਣਾਂ ਦੀਆਂ ਮੁੜ ?"

"ਤੇ ਇਨ੍ਹਾਂ ਨੂੰ ਹੀ ਪੁੱਛ ਛੱਡੋ ਕਿ।"

"ਲੜਾਈਆਂ ਤਾਂ ਮੁੜ ਸਾਰੀ ਉਮਰ ਕਰਨੀਆਂ ਹੋਈਆਂ, ਪਹਿਲਾਂ ਮੇਰੇ ਸ਼ੇਰ

ਦੀਆਂ ਲਾਵਾਂ ਪੜ੍ਹੋ।" ਬਸੰਤੀ ਨੇ ਕਿਹਾ।

"ਨਹੀਂ ਪਹਿਲਾਂ ਦੁਸ਼ਮਣਾਂ ਦੀ ਰੜਕ ਕੱਢਣੀ ਏ।" ਭਾਊ ਚੜ੍ਹਤ ਸਿੰਘ ਨੇ ਮੁਰਗੇ ਦੀ ਟੰਗ ਮੂੰਹ 'ਚ ਫਸਾਈ।

"ਤਾਂ ਫੇਰ ਮੈਂ ਮੁੜ ਬਹੂ ਨੂੰ ਮੱਝ ਭੇਜ ਛੱਡਣੀ ਓ। ਵਿਚਾਰੀ ਦੀਆਂ ਹੜਬਾਂ ਨਿਕਲੀਆਂ ਪਈਆਂ ਈ।"

"ਤੂੰ ਕੀ ਉਹਨੂੰ ਭਲਵਾਨ ਬਣਾਨਾ ਈ ਕਿ ਕੁਸ਼ਤੀ ਲੜਾਣੀ ਸੁ ਗਾਮੇ ਭਲਵਾਨ ਨਾਲ ਕੁੜੀਆਂ ਕੱਤਰੀਆਂ ਮੁੜ ਸਰੀਰ ਦੀਆਂ ਹਲਕੀਆਂ ਹੀ ਚੰਗੀਆਂ ਲਗਦੀਆਂ ਨੇ। ਘੀ ਚਾਰਨਾ ਈ ਤਾਂ ਆਪਣੇ ਸਿਉਣੇ ਨੂੰ ਚਾਰ।"

"ਬਾਪੂ ਮੈਂ ਬਹੁਤ ਤਕੜਾਂ। ਏਹੋ ਜੀ ਦੇ ਤਾਂ ਮੈਂ ਬਾਲੇ ਕੱਢ ਦਿਆਂਗਾ।"

"ਸ਼ਾਵਾਸ਼ੇ ਚੋਬਰਾ ਸਾਡੀ ਰੱਖ ਵਖਾਈ। ਮੈਂ ਵੀ ਤੇਰੀ ਮਾਂ ਦੀ ਪਹਿਲੀ ਰਾਤੀ ਜੀਭ ਕਢਾ ਦਿੱਤੀ ਸੀ।

"ਵੇ ਕਿਉਂ ਸੂਰਾ ਬਕਦੈਂ।" ਬਸੰਤੀ ਨੇ ਹੱਸਦਿਆਂ ਕਿਹਾ।

"ਹੁਣ ਲੱਜ ਆਂਦੀ ਏ ਪਈ।" ਚੜ੍ਹਤ ਸਿੰਘ ਨੇ ਹੱਸਦਿਆਂ ਕਿਹ।

"ਕੋਲ ਪੁੱਤਰ ਜਿਉਂ ਬੈਠੇ।"

"ਤੇ ਮੁੜ ਪੁੱਤਰ ਨਹੀਂ ਜਾਣਦਾ ਪਈ ਬਾਪੂ ਨੇ ਤੇਰੇ ਨਾਲ ਪਹਿਲੀ ਰਾਤੇ ਕੀ ਕੀਤਾ ਹੋਊ। ਇਹ ਕਿਤੇ ਅਸਮਾਨੋਂ ਤਾਂ ਨਹੀਂ ਡਿੱਗ ਪਿਆ।"

"ਪੜ੍ਹੀ ਨੂੰ ਕੀ ਪੜੌਣੇ ਫੱਤੂ ਕਾਜੀਆ ਜੰਮਦੀ ਹੀਰ ਪੜ੍ਹ ਗਈ।"

ਭੀੜ 'ਚੋਂ ਹੱਸਣ ਦੀਆਂ ਆਵਾਜ਼ਾਂ ਆਣ ਲੱਗ ਪਈਆਂ। ਸ਼ਰਾਬੀ ਲਲਕਾਰਿਆਂ ਦੇ ਨਾਲ ਗੋਲ਼ੀਆਂ ਦੀ ਆਵਾਜ਼ ਵੀ ਅਸਮਾਨੀ ਚੜ੍ਹ ਰਹੀ ਸੀ।

ਸਾਰੀ ਰਾਤ ਸ਼ਰਾਬ ਪੀਣ ਮਗਰੋਂ ਤੈਅ ਇਹ ਹੋਇਆ ਕਿ ਜਬਰਜੰਗ ਸਿੰਘ ਦੇ ਮੂੰਹ ਛੁਹਾਰਾ ਲਾਣ ਤੋਂ ਪਹਿਲਾਂ ਸ਼ੇਰ ਸਿੰਘ ਦੇ ਦੁਸ਼ਮਣਾਂ ਨੂੰ ਚੁਣਨਾ ਸੀ। ਦੁਸ਼ਮਣ ਰੋਜ਼ ਸਰਕਾਰੀ ਜੰਗ ਵਿਚ ਸ਼ਿਕਾਰ ਖੇਡਣ ਆਂਦੇ ਸੀ। ਉਨ੍ਹਾਂ ਦੇ ਚਾਰ ਦਿਨਾਂ ਮਗਰੋਂ ਦੋ ਬੰਦੇ ਦਾਗੀ ਕਰਨੇ ਸੀ ਤੇ ਦਾਗੀ ਕਰਨ ਵਾਲਿਆਂ 'ਚੋਂ ਸਭ ਤੋਂ ਅੱਗੇ ਤੇ ਜਬਰਜੰਗ ਸਿੰਘ ਹੋਵੇਗਾ। ਜਬਰਜੰਗ ਸਿੰਘ ਆਪਣੀ ਦਲੇਰੀ ਦਿਖਾਣੀ ਚਾਹੁੰਦਾ ਸੀ।

"ਪਰ ਸ਼ਾਦੀ ਕਦੋਂ ਕਰਨੀ ਹੈ?" ਸ਼ੇਰ ਸਿੰਘ ਨੇ ਪੁੱਛਿਆ।

"ਬਹੁਤੀ ਕਾਹਲੀ ਪਈ ਏ?"

"ਨਹੀਂ ਘਰੇ ਤਾਂ ਦੱਸਣਾ ਪਏਗਾ।"

"ਪੋਹ ਤੋਂ ਇਕ ਦਿਨ ਪਹਿਲਾਂ-ਪਹਿਲੀ ਰਾਤ ਪੋਹ ਦੀ ਹੋਣੀ ਚਾਹੀਦੀ ਹੈ। ਪੋਹ ਬਚਣਗੇ ਉਹ ਜਿਹੜੇ ਸੌਂਣਗੇ ਦੋ।"

ਬੋਲਦਾ ਭਾਊ ਹਾ-ਹਾ ਕਰਕੇ ਹੱਸਿਆ।

"ਪੋਹ ਤਾਂ ਮੈਲਾ ਹੁੰਦੈ।" ਬਸੰਤੀ ਨੇ ਵਿਚਾਰ ਕੇ ਦੱਸਿਆ।

"ਧੋਲਾਂਗੇ ਜੇ ਮੈਲਾ ਹੁੰਦੈ। ਲੱਜਤ ਮੁੜ ਭਰਵੀਂ ਸਰਦੀ 'ਚ ਹੀ ਆਂਦੀ ਹੈ। ਅਗਲੇ ਮਹੀਨੇ ਮੁੜ ਮਰਗੇ, ਸੂਰ ਤੇ ਰੋਝ ਦਾ ਆਚਾਰ ਪੁਆ ਛੱਡਦੇ ਹਾਂ। ਪਤਾ

ਲੱਗੇ ਅੱਸੂ ਦੇ ਮਹੀਨੇ ਸਾਡੀ ਝੋਲੀ ਪੋਤਰਾ ਆ ਗਿਆ। ਮੁੜ ਬਹੂ ਲੋਹੜੇ ਦੀ ਸੁਹਣੀ ਹੈ। ਅੰਗਰੇਜ਼ ਜੰਮੂ ਕਰਮਾਂ ਵਾਲੀ।"

"ਮੇਰਾ ਸ਼ੇਰ ਕਿਹੜਾ ਘੱਟ ਸੁਨੱਖਾ ਈ।" ਬਸੰਤੀ ਨੂੰ ਆਪਣੀ ਕੁੱਖ ਦਾ ਫ਼ਿਕਰ ਪੈ ਗਿਆ ਸੀ।

"ਸਰਕਾਰੀ ਜੰਗਲ 'ਚ ਕਦੋਂ ਚਲਣੈ ?" ਜਬਰਜੰਗ ਸਿੰਘ ਨੇ ਪੁੱਛਿਆ। ਉਹ ਬਰਾਬਰ ਮੁਰਗਾ ਖਾ ਰਿਹਾ ਸੀ ਜਿਵੇਂ ਗਿੱਦੜ ਖ਼ਰਬੂਜਾ ਖਾਂਦੈ।

"ਪਹਿਲਾਂ ਸੂਈਆ ਭੇਜੋ।" ਚੜ੍ਹਤ ਸਿੰਘ ਨੇ ਕਿਹਾ।

"ਮੱਲੂ ਖੋਜੀ ਨੂੰ ਭੇਜ ਛੱਡਦੇ ਹਾਂ।"

"ਪੁਲਿਸ ਠਾਣਾ ਵੀ ਬੰਨ੍ਹ ਛੱਡੋ। ਛਿੱਲੜ ਦਿੱਤੇ ਬਗੈਰ ਕੰਮ ਨਹੀਂ ਬਣਦਾ।"

"ਬਹੁਤੀ ਭੀੜ ਨਹੀਂ ਚਾਹੀਦੀ।"

"ਬਹੁਤਿਆਂ ਦਾ ਕੀ ਕੰਮ-ਪਰ ਅਸਲਾ ਪੂਰਾ ਖੜ੍ਹਾਂਗੇ।" ਜਬਰਜੰਗ ਸਿੰਘ ਨੇ ਕਿਹਾ।

"ਭੀੜ ਸੌਂ ਗਈ ਸੀ। ਕਿਸੇ ਨੇ ਸੰਭਲ ਕੇ ਰੋਟੀ ਨਹੀਂ ਖਾਧੀ ਸੀ। ਦਾਰੂ ਦੇ ਨਾਲ-ਨਾਲ ਮੁਰਗਾ ਤੇ ਬੱਕਰਾ ਖਾਂਦੇ ਰਹੇ ਸਨ। ਕਿਸੇ ਨੇ ਉਠ ਕੇ ਹੱਥ ਧੋਤੇ ਨਾ ਮੂੰਹ-ਉਹ ਘੁਰਾੜੇ ਮਾਰ ਰਹੇ ਸਨ। ਕੁਝ ਕੁ ਲੜ ਰਹੇ ਕੁੱਤਿਆਂ ਵਾਂਗ ਘਰਾੜੇ-ਚੀਕਾਂ ਮਾਰਦੇ ਸਨ। ਚੜ੍ਹਤ ਸਿੰਘ ਸ਼ੇਰ ਸਿੰਘ ਕਰੀਬ ਹੀ ਘਰਾੜੇ ਮਾਰ ਰਿਹਾ ਸੀ। ਸ਼ੇਰ ਸਿੰਘ ਉਸ ਵਲ ਤੱਕ-ਤੱਕ ਆਪਣੇ ਆਪ ਨੂੰ ਤਕਦੀਰ ਦਾ ਧਨੀ ਮੰਨਦਾ ਸੀ, ਜਿਸ ਨੂੰ ਭਾਊ ਦਾ ਪੱਖ ਮਿਲ ਗਿਆ ਸੀ। ਹੁਣ ਸ਼ੇਰ ਸਿੰਘ ਨੇ ਦੁਸ਼ਮਣ ਨੂੰ ਵਾਰੀ-ਵਾਰੀ ਖ਼ਤਮ ਕਰ ਦੇਣਾ ਸੀ ਤੇ ਸਾਰੇ ਦੇ ਸਾਰੇ ਇਲਾਕੇ 'ਚ ਆਪਣਾ ਸਿੱਕਾ ਮਨਾ ਲੈਣਾ ਸੀ। ਥੋੜ੍ਹੀ ਦੂਰ ਜਬਰਜੰਗ ਸਿੰਘ ਘਰਾੜੇ ਮਾਰ ਰਿਹਾ ਸੀ। ਉਹ ਅੱਧ ਨੰਗਾ ਪੱਤਣ 'ਤੇ ਪਏ ਕੱਛੂਕੁੰਮੇ ਦੀ ਤਰ੍ਹਾਂ ਲੱਗਦਾ ਸੀ। ਉਹ ਸੁੱਤਾ ਪਿਆ ਹੱਸਦਾ ਸੀ, ਜਿਵੇਂ ਉਹ ਨੂਰੀ ਨੂੰ ਤੱਕ ਰਿਹਾ ਸੀ।

ਮੱਲੂ ਖੋਜੀ ਸਾਰੀ ਸੂਹ ਲੈ ਆਇਆ ਸੀ।

ਸਰਕਾਰੀ ਜੰਗਲ ਕਦੇ ਰਾਜਾ ਫਰੀਦਕੋਟੀਏ ਦੀ ਜਾਇਦਾਦ ਸੀ। ਸੰਘਣਾ ਜੰਗਲ। ਬੰਦਾ ਇਕ ਵਾਰ ਰਾਹ ਭੁੱਲ ਜਾਏ ਕਦੇ ਬਾਹਰ ਨਾ ਨਿਕਲ ਸਕੇ। ਇਸ ਵਿਚ ਸ਼ਿਕਾਰ ਖੇਡਣਾ ਮਨ੍ਹਾ ਸੀ ਪਰ ਸ਼ਿਕਾਰ ਦੇ ਸ਼ੌਕੀਨ ਬਾਜ਼ ਨਹੀਂ ਆਂਦੇ ਸੀ। ਜੰਗਲ ਵਿਚੋਂ ਹਰ ਤਰ੍ਹਾਂ ਦਾ ਸ਼ਿਕਾਰ ਮਿਲਦਾ ਸੀ। ਖ਼ਰਗੋਸ਼, ਹਿਰਨ, ਤਿੱਤਰ, ਬਟੇਰ ਤੇ ਸ਼ੇਰ ਵੀ ਕਈ ਵਾਰ ਦੇਖਿਆ ਗਿਆ ਸੀ।

ਗਰਮੀ ਦੇ ਮੌਸਮ ਦਾ ਤਪਤੇਜ਼ ਘਟ ਗਿਆ ਸੀ। ਸੂਰਜ ਦੀ ਰੌਸ਼ਨੀ ਜਿਵੇਂ ਭਾਰੀ ਜੰਗਲ ਵਿਚ ਹੀ ਗੁਆਚ ਗਈ ਸੀ।

ਮੱਲੂ ਖੋਜੀ ਨੇ ਦੱਸਿਆ ਸੀ ਕਿ ਕੇਰੇ ਵਾਲੀਏ ਸਰਦਾਰ ਸ਼ਿਕਾਰੀ ਦਿਨ ਦੇ ਦੋ ਬਜੇ ਦੇ ਕਰੀਬ ਪਹੁੰਚਣ ਵਾਲੇ ਸਨ। ਉਹ ਪੂਰੇ ਬਾਰਾਂ ਬੰਦੇ ਆਣ ਵਾਲੇ ਸਨ। ਉਨ੍ਹਾਂ ਪਾਸ ਸ਼ਿਕਾਰੀ ਕੁੱਤਿਆਂ ਤੋਂ ਇਲਾਵਾ ਤਲਵਾਰਾਂ ਭਾਲਿਆਂ ਤੋਂ ਛੁਟ ਅਸਲਾ ਵੀ ਬਹੁਤ ਸੀ।

"ਅਸਲੇ ਦੀ ਤਾਂ ਭਾਵੇਂ ਦੂਕਾਨ ਕਿਉਂ ਨਾ ਹੋਵੇ ਮੁੜ।" ਭਾਊ ਕਹਿ ਰਿਹਾ ਸੀ।

ਭਾਊ ਚੜ੍ਹਤ ਸਿੰਘ, ਜਬਰਜੰਗ ਸਿੰਘ, ਸ਼ੇਰ ਸਿੰਘ ਤੋਂ ਇਲਾਵਾ ਚਾਰ ਬੰਦੇ ਸਨ। ਉਨ੍ਹਾਂ ਪਾਸ ਇਕ ਹੀ ਜੀਪ ਸੀ ਜਿਹੜੀ ਉਨ੍ਹਾਂ ਨੇ ਰਾਹ ਤੋਂ ਪਾਸੇ ਕਰਕੇ ਝਾੜਾਂ 'ਚ ਛੁਪਾ ਦਿੱਤੀ ਸੀ।

"ਜਬਰਜੰਗ ਸਿਆਂ ਤੂੰ ਛੇ ਗੋਲੀ ਦੀ ਬੰਦੂਕ ਭਰਕੇ ਇਸ ਝਾੜ ਦੀ ਓਟ 'ਚ ਬਹਿ-ਦਿਲ ਮਜ਼ਬੂਤ ਕਰਕੇ ਰਹੀਂ। ਦੁਸ਼ਮਣ ਦੀ ਛਾਤੀ 'ਚ ਮਾਰੀ ਗੋਲੀ ਲੱਗਣ 'ਤੇ ਦੁਸ਼ਮਣ ਭੱਜ ਨਹੀਂ ਸਕਦਾ। ਮੁੜ ਥਾਂ ਤੇ ਹੀ ਢੇਰੀ ਹੋ ਜਾਂਦੈ ਤੇ ਸਰਦਾਰ ਸ਼ੇਰ ਸਿੰਘ ਤੁਸੀਂ ਸੱਜੇ ਪਾਸੇ ਦੀ ਰਾਖੀ ਤੇ ਮੈਂ ਖੱਬੇ ਪਾਸੇ ਦੀ ਕਰਾਂਗਾ। ਲਹੂਡੀ ਦੇਣੇ ਮੁੜ ਭੱਜ ਕੇ ਜਾਣਗੇ ਕਿੱਧਰ। ਦੁਸ਼ਮਣ ਹਮੇਸ਼ਾ ਪਿੱਛੇ ਨੂੰ ਹੀ ਦੌੜਦੈ ਜਾਂ ਖੱਬੇ ਸੱਜੇ ਜਾਨ ਲੁਕਾਂਦੈ। ਮੇਰੇ ਵਲ ਜਿਹੜਾ ਵੀ ਆਇਆ ਮੁੜ ਮਾਂ ਨੂੰ ਨਹੀਂ ਜੰਮਿਆ। ਇਕ-ਇਕ ਮੁੜ ਫਾਇਰ ਕਰੋ।"

ਤਿੰਨ ਅੱਗੇ ਪਿੱਛੇ ਫਾਇਰ ਹੋਏ।

ਕੇਰੇ ਵਾਲਿਆਂ ਨੇ ਜੰਗਲ ਦੇ ਬਾਹਰ ਜੀਪ ਰੋਕ ਲਈ।

"ਲਗਦੈ ਹੋਰ ਸ਼ਿਕਾਰੀ ਵੀ ਝੱਲ 'ਚ ਆਏ ਹੋਏ ਨੇ।"

"ਇਕ ਕੇਰੇ ਵਾਲੀਏ ਨੇ ਕਿਹਾ-ਉਸ ਦੀ ਪਗੜੀ ਘਿਉ ਕਪੂਰੀ ਸੀ- ਮੁੱਛਾਂ ਕੁੰਢੀਆਂ ਤੇ ਦਾਹੜੀ ਭਾਰੀ ਤੇ ਲੰਮੀ ਸੀ। ਉਹ ਪੈਂਤੀ ਸਾਲਾ ਛੇ ਫੁੱਟ ਕੱਦਾ ਬੰਦਾ ਸੀ। ਉਸ ਦਾ ਨਾਂ ਗੁਰਦੇਵ ਸਿੰਘ ਸੀ।

"ਪਰੋਜਪੁਰ ਫੌਜੀ ਚਾਂਦਮਾਰੀ ਕਰਦੇ ਹੋਣਗੇ।" ਸੁਰਜੀਤ ਸਿੰਘ ਨੇ ਕਿਹਾ। ਸੁਰਜੀਤ ਸਿੰਘ ਸਰੀਰ ਦਾ ਪਤਲਾ ਸੀ।

"ਦੁਬਾਰਾ ਫਾਇਰ ਨਹੀਂ ਹੋਇਆ।" ਭਾਗ ਸਿੰਘ ਨੇ ਕੰਨਾਂ 'ਤੇ ਜ਼ੋਰ ਦੇ ਕੇ ਸੁਣਨ ਦੀ ਕੋਸ਼ਿਸ਼ ਕਰਦਿਆਂ ਕਿਹਾ। ਭਾਗ ਦੀ ਭਾਰੀ ਪਗੜੀ ਦੇ ਵਲ ਕੰਨਾਂ ਤੱਕ ਢਿਲਕੇ ਹੋਏ ਸਨ। ਉਸ ਨੇ ਕਰੜਬਰੜੀ ਦਾਹੜੀ ਬੰਨ੍ਹੀ ਹੋਈ ਸੀ।

ਥੋੜ੍ਹੀ ਦੇਰ ਕੰਨ ਵੜਿਕੇ ਭੰਨਣ ਮਗਰੋਂ ਉਹ ਅੱਗੇ ਤੁਰ ਪਏ। ਉਨ੍ਹਾਂ ਦੀਆਂ ਜੀਪਾਂ ਬੜੀਆਂ ਆਹਿਸਤਾ-ਆਹਿਸਤਾ ਚੱਲ ਰਹੀਆਂ ਸਨ।

ਸ਼ਾਇਦ ਉਹ ਸ਼ਿਕਾਰ ਨੂੰ ਸੁਚੇਤ ਨਹੀਂ ਕਰਨਾ ਚਾਹੁੰਦੇ ਸਨ।

ਜਬਰਜੰਗ ਸਿੰਘ ਸਾਹਮਣੇ ਵਾਲੇ ਝਾੜ 'ਚ ਲੁਕਿਆ ਸੀ ਤੇ ਜੀਪਾਂ ਉਸ ਦੀ ਗੋਲੀ ਦੀ ਮਾਰ 'ਚ ਆ ਰਹੀਆਂ ਸਨ। ਜਬਰਜੰਗ ਸਿੰਘ ਨੇ ਨਿਸ਼ਾਨਾ ਤਾਣ ਕੇ ਗੋਲੀ ਵਰ੍ਹਾ ਦਿੱਤੀ। ਜੀਪ ਦਾ ਅਗਲਾ ਸ਼ੀਸ਼ਾ ਟੁਕੜੇ ਬਣ ਕੇ ਉਡ ਗਿਆ।

"ਦੁਸ਼ਮਣ ਓਏ, ਬਚੋ, ਜੀਪਾਂ ਮੋੜੋ।" ਇਕ ਹਲਚਲ ਜਿਹੀ ਮੱਚ ਗਈ। ਵਾਪਿਸ ਭਜਦੀਆਂ ਜੀਪਾਂ 'ਚੋਂ ਉਨ੍ਹਾਂ ਗੋਲੀਆਂ ਅੰਨ੍ਹੇਵਾਹ ਛੱਡੀਆਂ। ਪੰਛੀ ਪਹਿਲਾਂ ਹੀ ਉਡ ਚੁੱਕੇ ਸਨ।

ਇਕ ਗੋਲੀ ਜਬਰਜੰਗ ਸਿੰਘ ਦੀ ਛਾਤੀ ਵਿਚ ਲੱਗੀ। ਜਬਰਜੰਗ ਸਿੰਘ ਦੀ ਚੀਕ ਨਿਕਲੀ ਨਾ ਆਵਾਜ਼, ਉਹ ਥਾਂ 'ਤੇ ਹੀ ਸਿੱਧੇ ਡੱਡੂ ਵਾਂਗ ਵਿਛ ਗਿਆ।

"ਦੁਸ਼ਮਣਾਂ ਦੇ ਸ਼ੀਸ਼ੇ ਤਾਂ ਉਡਾ ਧਰੇ ਈ। ਸ਼ਾਇਦ ਕਈਆਂ ਦੇ ਛਰਰੇ ਵੀ ਲੱਗੇ ਹੋਣ। ਲਹੁਡੀ ਦੇਣੇ ਇਕ ਪਲ ਵੀ ਨਹੀਂ ਰੁਕੇ। ਵੱਡੇ ਬਦਮਾਸ਼। ਜਬਰਜੰਗ ਸਿਆਂ ਬਾਹਰ ਆ ਜਾ, ਉਹ ਤਾਂ ਪਹੁੰਚ ਗਏ ਨੇ ਕੇਰੇ ਵਾਲੇ। ਹੁਣ ਸ਼ੇਰ ਸਿਆਂ ਆਪਾਂ ਦੂਜੇ ਰਾਹ ਰੱਤੇ ਟਿੱਬੇ ਪਹੁੰਚੀਏ। ਕੋਈ ਠਾਣੇ ਦਾ ਮਾਮਲਾ ਨਾ ਬਣ ਜਾਏ।"

"ਹੱਥ ਤਾਂ ਮਿਲ ਗਏ ਸੀ ਪਰ ਸੁੱਕੀ ਦੇ ਪੱਤਣ ਨਿਕਲ ਗਏ।" ਸ਼ੇਰ ਸਿੰਘ ਨੇ ਕਿਹਾ।

"ਕਿੰਨੇ ਕੁ ਦਿਨ ਬਚਣਗੇ। ਹੁਣ ਤਾਂ ਆਪਾਂ ਸਰਬੰਧੀ ਬਣ ਗਏ। ਕਦੇ ਵੀ ਦਾਹੜ ਥੱਲੇ ਚੱਬ ਧਰਾਂਗੇ।"

"ਹੁਣ ਇਨ੍ਹਾਂ ਨੇ ਇਸ ਜੰਗਲ 'ਚ ਨਹੀਂ ਆਣਾ।"

"ਭੈੜਿਆ ਕਦੇ ਇਨ੍ਹਾਂ ਦੇ ਘਰ ਲਾਗੇ ਚਲਦੇ ਹਾਂ। ਤੇਰਾ ਜੁਆਤਰਾ ਵੇਖਿਆ ਊ ਕਿੰਨਾ ਦਲੇਰ ਹੈ। ਜਬਰ ਸਿਆਂ ਬਾਹਰ ਆ ਜਾ। ਹੁਣ ਆਪਾਂ ਦੇਰ ਨਾ ਕਰੋ।"

"ਬਾਪੂ ਭਾਊ ਤਾਂ ਮਰਿਆ ਪਿਆ ਈ।"

"ਕੀ ਪਿਆ ਕੁੰਨੈ ਲਹੁਡੀ ਦਿਆ।"

"ਮੈਂ ਸੱਚ ਆਖਣਾ। ਇਹਦਾ ਭੌਰ ਤਾਂ ਕਦੇ ਦਾ ਉਡ ਗਿਆ ਲਗਦਾ ਈ।"

ਉਹ ਦੇਖ ਰਹੇ ਸਨ ਜਬਰਜੰਗ ਸਿੰਘ ਮੁੱਕ ਚੁੱਕਿਆ ਸੀ।

ਭਾਊ ਚੜ੍ਹਤ ਸਿੰਘ ਦੀ ਧਾਅ ਨਿਕਲੀ। ਉਸ ਦੇ ਹੱਥੋਂ ਬੰਦੂਕ ਛੁੱਟ ਗਈ। ਪਾਣੀ ਪਿਲਾਣ 'ਤੇ ਉਸ ਨੂੰ ਹੋਸ਼ ਆਈ।

"ਜੋ ਹੋ ਗਿਆ-ਹੁਣ ਇਸ ਲੋਥ ਨੂੰ ਜੀਪ 'ਚ ਰੱਖ ਕੇ ਠਾਣੇ ਵੱਜੋ। ਦੁਸ਼ਮਣ ਬਚਣੇ ਨਹੀਂ ਚਾਹੀਦੇ। ਦੁਸ਼ਮਣਾਂ ਦੇ ਨਾਂ ਤਾਂ ਮੈਨੂੰ ਪਤਾ ਹੈ ਨਾ? ਮੈਂ ਇਨ੍ਹਾਂ ਸਾਰਿਆਂ ਨੂੰ ਫਾਹੇ ਲੁਆਵਾਂਗਾ। ਮੈਂ ਇਨ੍ਹਾਂ ਦਾ ਕੁਨਬਾ ਖ਼ਤਮ ਕਰਕੇ ਮਰਾਂਗਾ।"

"ਮੈਂ ਵੀ ਤਾਂ ਤੇਰੇ ਨਾਲ ਹਾਂ ਚੜ੍ਹਤ ਸਿਆਂ।" ਸ਼ੇਰ ਸਿੰਘ ਨੇ ਆਪਣੀ ਛਾਤੀ ਠੋਕੀ।"

ਜਬਰਜੰਗ ਦੀ ਲੋਥ 'ਚੋਂ ਸਾਰਾ ਖ਼ੂਨ ਧਰਤੀ ਸੋਕ ਗਈ ਸੀ। ਉਸ ਦਾ ਸਰੀਰ ਸੁੰਗੜ ਕੇ ਚਾਰ ਫੁੱਟ ਰਹਿ ਗਿਆ ਸੀ।

"ਮੇਰਾ ਬੰਸ ਖ਼ਤਮ ਹੋ ਗਿਆ ਸ਼ੇਰ ਸਿਆਂ। ਮੇਰਾ ਤਾਂ ਏਹੋ ਹੀ ਸੀ।"

* * *

ਕਾਲਜ ਵਿਚ ਗੱਲ ਉਡ ਗਈ ਸੀ। ਨੂਰੀ ਤੇ ਰੂਬੀ ਦੀ ਪੇਸ਼ੀ ਹੋ ਗਈ ਸੀ।

"ਨੂਰੀ, ਚੰਗੇ ਬੱਚੇ ਤੋਂ ਇਸ ਗੈਰ-ਹਰਕਤ ਦੀ ਉਮੀਦ ਨਹੀਂ ਸੀ।"

"ਗ਼ੈਰ ਹਰਕਤ ਇਸ ਤੋਂ ਵੱਧ ਕੀ ਹੋਵੇਗੀ?"

"ਪਿਆਰ ਤਾਂ ਗੈਰ-ਹਰਕਤ ਨਹੀਂ।"

"ਪਿਆਰ ਗ਼ੈਰ ਹਰਕਤ ਦਾ ਦੂਜਾ ਨਾਂ ਹੈ। ਮੈਂ ਇਸ ਬਿਮਾਰੀ ਦਾ ਆਪਣੇ ਕਾਲਜ ਵਿਚ ਜ਼ਿਕਰ ਵੀ ਨਹੀਂ ਚਾਹੁੰਦੀ। ਖ਼ਰਬੂਜੇ ਨੂੰ ਦੇਖ ਕੇ ਦੂਜੇ ਨੂੰ ਵੀ ਇਹੀ ਰੰਗ ਚੜ੍ਹਦੈ। ਮੇਰੇ ਪਾਸ ਢਾਈ ਹਜ਼ਾਰ ਬੱਚੀਆਂ ਹਨ। ਮੈਂ ਇਨ੍ਹਾਂ ਦੇ ਮਾਪਿਆਂ

ਨੂੰ ਕੀ ਜਵਾਬ ਦੇਵਾਂਗੀ? ਮੈਂ ਤੇਰੇ ਮਾਪਿਆਂ ਨੂੰ ਤਾਰ ਦੇ ਦਿੱਤੀ ਹੈ। ਜਾਂ ਤਾਂ ਮੈਨੂੰ ਗਰੰਟੀ ਦੇ ਕਿ ਇਹ ਗ਼ੈਰ-ਹਰਕਤ ਦੁਬਾਰਾ ਨਹੀਂ ਹੋਵੇਗੀ, ਨਹੀਂ ਤਾਂ ਆਪਣੇ ਘਰ ਜਾ ਕੇ ਪਿਆਰ ਦੀਆਂ ਪੀਂਘਾਂ ਝੂਟ। ਸਾਡਾ ਗਲਾ ਛੱਡ।"

"ਜੋ ਤੁਸੀਂ ਕਰੋਗੇ ਠੀਕ ਕਰੋਗੇ ਪਰ ਮੈਂ ਇਹ ਇਲਜ਼ਾਮ ਸਿਰ ਨਹੀਂ ਲਵਾਂਗੀ ਕਿ ਮੈਂ ਕੋਈ ਗ਼ੈਰ-ਹਰਕਤ ਕੀਤੀ ਹੈ। ਮੈਂ ਦੁੱਧ ਵਾਂਗ ਪਾਕ ਹਾਂ ਤੇ ਗੰਗਾ ਵਾਂਗ ਸੁੱਚੀ।"

"ਮੈਂ ਬਹਿਸ ਕਰਨਾ ਨਹੀਂ ਚਾਹੁੰਦੀ। ਤੂੰ ਜਾ ਸਕਦੀ ਹੈਂ। ਰੂਬੀ ਤੈਨੂੰ ਵੀ ਆਖ਼ਰੀ ਵਾਰਨਿੰਗ ਹੈ। ਨਹੀਂ ਤਾਂ ਤੇਰੇ ਮਾਪਿਆਂ ਨੂੰ ਵੀ ਤਾਰ ਜਾਏਗੀ। ਏਥੇ ਬੱਚੇ ਪੜ੍ਹਨ ਆਂਦੇ ਨੇ ਨਾ ਕਿ ਵਿਚੋਲੇ ਬਣਨ ਲਈ।"

ਨੂਰੀ ਤੇ ਰੂਬੀ ਤੁਰ ਗਈਆਂ।

"ਨੂਰੀ ਤੂੰ ਮੇਰੇ ਕਾਲਜ ਦੀ ਸ਼ਾਨ ਸੀ-ਮੈਂ ਤੈਨੂੰ ਆਪਣੀ ਧੀ ਵਾਂਗ ਪਿਆਰ ਕਰਦੀ ਸਾਂ।" ਵੱਡੇ ਭੈਣ ਜੀ ਦੀਆਂ ਚੀਕਾਂ ਜੇਹੀਆਂ ਤੁਰੀਆਂ ਆ ਰਹੀਆਂ ਨੂਰੀ ਤੇ ਰੂਬੀ ਦੇ ਕੰਨਾਂ 'ਚ ਪੈ ਰਹੀਆਂ ਸਨ। ਵਰਾਂਡੇ ਵਿਚ ਕੁੜੀਆਂ ਘੁਟੀਆਂ-ਘੁਟੀਆਂ ਦੋਹਾਂ ਵੱਲ ਝਾਕ ਰਹੀਆਂ ਸਨ। ਕਿਸੇ ਝੁੰਡ ਵਿਚੋਂ ਹਾਸੇ ਦੀ ਆਵਾਜ਼ ਆ ਰਹੀ ਸੀ।

"ਵਾਰਿਸ਼ ਸ਼ਾਹ ਛੁਪਾਈਏ ਖਲਕ ਕੋਲੋਂ ਭਾਵੇਂ ਆਪਣਾ ਹੀ ਗੁੜ ਖਾਈਏ ਜੀ।"

"ਇਸ਼ਕ ਤੇ ਮੁਸ਼ਕ ਨਾ ਛੁਪਦੇ ਜੱਗ ਕੋਲੋਂ।"

"ਵਾਰਿਸ਼ ਸ਼ਾਹ ਨਾ ਮੁੜਾਂ ਰੰਝੇਟੜੇ ਤੋਂ ਭਾਵੇਂ ਬਾਪ ਦੇ ਬਾਪ ਦਾ ਬਾਪ ਆਵੇ।"

"ਨਹੀਂ! ਭਾਵੇਂ ਵੱਡੇ ਭੈਣ ਜੀ ਲੱਖ ਰੋਕਣ।"

"ਜੱਟ ਚੜ੍ਹਦੇ ਮਿਰਜੇ ਯਾਰ ਨੂੰ
ਜੱਟ ਵੰਝਲ ਦਿੰਦਾ ਮੱਤ।
ਭੱਠ ਰੰਨਾਂ ਦੀ ਦੋਸਤੀ ਖੁਰੀ ਜਿਨ੍ਹਾਂ ਦੀ ਮੱਤ
ਇਹ ਤਾਂ ਹੱਸ-ਹੱਸ ਲੌਂਦੀਆਂ ਯਾਰੀਆਂ
ਫਿਰ ਰੋ-ਰੋ ਦੇਵਣ ਦੱਸ।"

"ਇਕ ਕੁੱਤੀ ਮਰੇ ਫ਼ਕੀਰ ਦੀ
ਜਿਹੜੀ ਟਊਂ-ਟਊਂ ਨਿੱਤ ਕਰੇ
ਇਕ ਦੀਵਾ ਬੁਝੇ ਕਰਾੜ ਦਾ
ਜਿਹੜਾ ਚਾਨਣ ਨਿੱਤ ਕਰੇ
ਪੰਜ ਸੱਤ ਮਰਨ ਗੁਆਂਢਣਾਂ
ਰਹਿੰਦੀਆਂ ਨੂੰ ਤਾਪ ਚੜ੍ਹੇ
ਗਲੀਆਂ ਹੋਵਣ ਸੁੰਨੀਆਂ।
ਵਿਚ ਮਿਰਜਾ ਯਾਰ ਫਿਰੇ।"

"ਤਾਪ ਚੜ੍ਹੇ ਵੱਡੇ ਭੈਣ ਜੀ ਨੂੰ
ਜਿਹੜੀ ਰੁਕਾਵਟ ਵਿਚ ਬਣੇ।"

ਕੁੜੀਆਂ ਗਿੱਧਾ ਪਾਣ ਲੱਗ ਪਈਆਂ ਸਨ।

"ਪਿਆਰ ਕੀਆ ਤੋ ਡਰਨਾ ਕਿਆ।
ਜਬ ਪਿਆਰ ਕੀਆ ਤੋ ਡਰਨਾ ਕਿਆ
ਪਿਆਰ ਕੀਆ ਕੋਈ ਚੋਰੀ ਨਹੀਂ ਕੀ।"

* * *

ਵਾਰਡਨ ਭੈਣ ਜੀ ਦੀ ਆਵਾਜ਼ ਸੁਣ ਕੇ ਕੁੜੀਆਂ ਦਾ ਸੰਗੀਤ, ਨਾਚ ਗਾਣਾ ਤੇ ਹਾਸਾ ਬੰਦ ਹੋਇਆ। ਇਸ ਤਰ੍ਹਾਂ ਜਿਵੇਂ ਏਥੇ ਕੋਈ ਹੈ ਹੀ ਨਹੀਂ ਸੀ। ਸਭ ਨੇ ਸਾਹ ਰੋਕ ਲਏ, ਜਿਵੇਂ ਸੱਪ ਸੁੰਘ ਗਿਆ ਸੀ।

"ਨੂਰੀ ਧੀਏ ਇਹ ਮੈਂ ਕੀ ਸੁਣ ਰਹੀ ਹਾਂ?" ਵਾਰਡਨ ਨੇ ਨੂਰੀ ਕੋਲ ਜਾ ਕੇ ਕਿਹਾ।

"ਭੈਣ ਜੀ ਮੈਂ ਕੋਈ ਗ਼ਲਤ ਕੰਮ ਨਹੀਂ ਕੀਤਾ ਪਰ ਜਿਨ੍ਹਾਂ ਨੇ ਵੀ ਕੀਤਾ ਉਹ ਕਾਲਜ ਦੇ ਅਸੂਲਾਂ ਦੇ ਖ਼ਿਲਾਫ ਕੀਤਾ।"

"ਅਜਿਹੇ ਅਸੂਲਾਂ ਨੂੰ ਕੀ ਕਿਹਾ ਜਾਏ, ਜਿਹੜੇ ਜੀਵਨ ਦੇ ਖਿਲਾਫ਼ ਨੇ।"

"ਧੀਏ, ਬੱਚੇ ਨੂੰ ਅਸੂਲਾਂ ਦੇ ਘੇਰੇ 'ਚ ਰਹਿ ਕੇ ਚੱਲਣਾ ਪੈਂਦੇ। ਤੈਨੂੰ ਪਤਾ ਹੀ ਹੈ ਸਾਰਾ ਕਾਲਜ ਤੈਨੂੰ ਕਿੰਨਾ ਪਿਆਰ ਕਰਦੈ। ਅਸੀਂ ਤਾਂ ਤੇਰੇ 'ਤੇ ਨਾਜ਼ ਕਰਦੇ ਸੀ।" ਭੈਣ ਜੀ ਦਾ ਦਿਲ ਹੀ ਟੁੱਟ ਗਿਆ। ਉਸ ਦੀਆਂ ਅੱਖਾਂ 'ਚੋਂ ਨੀਰ ਹੜ੍ਹ ਵਾਂਗ ਜਾ ਰਿਹਾ ਸੀ। ਸਿਆਣੀ ਧੀ ਬਣ ਮੁੜ ਕਾਲਜ ਤੋਂ ਪੈਰ ਬਾਹਰ ਨਾ ਧਰਨ ਦੀ ਸਹੁੰ ਚੁੱਕ।"ਧੀਆਂ ਤਾਂ ਕੋਰੀ ਚਾਦਰ ਹੁੰਦੀਆਂ ਨੇ"। ਇਕ ਵਾਰ ਦਾਗ਼ ਲੱਗਿਆ, ਸਾਰੀ ਉਮਰ ਨਹੀਂ ਲਥਦਾ।

"ਮੇਰਾ ਪਿਆਰ ਕੋਈ ਦਾਗ਼ ਨਹੀਂ ਭੈਣ ਜੀ, ਰੱਬ ਦੇ ਵਾਸਤੇ ਇਸ ਨੂੰ ਦਾਗ਼ ਨਾ ਕਹੋ। ਮੇਰਾ ਦਿਲ ਦੁਖਦੈ।"

ਨੂਰੀ ਹੰਝੂ ਪੂੰਝਦੀ ਕਹਿ ਰਹੀ ਸੀ।

ਵਾਰਡਨ ਭੈਣ ਜੀ ਮਾਯੂਸ ਜਿਹੀ ਹੋ ਕੇ ਬਾਹਰ ਨਿਕਲ ਗਈ। ਉਸ ਨੂੰ ਉਮੀਦ ਨਹੀਂ ਸੀ ਨੂਰੀ ਅੱਗੋਂ ਇਸ ਤਰ੍ਹਾਂ ਦੇ ਜਵਾਬ ਦੇਵੇਗੀ। ਵੈਸੇ ਉਸ ਦਾ ਵਿਸ਼ਵਾਸ ਸੀ ਨੂਰੀ ਨੇ ਕੋਈ ਗ਼ਲਤ ਕੰਮ ਨਹੀਂ ਕੀਤਾ ਸੀ। ਉਹ ਕੋਰੀ ਸੀ, ਸੁੱਚੀ ਸੀ। ਦੁੱਧ ਵਾਂਗ ਪਾਕ ਤੇ ਗੰਗੋਤਰੀ ਦੀ ਗੰਗਾ ਵਾਂਗ ਸੁੱਚੀ ਤੇ ਸੱਚੀ।

ਨੂਰੀ ਦੇ ਨਾਲ ਰੂਬੀ ਵੀ ਚੁੱਪ ਵੱਟੀ ਬੈਠੀ ਸੀ।

"ਕੈਸਾ ਸਮਾਜ ਹੈ ਪਿਆਰ ਨੂੰ ਗ਼ੈਰ-ਹਰਕਤ ਕਿਹਾ ਜਾ ਰਿਹੈ। ਪਿਆਰ ਨੂੰ ਪਾਪ ਮੰਨਿਆ ਜਾ ਰਿਹੈ। ਇਕ ਸੂਗ ਦੀ ਬਿਮਾਰੀ, ਜਿਹੜੀ ਪਲੇਗ ਵਾਂਗ ਸਾਰੇ ਕਾਲਜ ਵਿਚ ਫੈਲ ਜਾਣੀ ਸੀ ਪਰ ਕੌਣ ਕਹਿ ਸਕਦੈ ਕਿ ਇਹ ਪਲੇਗ ਹਰ ਦਿਲ

ਦਾ ਸੰਗੀਤ ਨਹੀਂ ਸੀ। ਹਰ ਸਰੀਰ ਦਾ ਨਸ਼ਾ ਨਹੀਂ ਸੀ। ਹਰ ਦਿਮਾਗ ਦਾ ਸੁਪਨਾ ਨਹੀਂ ਸੀ। ਹਰ ਮਨ ਦਾ ਫੁਰਨਾ ਤੇ ਖ਼ਿਆਲ ਨਹੀਂ ਸੀ। ਹਰ ਜਵਾਨ ਰੂਹ ਦੀ ਖ਼ੁਰਾਕ ਨਹੀਂ ਸੀ।" ਰੂਬੀ ਬੋਲਦੀ ਜਾ ਰਹੀ ਸੀ, "ਜਿਹੜਾ ਫੜਿਆ ਗਿਆ, ਉਹੀ ਚੋਰ, ਨਹੀਂ ਤਾਂ ਸਾਧ।"

"ਰੂਬੀ ਜੱਗ ਨੂੰ ਕੋਈ ਜਿੱਤ ਨਹੀਂ ਸਕਦਾ। ਜਿੰਨੇ ਮੂੰਹ ਉਨੀਆਂ ਬੋਲੀਆਂ ਤੇ ਜਿੰਨੀਆਂ ਬੋਲੀਆਂ, ਉਨੇ ਮਤਲਬ। ਪਿਆਰ ਕਦੇ ਪਾਪ ਹੈ ਤੇ ਕਦੇ ਪੁੰਨ। ਸਮਾਜ ਕਹਿੰਦੈ ਜੋ ਉਹ ਚਾਹੁੰਦੈ, ਓਹੀ ਠੀਕ ਹੈ। ਬਾਕੀ ਸਭ ਪਾਪ। ਮਨੁੱਖ ਫ਼ਰਜ਼ਾਂ ਦੀਆਂ ਜ਼ੰਜੀਰਾਂ 'ਚ ਹਮੇਸ਼ਾ ਜਕੜਿਆ ਰਹਿੰਦੈ। ਇਹ ਜ਼ੰਜੀਰਾਂ ਕਦੇ ਟੁੱਟਦੀਆਂ ਨਹੀਂ। ਵੱਖ-ਵੱਖ ਸਮੇਂ, ਵੱਖ-ਵੱਖ ਰੂਪ 'ਚ ਇਹ ਇਨਸਾਨ ਨੂੰ ਬਾਂਦੀ ਬਣਾਈ ਰਖਦੀਆਂ ਹਨ। ਜ਼ੰਜੀਰਾਂ ਦਾ ਕੰਮ ਜਕੜਨਾ ਹੈ, ਇਹ ਦੇਖਣਾ ਨਹੀਂ ਦੋਸ਼ ਹੈ ਵੀ ਜਾਂ ਨਹੀਂ।" ਨੂਰੀ ਬੋਲ ਰਹੀ ਸੀ।

ਫਿਰ ਉਹ ਦੋਵੇਂ ਚੁੱਪ ਹੋ ਗਈਆਂ। ਮੂੰਹ ਬੰਦ ਸਨ। ਅੱਖਾਂ ਖੁੱਲ੍ਹੀਆਂ ਸਨ। ਸੀਨੇ ਧੜਕਦੇ ਸਨ। ਕਮਰੇ ਦੀ ਸੂਈ ਸਮੇਂ ਦੀ ਡੋਰ ਨੂੰ ਚੂਹੇ ਵਾਂਗ ਕੁਤਰ ਰਹੀ ਸੀ।

ਦੋਵੇਂ ਮੰਤਰ ਮੁਗਧ ਬੈਠੀਆਂ ਸਨ। ਸ਼ਾਇਦ ਸਮੇਂ ਤੋਂ ਬੇਖ਼ਬਰ। ਬਾਹਰ ਸ਼ਾਮ ਦੀ ਅਰਦਾਸ ਹੋ ਗਈ ਸੀ। ਅਰਦਾਸ ਸਮੇਂ ਕੁੜੀਆਂ ਦੇ ਚਿਹਰਿਆਂ 'ਤੇ ਅਜੀਬ ਚੁੱਪ ਸੀ। ਬਹੁਤ ਸਾਰੀਆਂ ਕੁੜੀਆਂ ਨੂਰੀ ਨੂੰ ਬਹੁਤ ਪਿਆਰ ਕਰਦੀਆਂ ਸਨ। ਉਨ੍ਹਾਂ ਨੂੰ ਨੂਰੀ 'ਤੇ ਪਿਆਰ ਆ ਰਿਹਾ ਸੀ। ਨੂਰੀ ਦਾ ਦੁੱਖ ਵੰਡਾਣਾ ਚਾਹੁੰਦੀਆਂ ਸਨ।

* * *

ਤੇਜਪਾਲ ਸਿੰਘ ਹੋਸਟਲ ਪਹੁੰਚਿਆ ਤਾਂ ਉਸ ਨੂੰ ਪੂਰੀ ਖ਼ਬਰ ਮਿਲੀ। ਸਾਰੇ ਹੋਸਟਲ ਦੇ ਮੁੰਡੇ ਮੱਖੀਆਂ ਵਾਂਗ ਉਸ ਦੇ ਕਮਰੇ 'ਚ ਜਮ੍ਹਾਂ ਹੋ ਗਏ। ਦਰਵਾਜ਼ੇ ਭੰਨ ਦਿੱਤੇ ਤੇ ਤਾਕੀਆਂ ਦੇ ਸ਼ੀਸ਼ੇ ਤੋੜ ਦਿੱਤੇ।

"ਬਾਈ ਤਕਦੀਰ ਹੋਏ ਤਾਂ ਤੇਰੀ ਵਰਗੀ।"

"ਟੀਸੀ ਦਾ ਬੇਰ ਹੈ।"

"ਕਹਿੰਦੀ, ਕਹਿਣਾ ਤੁਹਾਨੂੰ ਮਿਲਣ ਆਈਆਂ ਸੀ।"

"ਬਾਕੀ ਉਹ ਸਮਝ ਜਾਣਗੇ।"

"ਹਾਏ ਓਏ ਰੱਬਾ ਤੇਰੀਆਂ-ਕੁੱਜੇ 'ਚ ਲੱਤਾਂ।"

"ਕਿਤੇ ਮੈਂ ਹੀ ਤੇਜਪਾਲ ਹੁੰਦਾ।"

–"ਮੂੰਹ ਨਾ ਮੱਥਾ ਜਿੰਨ ਪਹਾੜੋਂ ਲੱਥਾ।"–

"ਐਨੀ ਮਾੜੀ ਤਾਂ ਨਹੀਂ ਸ਼ਕਲ।"

ਲੜਕੇ ਅੱਗੇ ਵਧ-ਵਧ ਤੇਜਪਾਲ ਦੇ ਦਰਸ਼ਨ ਕਰ ਰਹੇ ਸਨ, ਜਿਵੇਂ ਤੇਜਪਾਲ ਕੁਝ ਹੋਰ ਬਣ ਗਿਆ ਸੀ। ਜਿਵੇਂ ਉਹ ਸੰਸਾਰ ਦਾ ਤੇ ਦੌੜਨ ਵਾਲਾ ਬਣ ਨਵਾਂ ਰਿਕਾਰਡ ਕਾਇਮ ਕਰਕੇ ਆ ਗਿਆ ਸੀ।

ਤੇਜਪਾਲ ਨੂੰ ਪ੍ਰਿੰਸੀਪਲ ਦੇ ਦਫ਼ਤਰ 'ਚ ਬੁਲਾਇਆ ਗਿਆ ਸੀ। ਤੇਜਪਾਲ ਨੂੰ ਥੋੜ੍ਹੀ ਚਿੰਤਾ ਹੋਈ ਸੀ। ਖ਼ੁਸ਼ੀ ਦੇ ਮੀਂਹ 'ਚ ਨਹਾਂਦੇ ਨੂੰ ਤੱਤੀ ਲੂ ਦਾ ਬੁੱਲਾ ਵੱਜਿਆ ਸੀ।

"ਇਹ ਕੀ ਕਹਾਣੀਆਂ ਸੁਣ ਰਹੇ ਹਾਂ?" ਪ੍ਰਿੰਸੀਪਲ ਸਿੱਧੂ ਨੇ ਪੁੱਛਿਆ, ਉਸ ਦੇ ਚਿਹਰੇ 'ਤੇ ਗੁੱਸਾ ਸੀ। ਉਸਦੇ ਚਿੱਟੇ ਫਰੇਮ ਦਾ ਚਸ਼ਮਾ ਸੀ ਤੇ ਮੁੱਛਾਂ ਚੂਹੇ ਦੀ ਪੂਛ ਵਾਂਗ ਖੜ੍ਹੀਆਂ ਸਨ।

"ਮੈਂ ਕੁਝ ਸਮਝਿਆ ਨਹੀਂ ਸਰ।" ਤੇਜਪਾਲ ਨੇ ਸੰਭਲ ਕੇ ਕਿਹਾ। ਸੱਚ ਹੀ ਤੇਜਪਾਲ ਨੂੰ ਸਵਾਲ ਦਾ ਸਿਰ ਪੈਰ ਨਹੀਂ ਲੱਭਿਆ ਸੀ।

"ਖਿਡਾਰੀ ਤੇ ਸਾਧ ਲੰਗੋਟ ਦੇ ਜਤੀ-ਸਤੀ ਰਹਿਣੇ ਚਾਹੀਦੇ ਨੇ।"

ਖੇਡਾਂ ਦੇ ਇਨਚਾਰਜ ਪ੍ਰੋਫੈਸਰ ਨੇ ਕਿਹਾ। ਉਸ ਨੇ ਦਾਹੜੀ ਕੱਤਰੀ ਸੀ ਪਰ ਕਲਫ਼ ਲਾ ਕੇ ਕਾਲੀ ਕੀਤੀ ਸੀ। ਉਸ ਦੀ ਛਾਤੀ ਗਜ ਚੌੜੀ ਸੀ। ਗਰਦਨ ਮੋਟੀ ਤੇ ਰੰਗ ਪੱਕਾ ਸੀ। ਉਸ ਦੇ ਪੈਰੀਂ ਨੋਕ ਵਾਲੀ ਜੁੱਤੀ ਪਾਈ ਹੋਈ ਸੀ, ਜਿਸ ਦੀ ਨੋਕ 'ਤੇ ਲੋਗੜੀ ਦਾ ਫੁੱਲ ਹੱਸ ਰਿਹਾ ਸੀ।

"ਪਰ ਮੇਰੇ ਲੰਗੋਟ ਨੂੰ ਕੀ ਹੋ ਗਿਆ ਸਰ?"

"ਤੈਨੂੰ ਇਹ ਵੀ ਪਤਾ ਹੋਣਾ ਚਾਹੀਦੈ ਕਿ ਤੇਰੇ 'ਤੇ ਕਾਲਜ ਦਾ ਬਹੁਤ ਰੁਪਿਆ ਖਰਚ ਹੋ ਰਿਹੈ।" ਸਿੱਧੂ ਨੇ ਕਿਹਾ।

"ਸਾਨੂੰ ਉਮੀਦ ਹੈ ਇਸ ਵਾਰ ਤੂੰ ਰਿਕਾਰਡ ਕਾਇਮ ਕਰੇਂਗਾ।" ਭਲਵਾਨ ਪ੍ਰੋਫੈਸਰ ਕਹਿ ਰਿਹਾ ਸੀ।

"ਮੈਂ ਤਾਂ ਜਾਨ ਤੋੜ ਕੇ ਤਿਆਰੀ ਕਰ ਰਿਹਾਂ।"

"ਇਹ ਸਾਨੂੰ ਪੂਰੀ ਰਿਪੋਰਟ ਹੈ ਪਰ ਦੂਜੀ ਰਿਪੋਰਟ ਵੀ ਹੈ।"

"ਉਹ ਕੌਣ ਕੁੜੀ ਹੈ?"

"ਨੂਰੀ?" ਤੇਜਪਾਲ ਨੇ ਪੁੱਛਿਆ।

"ਅੱਛਾ ਉਸ ਦਾ ਨਾਂ ਨੂਰੀ ਹੈ?"

"ਉਸ ਦੇ ਨੂਰ 'ਚ ਸਾਡੇ ਕਾਲਜ ਦਾ ਭਵਿੱਖ ਨਾ ਖ਼ਰਾਬ ਕਰ।" ਭਲਵਾਨ ਪ੍ਰੋਫੈਸਰ ਨੇ ਕਿਹਾ।

"ਸਰ ਪਲੀਜ਼, ਨੂਰੀ ਮੇਰਾ ਜਾਤੀ ਮਾਮਲਾ ਹੈ।"

"ਪਲੇਅਰ ਦਾ ਜਾਤੀ ਮਾਮਲਾ ਕੁਝ ਨਹੀਂ ਰਹਿ ਜਾਂਦਾ, ਜਦ ਉਹ ਕਾਲਜ ਦੀ ਪ੍ਰਾਪਰਟੀ ਹੋਵੇ।"

"ਮੁਆਫ਼ ਕਰਨਾ ਸਰ, ਕਾਲਜ ਨੇ ਮੈਨੂੰ ਖ਼ਰੀਦ ਤਾਂ ਨਹੀਂ ਲਿਆ। ਮੇਰਾ ਦਿਲ ਆਪਣਾ ਹੈ।"

"ਤੇਰਾ ਦਿਲ ਵੀ ਕਾਲਜ ਪਾਸ ਗਿਰਵੀ ਹੈ।"

"ਬੇਟਾ ਤੈਨੂੰ ਅਸੀਂ ਸਮਝਾ ਰਹੇ ਹਾਂ। ਸਾਨੂੰ ਕਾਲਜ ਦੇ ਨਾਲ-ਨਾਲ ਤੇਰੇ ਕੈਰੀਅਰ ਦਾ ਵੀ ਫ਼ਿਕਰ ਹੈ।"

"ਸਰ ਮੈਂ ਦੌੜਾਂਗਾ ਤਾਂ ਸਿਰਫ਼ ਨੂਰੀ ਦਾ ਨਾਂ ਲੈ ਕੇ। ਨੂਰੀ ਦੇ ਨਾਂ ਬਿਨਾਂ ਮੈਂ ਇਕ ਕਦਮ ਵੀ ਨਹੀਂ ਦੌੜ ਸਕਦਾ। ਮੈਂ ਬੇਨਤੀ ਕਰਦਾਂ ਮੇਰੇ ਉਪਰ ਨੂਰੀ ਬਾਰੇ ਕੋਈ ਬੰਧਨ ਨਾ ਲਾਇਆ ਜਾਵੇ। ਨੂਰੀ ਮੇਰਾ ਰੱਬ ਹੈ।"

"ਸਾਨੂੰ ਕਿਵੇਂ ਵਿਸ਼ਵਾਸ ਆਏਗਾ ਕਿ ਨੂਰੀ ਦਾ ਇਸ਼ਕ ਸਾਡੇ ਪਲੇਅਰ ਨੂੰ ਖ਼ਤਮ ਨਹੀਂ ਕਰ ਦੇਵੇਗਾ?"

"ਸਰ, ਨੂਰੀ ਨੂੰ ਗਰਾਊਂਡ 'ਚ ਖੜ੍ਹੀ ਕਰਕੇ ਮੇਰੀ ਪਰੈਕਟਿਸ ਕਰਦਿਆਂ ਰਫ਼ਤਾਰ ਦੇਖਣੀ। ਸਰ ਮੇਰੇ ਪਿਆਰ 'ਚ ਕੋਈ ਖੋਟ ਨਹੀਂ।"

"ਕੀ ਤੂੰ ਲੰਗੋਟ ਦਾ ਪੱਕਾ ਹੈਂ?"

"ਹਾਂ ਸਰ, ਮੈਂ ਨੂਰੀ ਦੀ ਸਹੁੰ ਖਾਂਦਾਂ।" ਤੇਜਪਾਲ ਦੀਆਂ ਅੱਖਾਂ ਵਿਚ ਹੰਝੂ ਆ ਗਏ ਸਨ।

"ਤੂੰ ਉਸ ਨੂੰ ਕਦੇ ਕਮਰੇ 'ਚ ਨਹੀਂ ਮਿਲਿਆ?"

"ਕਦੇ ਨਹੀਂ।"

"ਮਿਲੇਂਗਾ ਵੀ ਨਹੀਂ?"

"ਕਦੇ ਨਹੀਂ। ਪਰ ਜੇਕਰ ਨੂਰੀ ਨੇ ਚਾਹਿਆ ਤਾਂ ਮੈਂ ਮਿਲੇ ਬਗੈਰ ਨਹੀਂ ਰਹਾਂਗਾ। ਤੁਹਾਨੂੰ ਪਤਾ ਹੋਣਾ ਚਾਹੀਦਾ ਮੈਂ ਨੂਰੀ ਬਗ਼ੈਰ ਕੁਝ ਵੀ ਨਹੀਂ।"

"ਫੇਰ ਲੰਗੋਟ।" ਭਲਵਾਨ ਪ੍ਰੋਫੈਸਰ ਨੂੰ ਇਕ ਹੀ ਫ਼ਿਕਰ ਸੀ।

"ਉਹ ਕਾਇਮ ਰਹੇਗਾ।"

"ਤੂੰ ਜਾ ਸਕਦੈਂ।" ਪ੍ਰਿੰਸੀਪਲ ਸਿੱਧੂ ਨੇ ਕਿਹਾ।

ਤੇਜਪਾਲ ਬਾਹਰ ਆ ਗਿਆ। ਬਾਹਰ ਲੜਕਿਆਂ ਦੀ ਭੀੜ ਸੀ।

ਤੇਜਪਾਲ ਦੇ ਚਿਹਰੇ ਦੀ ਪ੍ਰੇਸ਼ਾਨੀ ਦੇਖ ਕੇ ਲੜਕੇ ਥੋੜ੍ਹੇ ਪ੍ਰੇਸ਼ਾਨ ਹੋ ਗਏ।

"ਬੁੱਢੇ ਖੁੰਢ ਕੀ ਭਕਾਈ ਮਾਰਦੇ ਐ?"

"ਬਜ਼ੁਰਗੋ ਮੈਂ ਇਹ ਗੁਨਾਹ ਕਦੇ ਨਾ ਕਰਦਾ, ਜੇ ਤੁਸੀਂ ਵੀ ਇਹ ਦਿਨ ਗੁਜ਼ਾਰੇ ਨਾ ਹੁੰਦੇ।"

"ਭਲਵਾਨ ਪ੍ਰੋਫ਼ੈਸਰ ਹਮੇਸ਼ਾ ਲੰਗੋਟੇ ਦੀ ਗੱਲ ਕਰਦੈ।"

"ਖ਼ੁਦ ਲੰਗੋਟੇ ਦੀ ਹਮੇਸ਼ਾ ਜੜ੍ਹ ਕੱਢੀ ਰੱਖਦੈ।"

"ਇਹਨੇ ਕਿਹੜੀ ਗੇਮ ਕਦੇ ਜਿੱਤੀ ਸੀ।"

"ਇਹਨੇ ਤਾਂ ਕਦੇ ਕੋਈ ਮਾੜਕੂ ਭਲਵਾਨ ਵੀ ਨਹੀਂ ਢਾਇਆ ਸੀ।

"ਤੂੰ ਬਾਈ ਸਿਆਂ ਇਨ੍ਹਾਂ ਖੁੰਢਾਂ ਦੀ ਪਰਵਾਹ ਨਾ ਕਰ। ਅਸੀਂ ਤੇਰੇ ਨਾਲ ਹਾਂ। ਲੰਡੇ ਲਾਟ ਦੀ ਪਰਵਾਹ ਨਾ ਕਰ। ਇਕ ਵਾਰ ਉਸ ਰੂਹ ਦੇ ਦਰਸ਼ਨ ਕਰਾ ਦੇ।"

"ਦੋਹਾਂ ਰੂਹਾਂ ਦੇ।"

"ਜੇ ਇਹ ਪੰਜ-ਤਿੰਨ ਕਰਨਗੇ ਕਾਲਜ ਨੂੰ ਜ਼ਿੰਦੇ ਅਸੀਂ ਲੁਆਵਾਂਗੇ।

"ਤੇਜਪਾਲ।"

"ਜ਼ਿੰਦਾਬਾਦ!" ਜ਼ੋਰਦਾਰ ਆਵਾਜ਼ ਆਈ।

ਲੜਕੇ "ਜ਼ਿੰਦਾਬਾਦ" ਦੇ ਨਾਅਰੇ ਬੋਲਦੇ ਰਹੇ ਪਰ ਤੇਜਪਾਲ ਕਮਰੇ 'ਚ ਪਰਤ ਆਇਆ।

"ਜ਼ਿੰਦਾਬਾਦ" ਨਾਅਰਾ ਵਧਦਾ ਜਾ ਰਿਹਾ ਸੀ। ਭੀੜ ਹੋਰ ਵਧਦੀ ਜਾ ਰਹੀ ਸੀ। ਪ੍ਰਿੰਸੀਪਲ ਸਿੱਧੂ ਬਾਹਰ ਆਇਆ। ਉਸ ਦੇ ਨਾਲ ਭਲਵਾਨ ਪ੍ਰੋਫ਼ੈਸਰ ਵੀ ਸੀ।

"ਵਿਦਿਆਰਥੀਓ, ਕਿਉਂ ਸ਼ੋਰ ਮਚਾਇਐ?"

"ਤੇਜ ਵੀਰ ਨੂੰ ਕਿਉਂ ਡਾਂਟਿਆ ਗਿਐ?"

"ਉਸ ਨੂੰ ਸਮਝਾਇਆ ਗਿਆ ਹੈ, ਡਾਂਟਿਆ ਨਹੀਂ।"

"ਉਸ ਦਾ ਮੂੰਹ ਕਿਉਂ ਉਡਿਐ?"

"ਉਸ ਦੀਆਂ ਅੱਖਾਂ 'ਚ ਹੰਝੂ ਕਿਉਂ ਸੀ?"

"ਸੁਣੋ ਬੱਚਿਓ! ਅਸੀਂ ਤੁਹਾਡੇ ਮਾਤਾ-ਪਿਤਾ ਸਮਾਨ ਹਾਂ। ਤੁਹਾਡਾ ਭਲਾ-ਬੁਰਾ ਵਿਚਾਰਨਾ ਸਾਡਾ ਪਹਿਲਾ ਹੱਕ ਤੇ ਧਰਮ ਹੈ। ਕੀ ਮਾਂ-ਬਾਪ ਬੱਚਿਆਂ ਨੂੰ ਡਾਂਟ ਨਹੀਂ ਸਕਦੇ?"

"ਪਰ ਬਾਈ ਤੇਜ ਦਾ ਕਸੂਰ ਕੀ ਹੈ? ਉਹ ਸਾਡੇ ਕਾਲਜ ਦੀ ਸ਼ਾਨ ਹੈ। ਅਸੀਂ ਸਾਰੇ ਉਸ ਲਈ ਜਾਨ ਦੇ ਸਕਦੇ ਹਾਂ।"

"ਬੱਚਿਓ, ਉਹ ਸਾਡੀ ਵੀ ਜਿੰਦ-ਜਾਨ ਹੈ। ਸਾਡੀ ਸਾਰਿਆਂ ਦੀ ਸ਼ਾਨ ਹੈ ਤੇ ਅਸੀਂ ਚਾਹਾਂਗੇ ਉਹ ਸ਼ਾਨ ਬਰਕਰਾਰ ਰਹੇ। ਤੁਹਾਡੇ ਨਾਲੋਂ ਪਹਿਲਾਂ ਅਸੀਂ ਉਸ ਲਈ ਹਰ ਕੁਝ ਕਰਨ ਲਈ ਤਿਆਰ ਹਾਂ। ਤੁਸੀਂ ਆਪਣੀਆਂ ਕਲਾਸਾਂ 'ਚ ਜਾਓ। ਤੇਜਪਾਲ ਦੀ ਫ਼ਿਕਰ ਨਾ ਕਰੋ।"

ਬੱਚੇ ਤੁਰ ਗਏ।

"ਪ੍ਰਿੰਸੀਪਲ ਤੇ ਭਲਵਾਨ ਪ੍ਰੋਫ਼ੈਸਰ ਕੰਬ ਰਹੇ ਸਨ। ਉਨ੍ਹਾਂ ਨੂੰ ਅੱਜ ਤੱਕ ਇਹ ਖ਼ਬਰ ਨਹੀਂ ਸੀ ਕਿ ਬੱਚੇ ਤੇਜਪਾਲ ਸਿੰਘ ਨੂੰ ਇੰਨਾ ਪਿਆਰ ਕਰਦੇ ਸਨ।

ਥੋੜ੍ਹੀ ਗੱਲ ਠੰਢੀ ਪੈਣ ਮਗਰੋਂ ਪ੍ਰਿੰਸੀਪਲ ਨੇ ਤੇਜਪਾਲ ਨੂੰ ਦੁਬਾਰਾ ਆਪਣੇ ਦਫ਼ਤਰ 'ਚ ਬੁਲਾਇਆ।

"ਪੁੱਤਰਾ, ਅਸੀਂ ਜੋ ਕਿਹੈ ਤੇਰੇ ਚੰਗੇ ਲਈ ਕਿਹੈ।" ਪ੍ਰਿੰਸੀਪਲ ਇਕ ਦਮ ਰੋਣਹਾਕੀ ਆਵਾਜ਼ 'ਚ ਬੋਲ ਰਿਹਾ ਸੀ।

"ਤੁਹਾਨੂੰ ਹਰ ਕੁਝ ਕਹਿਣ ਦਾ ਹੱਕ ਹੈ ਪਰ ਨੂਰੀ ਦੇ ਸਬੰਧ 'ਚ ਕੁਝ ਨਹੀਂ ਕਹਿਣਾ, ਨੂਰੀ ਮੇਰੀ ਰੂਹ ਹੈ।"

ਪ੍ਰਿੰਸੀਪਲ ਨੇ ਤੇਜ ਦੇ ਚਿਹਰੇ 'ਤੇ ਫੇਰ ਉਸ ਦੀਆਂ ਅੱਖਾਂ 'ਚ ਗਹਿਰੀ ਝਾਤੀ ਮਾਰੀ।

ਤੇਜਪਾਲ ਸੱਚ ਹੀ ਤਾਂ ਕਹਿ ਰਿਹਾ ਸੀ। ਨੂਰੀ ਉਸ ਦੇ ਚਿਹਰੇ 'ਤੇ ਅੱਖਾਂ 'ਚ ਝਲਕ ਰਹੀ ਸੀ। ਪ੍ਰਿੰਸੀਪਲ ਨੂੰ ਵਿਸ਼ਵਾਸ ਹੋ ਗਿਆ ਸੀ ਕਿ ਤੇਜਪਾਲ ਨੂੰ ਨੂਰੀ ਤੋਂ ਦੂਰ ਨਹੀਂ ਕੀਤਾ ਜਾ ਸਕਦਾ ਸੀ। ਅਕਲਮੰਦੀ ਇਸ 'ਚ ਸੀ ਕਿ ਨੂਰੀ ਦਾ ਵਰਕਾ ਪੜ੍ਹਨਾ ਹੀ ਨਹੀਂ ਚਾਹੀਦਾ ਸੀ।

ਭਲਵਾਨ ਪ੍ਰੋਫ਼ੈਸਰ ਚੁੱਪ ਧਾਰੀ ਬੈਠਾ ਸੀ। ਉਹ ਤੇਜਪਾਲ ਵੱਲ ਬਟਨਾਂ ਵਰਗੀਆਂ ਅੱਖਾਂ ਨਾਲ ਬਿਟਰ-ਬਿਟਰ ਝਾਕ ਰਿਹਾ ਸੀ।

"ਮੈਂ ਸਰ ਜਾਵਾਂ?"

"ਹਾਂ ਜਾਉ ਤੇ ਪਰੈਕਟਿਸ ਵੱਲ ਧਿਆਨ ਦੇਵੋ।"

"ਬਹੁਤ ਅੱਛਾ ਸਰ।"

"ਲੰਗੋਟੇ ਦਾ ਪ੍ਰਣ ਵੀ ਕਾਇਮ ਰੱਖਣਾ।" ਸ਼ਾਇਦ ਭਲਵਾਨ ਪ੍ਰੋਫ਼ੈਸਰ ਚੁੱਪ ਨਾ ਰਹਿ ਸਕਿਆ।

"ਬਹੁਤ ਅੱਛਾ ਸਰ।" ਤੇਜਪਾਲ ਨੇ ਤੁਰਦਿਆਂ ਕਿਹਾ।

ਤੇਜਪਾਲ ਸਿੰਘ ਨੂਰੀ ਨੂੰ ਇੰਨਾ ਮਿਲਿਆ ਨਹੀਂ ਸੀ, ਜਿੰਨਾ ਉਸ ਨੂੰ ਪਿਆਰ ਕਰਨ ਲੱਗ ਪਿਆ ਸੀ।-ਨੂਰੀ ਸੁਰਮੇ ਵਾਂਗ ਉਸ ਦੀਆਂ ਹੱਡੀਆਂ 'ਚ ਰਚ ਗਈ ਸੀ। ਜ਼ਰੂਰ ਲਗਦਾ ਸੀ ਕਿ ਉਹ ਨੂਰੀ ਬਿਨਾਂ ਜੀ ਨਹੀਂ ਸਕਦਾ ਸੀ।

ਪਰ ਤੇਜਪਾਲ ਨੂੰ ਇਕ ਝੋਰਾ ਖਾ ਰਿਹਾ ਸੀ ਕਿ ਉਹ ਨੂਰੀ ਦੇ ਤੁੱਲ ਨਹੀਂ ਸੀ। ਉਸ ਦਾ ਘਰ ਤਾਂ ਕੁਝ ਵੀ ਨਹੀਂ ਸੀ। ਟੁੱਟਿਆ ਘਰ ਤੇ ਮਸਾਂ ਢਾਈ ਕਿੱਲੇ ਜ਼ਮੀਨ ਸੀ। ਬਾਪੂ ਕਮਾਨ ਵਾਂਗ ਝੁਕ ਗਿਆ ਸੀ ਧਰਤੀ ਵਹੁੰਦਾ-ਵਹੁੰਦਾ। ਮਾਂ ਹਮੇਸ਼ਾ ਬਿਮਾਰ ਰਹਿੰਦੀ ਸੀ। ਤੇਜਪਾਲ ਇਕੱਲਾ ਹੀ ਸੀ। ਉਹ ਘਰ ਸਲਾਹ ਕਰਨ ਗਿਆ ਸੀ ਪਰ ਪਿੰਡ ਪਹੁੰਚ ਕੇ ਸੋਚ ਖੜ੍ਹੀ ਹੋ ਗਈ ਕਿ ਉਹ ਸਲਾਹ ਕਿਸ ਨਾਲ ਕਰੇ। ਤੇਜਪਾਲ ਸਦਾ ਵਜ਼ੀਫੇ ਦੇ ਜ਼ੋਰ ਨਾਲ ਪੜ੍ਹਿਆ ਸੀ। ਸਕੂਲ ਤੱਕ ਉਸ ਦੀ ਫੀਸ, ਕਿਤਾਬਾਂ ਦਾ ਖ਼ਰਚਾ ਮੁਆਫ਼ ਸੀ। ਪੜ੍ਹਾਈ 'ਚ ਚੰਗਾ ਸੀ ਪਰ ਖੇਡਾਂ 'ਚ ਤਾਂ ਉਹ ਸਦਾ ਨੰਬਰ ਵਨ ਹੁੰਦਾ ਸੀ। ਕਾਲਜ ਵਾਲਿਆਂ ਉਸ ਨੂੰ ਪਿੰਡੋਂ ਬੁਲਾਇਆ ਸੀ। ਹਰ ਤਰ੍ਹਾਂ ਦਾ ਖਰਚਾ ਦਿੱਤਾ ਜਾ ਰਿਹਾ ਸੀ। ਨਹੀਂ ਤਾਂ ਉਹ ਕਾਲਜ ਦਾਖ਼ਲ ਹੋਣ ਦਾ ਸੁਪਨਾ ਵੀ ਨਹੀਂ ਲੈ ਸਕਦਾ ਸੀ ਪਰ ਉਸ ਨੇ ਖਰਚੇ ਦਾ ਮੁੱਲ ਮੋੜ ਰੱਖਿਆ ਸੀ-ਦੌੜ ਵਿਚ ਸਭ ਦੇ ਰਿਕਾਰਡ ਤੋੜ-ਤੋੜ ਕੇ। ਨੂਰੀ ਉਸ ਨੂੰ ਭਲੇ ਘਰ ਦੀ ਲਗਦੀ ਸੀ। ਨੂਰੀ ਦੇ ਹੱਥ ਦੱਸਦੇ ਸੀ ਕਿ ਉਹ ਨੇ ਕਦੇ ਹੱਥ ਨਾਲ ਕੰਮ ਨਹੀਂ ਕੀਤਾ ਸੀ। ਨੂਰੀ ਦੇ ਕੱਪੜੇ ਦਸਦੇ ਸੀ ਕਿ ਉਹ ਜਾਨਦਾਰ ਘਰ ਦੀ ਲਾਡਲੀ ਧੀ ਸੀ। ਪਿਆਰ ਦੇ ਨਾਲ-ਨਾਲ ਇਹ ਝੋਰਾ ਵੀ ਉਸ ਦੇ ਹੱਡਾਂ ਵਿਚ ਲਹਿ ਗਿਆ। ਉਹ ਨੂਰੀ ਨੂੰ ਨਾ ਛੱਡ ਸਕਦਾ ਸੀ ਨਾ ਅਪਣਾ ਸਕਦਾ ਸੀ। ਛੋਟਾ ਮੂੰਹ ਵੱਡੀ ਗੱਲ ਵਾਲੀ ਗੱਲ ਸੀ। ਉਹ ਤਾਂ ਅੰਦਰ ਹੀ ਅੰਦਰ ਘੁਲਦਾ ਜਾ ਰਿਹਾ ਸੀ। ਕਿਸੇ ਨੂੰ ਆਪਣਾ ਦੁੱਖ ਦੱਸ ਵੀ ਨਹੀਂ ਸਕਦਾ ਸੀ। ਜਿਵੇਂ ਉਹ ਨੂਰੀ ਤੋਂ ਮੂੰਹ ਛੁਪਾ ਰਿਹਾ ਸੀ।

"ਨੂਰੀ ਤੂੰ ਮੈਨੂੰ ਛੱਡ ਦੇ।"

"ਤੂੰ ਮੈਨੂੰ ਛੱਡ ਦੇ।"

"ਮੈਂ ਤਾਂ ਛੱਡ ਨਹੀਂ ਸਕਦਾ।"

"ਮੈਂ ਕਿਵੇਂ ਛੱਡ ਸਕਦੀ ਹਾਂ?"

"ਮੈਂ ਤੇਰੇ ਕਾਬਿਲ ਨਹੀਂ।"

"ਰੂਹਾਂ 'ਚ ਬਰਾਬਰੀ ਦਾ ਸਵਾਲ ਪੈਦਾ ਨਹੀਂ ਹੁੰਦਾ।"
"ਮੈਂ ਤੈਨੂੰ ਸੁੱਖ ਨਹੀਂ ਦੇ ਸਕਾਂਗਾ।"
"ਬਸ ਇਨ੍ਹਾਂ ਬਾਹਾਂ ਦੀ ਗਲਵੱਕੜੀ ਨਾ ਖੋਹੀਂ, ਹੋਰ ਸੁੱਖ ਦੀ ਮੈਨੂੰ ਲੋੜ ਨਹੀਂ।"
"ਦੁਨਿਆਵੀ ਸੁੱਖ ਵੀ ਹੋਣੇ ਜ਼ਰੂਰੀ ਹੁੰਦੇ ਨੇ।"
"ਉਹ ਮੇਰੇ ਪਾਸ ਹੈਨ।"
"ਤੇਰੇ ਮਾਪੇ ਮੰਨ ਜਾਣਗੇ?"
"ਹਾਂ ਤੇ ਤੇਰੇ?"
"ਉਹ ਤਾਂ ਗਰੀਬ ਲੋਕ ਨੇ, ਨਾਂਹ ਦਾ ਸਵਾਲ ਹੀ ਪੈਦਾ ਨਹੀਂ ਹੁੰਦਾ।"
"ਫੇਰ ਝੋਰਾ ਕਿਹੜੀ ਗੱਲ ਦਾ ਹੈ?"
"ਸੱਚ! ਤੇਰੇ ਮਾਪੇ ਮੈਨੂੰ ਗਰੀਬ ਨੂੰ ਪਰਵਾਨ ਕਰ ਲੈਣਗੇ?"
"ਮੈਂ ਕਦੇ ਝੂਠ ਨਹੀਂ ਬੋਲਦੀ। ਮੈਨੂੰ ਚਾਚਾ ਜੀ ਦੀ ਪ੍ਰਵਾਹ ਨਹੀਂ ਹੈ।"
"ਕੈਦੋਂ ਚਾਚਾ ਵਿਚ ਹੈ?"
"ਪਰ ਮੇਰਾ ਬਾਪੂ ਜੁਗ-ਜੁਗ ਜੀਏ। ਮੇਰੀ ਮਾਤਾ ਸਦਾ ਸੁਖੀ ਰਹੇ।"
"ਨੂਰੀ ਤੇਰਾ ਪਿੰਡ ਕਿਹੜਾ ਹੈ?"
"ਚੱਕ, ਤੇਰੇ ਪਿੰਡ ਨਾਲ ਦਾ ਚੱਕ।"
"ਸਰਦਾਰਾਂ ਦਾ ਚੱਕ?" ਤੇਜਪਾਲ ਚੌਂਕਿਆ ਜਿਵੇਂ ਬੰਬ ਫਟ ਗਿਆ ਸੀ।
"ਹਾਂ, ਪਰ ਤੇਰੇ ਸਹੁਰਿਆਂ ਦਾ ਚੱਕ।"
"ਇਹ ਇਕ ਝੂਠਾ ਸੁਪਨਾ ਲੱਗਦਾ ਹੈ।"
"ਕਦੇ-ਕਦੇ ਝੂਠੇ ਸੁਪਨੇ ਵੀ ਸੱਚ ਹੁੰਦੇ ਨੇ।"
"ਪਰ ਤੇਰੇ ਬਾਪੂ ਜੀ ਤਾਂ ਬਹੁਤ-ਕਰੋਧੀ-ਨੇ।"
"ਮੇਰਾ ਬਾਪੂ ਜਗਤਾਰ ਸਿੰਘ ਤਾਂ ਸੰਤ ਆਤਮਾ ਹੈ।"
"ਜਗਤਾਰ ਸਿੰਘ ਨੇ ਵਿਆਹ ਹੀ ਨਹੀਂ ਕਰਾਇਆ ਸੀ।"
"ਮੈਨੂੰ ਝੋਲੀ ਪੁਆਇਆ ਸੀ। ਮੈਂ ਬਾਪੂ ਦੀ ਧੀ ਹਾਂ।"
ਉਨ੍ਹਾਂ ਦੇ ਸਾਹ ਟਕਰਾ ਰਹੇ ਸਨ।

ਸਾਰਾ ਹੋਸਟਲ ਰਾਤ ਦੀ ਚੁੱਪ ਦੀ ਨੀਂਦ ਵਿਚ ਡੁੱਬਿਆ ਸੀ। ਤੇਜਪਾਲ ਨੂੰ ਪਤਾ ਨਹੀਂ ਸੀ ਨੂਰੀ ਕਦ ਉਸ ਦੇ ਕਮਰੇ ਵਿਚ ਪਹੁੰਚੀ ਸੀ ਤੇ ਨਾ ਹੀ ਨੂਰੀ ਨੂੰ ਪਤਾ ਸੀ ਕਿ ਕਦ ਉਹ ਨਜ਼ਰਾਂ ਦੇ ਪਹਿਰੇ ਚੀਰਦੀ ਰਾਤ ਦੇ ਹਨੇਰੇ ਵਿਚ ਟੋਏ-ਟਿੱਬੇ ਲੰਘਦੀ ਹੋਸਟਲ ਪਹੁੰਚ ਗਈ ਸੀ। ਹੋਸਟਲ ਸੁੰਨਾ ਸੀ। ਵਰਾਂਡਾ ਸੁੰਨਾ ਸੀ ਤੇ ਤੇਜਪਾਲ ਦਾ ਦਰਵਾਜ਼ਾ ਖੁੱਲ੍ਹਾ। ਤੇਜਪਾਲ ਬੱਤੀ ਦੀ ਰੌਸ਼ਨੀ ਵਿਚ ਬਾਹਾਂ ਅੱਡੀ ਨੂਰੀ ਨੂੰ ਉਡੀਕ ਰਿਹਾ ਸੀ। ਜਨਮੋਂ ਪਿਆਸੇ ਨੂੰ ਸ਼ਰਬਤ ਦਾ ਗਿਲਾਸ ਮਿਲਣ ਵਾਂਗ ਤਪਦੀਆਂ ਰੂਹਾਂ ਮਿਲ ਕੇ ਸ਼ਾਂਤ ਹੋ ਗਈਆਂ ਸਨ।

ਚੰਦ ਨੇ ਅਸਮਾਨ ਦੀ ਵਾਟ ਵੱਢ ਦਿੱਤੀ ਸੀ। ਤਾਰਿਆਂ ਦੀਆਂ ਖਿੱਤੀਆਂ ਘੁੰਮ ਗਈਆਂ ਸਨ। ਚੰਦ ਦੀ ਰੌਸ਼ਨੀ ਰਸ ਵਾਂਗ ਦੋਹਾਂ ਦੇ ਚਿਹਰਿਆਂ 'ਤੇ ਤਾਕੀ ਵਿਚ ਦੀ ਵਰ੍ਹ ਰਹੀ ਸੀ।

ਤੇਜਪਾਲ ਸੁਪਨੇ ਦੇ ਸਮੁੰਦਰ 'ਚੋਂ ਜਾਗਿਆ। ਨੂਰੀ ਵੇਲ ਵਾਂਗ ਉਸ ਦੇ ਗਲ ਦੁਆਲੇ ਲਿਪਟੀ ਹੋਈ ਸੀ। ਗਹਿਰੀ ਸੁੱਖ ਦੀ ਨੀਂਦ ਦਾ ਆਨੰਦ ਮਾਣ ਰਹੀ ਸੀ।

ਤੇਜਪਾਲ ਨੂੰ ਇਕ ਝਟਕਾ ਜਿਹਾ ਲੱਗਿਆ ਕਿ ਉਹ ਕੋਈ ਮਨਚਾਹਿਆ ਸੁਪਨਾ ਨਹੀਂ ਤੱਕ ਰਿਹਾ ਸੀ। ਸਗੋਂ ਹਕੀਕਤ ਦਾ ਸੁੱਖ ਮਾਣ ਰਿਹਾ ਸੀ।

"ਨੂਰੀ, ਨੂਰੀ।"

"ਜੀ ਤੇਜ।"

"ਤੁਸੀਂ ਕਦੋਂ ਆਏ?"

"ਮੈਂ ਕਿਤੇ ਗਈ ਕਦੋਂ ਸਾਂ।"

"ਇਹ ਹੋਸਟਲ ਹੈ।"

"ਮੈਨੂੰ ਪਤਾ ਹੈ।"

"ਚਲੋ ਤੁਹਾਨੂੰ ਛੱਡ ਕੇ ਆਵਾਂ।"

"ਚਲੋ।"

ਉਹ ਚੁੱਪ ਵਰਾਂਡੇ 'ਚੋਂ ਅੱਗੇ ਸੁੰਨੀ ਗਰਾਊਂਡ ਲੰਘ ਕੇ ਤਾਰਾਂ ਹੇਠ ਦੀ ਨੂਰੀ ਦੇ ਹੋਸਟਲ ਪਾਸ ਪਹੁੰਚ ਗਏ। ਨੂਰੀ ਵੱਡਾ ਦਰਵਾਜ਼ਾ ਖੁਲ੍ਹਵਾ ਕੇ ਹਵਾ ਦੇ ਬੁੱਲ੍ਹੇ ਵਾਂਗ ਅੰਦਰ ਚਲੀ ਗਈ। ਦਰਵਾਜ਼ੇ ਦੇ ਪਹਿਰੇਦਾਰ ਨੂੰ ਨੂਰੀ ਨੇ ਸਮਝਾ ਰੱਖਿਆ ਸੀ।

ਜਦ ਤੇਜਪਾਲ ਪਰਤਿਆ ਤਾਂ ਹੋਸਟਲ ਜਾਗ ਚੁੱਕਿਆ ਸੀ। ਜੱਗ ਜਾਗ ਚੁੱਕਿਆ ਸੀ। ਸਵੇਰ ਸਾਰ ਦੀ ਗੱਡੀ ਆ ਚੁੱਕੀ ਸੀ ਤੇ ਜਾਣ ਵਾਲੀ ਦਾ ਇੰਜਣ ਫੁੰਕਾਰੇ ਮਾਰ ਰਿਹਾ ਸੀ।

ਤੇਜਪਾਲ ਆਪਣੇ ਅੰਗਾਂ ਨਾਲ ਕੂਲੇ-ਕੂਲੇ ਅੰਗਾਂ ਦੀ ਘੁੱਟਣੀ ਮਹਿਸੂਸ ਕਰ ਰਿਹਾ ਸੀ। ਜਿਵੇਂ ਨੂਰੀ ਦਾ ਰੇਸ਼ਮੀ ਲੱਛੇ ਵਰਗਾ ਸਰੀਰ ਉਸ ਦੀਆਂ ਬਾਹਾਂ ਵਿਚ ਸੀ। ਉਸ ਦੇ ਤਾਜ਼ੇ ਸਾਹ ਉਸ ਦੇ ਸਾਹਾਂ ਨਾਲ ਟਕਰਾ ਰਹੇ ਸਨ। ਉਸ ਦੇ ਸੀਨੇ ਵਿਚ ਧੜਕਣ ਉਸ ਦੀ ਛਾਤੀ 'ਤੇ ਕੁਤਕੁਤੀਆਂ ਕਰ ਰਹੀ ਸੀ। ਉਸ ਦੇ ਮਿੱਠੇ-ਮਿੱਠੇ ਬੋਲ ਉਸ ਦੇ ਕੰਨਾਂ ਵਿਚ ਸ਼ਹਿਦ ਘੋਲ ਰਹੇ ਸਨ।

ਸਵੇਰ ਸਾਰ ਠੰਢ ਹੋ ਚੁੱਕੀ ਸੀ। ਕੰਬਲ ਨੂੰ ਨੂਰੀ ਸਮਝ ਕੇ ਉਹ ਘੁਟਦਾ ਜਾ ਰਿਹਾ ਸੀ।

ਫੇਰ ਉਸ ਦਾ ਚਿੰਤਨ ਮੁੜਿਆ। ਉਹ ਉਠ ਕੇ ਬੈਠ ਗਿਆ। "ਕੀ ਸੱਚ ਹੀ ਉਸ ਨੇ ਨੂਰੀ ਨੂੰ ਦੱਸ ਦਿੱਤਾ ਸੀ। ਉਸ ਪਾਸ ਢਾਈ ਕਿੱਲੇ ਜ਼ਮੀਨ ਸੀ, ਜਿਸ ਦੀ ਕਮਾਈ ਨਾਲ ਤਾਂ ਨੂਰੀ ਦੇ ਦੋ ਸੂਟ ਵੀ ਨਹੀਂ ਸਿਲਾਏ ਜਾ ਸਕਦੇ ਸਨ। ਫੇਰ ਪਤਾ ਨਹੀਂ ਉਸ ਦੇ ਕੰਨ 'ਚ ਕਿਸ ਨੇ ਕਿਹਾ, "ਪਿਆਰ ਨੂੰ ਸੂਟ ਨਹੀਂ ਚਾਹੀਦੇ, ਗਹਿਣੇ ਨਹੀਂ ਚਾਹੀਦੇ, ਮੁਰੱਬੇ ਜ਼ਮੀਨ ਨਹੀਂ ਚਾਹੀਦੀ। ਪਿਆਰ ਵਾਲੀ ਗਲਵੱਕੜੀ ਚਾਹੀਦੀ ਹੈ।"

ਤੇਜਪਾਲ ਦੀ ਆਤਮਾ ਮੰਨ ਗਈ ਸੀ।

ਨੂਰੀ ਚਿੱਟੇ ਦਿਨ ਤੱਕ ਜਾਗੀ ਨਹੀਂ ਸੀ। ਰੂਬੀ ਉਸ ਦੇ ਮਨ ਦੀ ਅਵਸਥਾ ਨੂੰ ਜਾਣਦੀ ਸੀ। ਰੂਬੀ ਪਾਪ ਨਹੀਂ ਸੀ ਖੱਟਣਾ ਚਾਹੁੰਦੀ ਨੂਰੀ ਨੂੰ ਤੇਜਪਾਲ ਦੀਆਂ ਬਾਹਾਂ 'ਚੋਂ ਕੱਢ ਕੇ। ਉਸ ਨੂੰ ਜਗਾਣਾ ਗਲਵੱਕੜੀ 'ਚੋਂ ਬਾਹਰ ਕੱਢਣਾ ਪਾਪ ਕਰਨ ਵਾਲੀ ਗੱਲ ਸੀ। ਰੂਬੀ ਨੂਰੀ ਦੇ ਸੰਤੁਸ਼ਟ ਚਿਹਰੇ ਨੂੰ ਤੱਕ-ਤੱਕ ਕੇ ਨਿਹਾਲ ਹੁੰਦੀ ਸੀ। ਰੂਬੀ ਸਾਰੀ ਰਾਤ ਪਹਿਰੇ 'ਤੇ ਰਹੀ ਸੀ। ਉਹ ਕਈ ਵਾਰ ਦਰਵਾਜ਼ੇ ਵਾਲੇ ਬਾਬੇ ਪਾਸ ਹੋ ਕੇ ਆਈ ਸੀ। ਅੱਜ ਕਿਸੇ ਭਲੇ ਦਾ ਪਹਿਰਾ ਸੀ ਕਿ ਨਾ ਕੋਈ ਜਾਗਿਆ ਤੇ ਨਾ ਕੋਈ ਕਮਰੇ 'ਚੋਂ ਬਾਹਰ ਨਿਕਲਿਆ।

ਤਾਰ ਮਿਲਣ ਕਰਕੇ ਨੂਰੀ ਦੀ ਮਾਤਾ ਤੇ ਬਾਪੂ ਜੀ ਪਹੁੰਚ ਗਏ। ਉਨ੍ਹਾਂ ਨੂੰ ਵੱਡੇ ਭੈਣ ਜੀ ਨੇ ਆਪਣੇ ਕਮਰੇ 'ਚ ਬੁਲਾਇਆ ਸੀ।

"ਨੂਰੀ ਵਰਗੀਆਂ ਧੀਆਂ ਹਰ ਘਰ ਪੈਦਾ ਹੋਣ ਪਰ ਜਿਵੇਂ ਕੋਈ ਬੁਰੀ ਨਜ਼ਰ ਲੱਗ ਗਈ ਸੀ। ਮੈਂ ਨੂਰੀ ਨੂੰ ਸਖ਼ਤ ਵਾਰਨਿੰਗ ਦਿੱਤੀ ਹੈ। ਜੇਕਰ ਸੰਭਲੀ ਤਾਂ ਠੀਕ ਹੈ, ਨਹੀਂ ਤਾਂ ਮੇਰੀ ਮਜਬੂਰੀ ਹੈ। ਉਸ ਨੂੰ ਘਰ ਲੈ ਜਾਣਾ।" ਵੱਡੇ ਭੈਣ ਜੀ ਨੇ ਇਸ਼ਾਰੇ ਨਾਲ ਕਹਾਣੀ ਦੱਸੀ।

"ਪਰ ਨੂਰੀ 'ਚ ਖੁਨਾਮੀ ਕੋਈ ਨਹੀਂ।"

"ਮਾਪਿਆਂ ਨੂੰ ਬੱਚੇ ਸੱਚੇ ਹੀ ਲਗਦੇ ਨੇ।" ਭੈਣ ਜੀ ਨੇ ਥੋੜ੍ਹਾ ਨਫ਼ਰਤ ਨਾਲ ਕਿਹਾ।

"ਅਸੀਂ ਉਹ ਮਾਪੇ ਨਹੀਂ ਭੈਣ ਜੀ।"

"ਖ਼ੈਰ ਮੈਂ ਤੁਹਾਡੇ ਨਾਲ ਬਹਿਸ ਨਹੀਂ ਕਰਨਾ ਚਾਹੁੰਦੀ। ਮੈਂ ਪੂਰੀ ਗੱਲ ਸਮਝਾ ਦਿੱਤੀ ਹੈ। ਹੋ ਸਕੇ ਤਾਂ ਤੁਸੀ ਨੂਰੀ ਨੂੰ ਸਮਝਾਉ ਨਹੀਂ ਤਾਂ ਭਾਵੇਂ ਅੱਜ ਹੀ ਨਾਲ ਲੈ ਜਾਉ।"

"ਚਾਹੋ ਤਾਂ ਇਕ ਮੌਕਾ ਦੇ ਸਕਦੇ ਹੋ।"

"ਪਰ ਅਸੀਂ ਆਪਣੇ ਬੱਚੇ ਤੇ ਇਲਜ਼ਾਮ ਨਹੀਂ ਚਾਹੁੰਦੇ।"

"ਸਾਡੇ ਕੋਲ ਬੱਚਾ ਸਾਡੇ ਆਪਣੇ ਬੱਚੇ ਤੋਂ ਵੱਧ ਹੁੰਦਾ ਹੈ। ਨੂਰੀ ਤਾਂ ਫੇਰ ਹੈ ਵੀ ਅਨੋਖੀ ਬੱਚੀ ਪਰ ਸੱਚ ਤਾਂ ਸੱਚ ਹੀ ਹੁੰਦਾ ਹੈ।"

"ਤੁਸੀ ਨਾ ਕੱਟ ਦਿਉ।"

"ਤੁਹਾਡੀ ਮਰਜ਼ੀ।"

ਭੈਣ ਜੀ ਦੇ ਚਿਹਰੇ ਤੋਂ ਲਗਦਾ ਸੀ ਕਿ ਉਹ ਨੂਰੀ ਦਾ ਨਾਂ ਨਹੀਂ ਸੀ ਕੱਟਣਾ ਚਾਹੁੰਦੀ।

ਨੂਰੀ ਦੌੜ ਕੇ ਮਾਂ ਤੇ ਬਾਪੂ ਦੇ ਗਲ ਲੱਗੀ। ਰੂਬੀ ਵੀ ਉਸ ਦੇ ਨਾਲ ਸੀ।

"ਤੁਸੀਂ ਕਦੋਂ ਆਏ?"

"ਬੱਸ ਹੁਣੇ ਹੀ।"

"ਨਾਲ ਚੱਲਣਾ ਹੈ ਜਾਂ ਰਹਿਣਾ ਹੈ?"

"ਜਿਸ ਤਰ੍ਹਾਂ ਕਹੋ।"

"ਲੜਕੇ ਦਾ ਪਤਾ ਲੱਗਿਆ?"

"ਹਾਂ, ਉਹ ਹੋਸਟਲ 'ਚ ਨੇ। ਕਮਰਾ ਨੰਬਰ ਪੰਜ ਵਿਚ, ਮਿਲ ਲਵੋ।"

"ਨੂਰੀ, ਤੂੰ ਨਾਲ ਚੱਲੇਂਗੀ?"

"ਜਿਸ ਤਰ੍ਹਾਂ ਕਹੋ।"

"ਭੈਣ ਜੀ, ਤੁਸੀਂ ਗਰੀਨ ਹੋਟਲ 'ਚ ਬੈਠੋ, ਮੈਂ ਲੜਕੇ ਨੂੰ ਨਾਲ ਲੈ ਕੇ ਆਂਦਾ ਹਾਂ।" ਜਗਤਾਰ ਸਿੰਘ ਨੇ ਕਿਹਾ।

ਨੂਰੀ ਦਾ ਸਾਮਾਨ ਜੀਪ ਵਿਚ ਰੱਖ ਲਿਆ ਗਿਆ, ਰੂਬੀ ਫੁੱਟ-ਫੁੱਟ ਕੇ ਰੋ ਰਹੀ ਸੀ। ਇੰਨੀ ਜਲਦੀ ਇਹ ਕਿਵੇਂ ਸੀ। ਸਾਰਾ ਕਾਲਜ ਹੈਰਾਨ ਸੀ।

ਜਗਤਾਰ ਸਿੰਘ ਜਦ ਤੇਜਪਾਲ ਦੇ ਪਿੰਡ ਹੋ ਕੇ ਆਇਆ ਸੀ ਤਾਂ ਕਾਫ਼ੀ ਉਦਾਸ ਸੀ। ਤੇਜਪਾਲ ਦੇ ਘਰ ਦੀ ਹਾਲਤ ਦੇਖ ਕੇ ਉਸ ਦੀ ਧਾਅ ਜਿਹੀ ਨਿਕਲੀ ਸੀ ਪਰ ਹਾਲਾਤ ਦਿਨ-ਬ-ਦਿਨ ਖ਼ਰਾਬ ਹੋ ਰਹੇ ਸਨ। ਉਹ ਸਾਰਾ ਕੁਝ ਪਰਵਾਨ ਕਰਨ ਲਈ ਮਜਬੂਰ ਸੀ। ਨੂਰੀ ਦੀ ਮਾਤਾ ਵੀ ਇਕ ਵਾਰ ਇਰਾਦਾ ਬਦਲ ਗਈ ਸੀ। ਉਹ ਟੁੱਟ ਚੁੱਕੇ ਭਰਾਵਾਂ ਦੀ ਮੱਦਦ ਲੈਣ ਦੀ ਸੋਚ ਬੈਠੀ ਸੀ ਪਰ ਫਿਰ ਉਸ ਨੂੰ ਲੱਗਿਆ ਨੂਰੀ ਇਰਾਦੇ ਦੀ ਮਜ਼ਬੂਤ ਕੁੜੀ ਸੀ। ਉਸ ਨੇ ਇਰਾਦਾ ਨਹੀਂ ਬਦਲਣਾ ਸੀ। ਇਸ ਕਰਕੇ ਉਸ ਨੇ ਇਰਾਦਾ ਬਦਲ ਲਿਆ ਸੀ। ਦਾਤੇ ਦੀ ਮਰਜ਼ੀ ਅੱਗੇ ਝੁਕ ਗਈ ਸੀ।

ਜਗਤਾਰ ਸਿੰਘ ਨੇ ਗਰੀਨ ਹੋਟਲ ਵਿਚ ਕਮਰਾ ਲੈ ਲਿਆ ਸੀ। ਮਾਂ-ਧੀ ਨੂੰ ਕਮਰੇ 'ਚ ਛੱਡ ਕੇ ਉਸ ਨੇ ਤੇਜਪਾਲ ਦੇ ਕਾਲਜ ਵੱਲ ਜੀਪ ਸਿੱਧੀ ਕਰ ਲਈ ਸੀ। ਅਜੇ ਕਾਲਜ ਲੱਗੇ ਨਹੀਂ ਸਨ। ਸੜਕ ਦੇ ਦੋਵੇਂ ਕਿਨਾਰੇ ਸਕੂਲ ਕਾਲਜ ਦੇ ਬੱਚਿਆਂ ਨਾਲ ਭਰੇ ਹੋਏ ਸਨ। ਜਗਤਾਰ ਸਿੰਘ ਬੜੀ ਧੀਮੀ ਗੱਡੀ ਚਲਾ ਰਿਹਾ ਸੀ। ਮਤਾ ਕੋਈ ਗ਼ਲਤੀ ਹੋ ਜਾਏ ਕਿਉਂਕਿ ਉਸ ਦਾ ਦਿਮਾਗ ਥਾਵੇਂ ਨਹੀਂ ਸੀ।

* * *

ਭਾਊ ਚੜ੍ਹਤ ਸਿੰਘ ਨੇ 302/34 ਦਾ ਮੁਕੱਦਮਾ ਕੇਰੇ ਵਾਲਿਆਂ ਸਰਦਾਰਾਂ 'ਤੇ ਬਣਾ ਲਿਆ ਸੀ। ਮਾਰਨ ਵਾਲਿਆਂ ਵਿਚ ਚਾਰ ਬੰਦੇ ਸ਼ਾਮਿਲ ਸਨ। ਜਬਰਜੰਗ ਸਿੰਘ ਦੇ ਤਿੰਨ ਗੋਲੀਆਂ ਲੱਗੀਆਂ ਸਨ। ਇਕ ਛਾਤੀ 'ਚ ਲੱਗੀ ਸੀ, ਜਿਸ ਨਾਲ ਉਹ ਮਰਿਆ ਸੀ। ਦੋ ਗੋਲੀਆਂ ਦੋਵੇਂ ਵੱਖੀਆਂ 'ਚ ਲੱਗੀਆਂ ਸਨ, ਜਿਹੜੀਆਂ ਭਾਊ ਨੇ ਮੁਕੱਦਮਾ ਹੋਰ ਮਜ਼ਬੂਤ ਕਰਨ ਲਈ ਤੇ ਚਾਰ ਬੰਦੇ ਫਸਾਉਣ ਲਈ ਖ਼ੁਦ ਮਾਰ ਲਈਆਂ ਸਨ। ਜਬਰਜੰਗ ਦਾ ਭੌਰ ਤਾਂ ਉਡ ਹੀ ਗਿਆ ਸੀ। ਮਿੱਟੀ ਨਾਲ ਤਾਂ ਕੁਝ ਵੀ ਕੀਤਾ ਜਾ ਸਕਦਾ ਸੀ। ਇਹ ਭਾਊ ਚੜ੍ਹਤ ਸਿੰਘ ਦਾ ਕਹਿਣਾ ਸੀ। ਮੌਕੇ ਦੇ ਗਵਾਹ ਸ਼ੇਰ ਸਿੰਘ, ਭਾਊ ਚੜ੍ਹਤ ਸਿੰਘ ਤੇ ਭਾਊ ਦਾ ਡਰਾਈਵਰ ਸੀ। ਦੁਸ਼ਮਣੀ ਦਾ ਕਾਰਨ ਸ਼ੇਰ ਸਿੰਘ ਨਾਲ ਪੁਰਾਣੀ ਦੁਸ਼ਮਣੀ ਸੀ ਤੇ ਜਬਰਜੰਗ ਸਿੰਘ ਸ਼ੇਰ ਸਿੰਘ ਦਾ ਜਵਾਈ ਬਣਨ ਵਾਲਾ ਸੀ। ਉਹ ਨਹੀਂ ਚਾਹੁੰਦੇ ਸੀ ਕਿ

ਸ਼ੇਰ ਸਿੰਘ ਦੀ ਧੀ ਇੰਨੇ ਵੱਡੇ ਘਰ ਦੀ ਵਹੁਟੀ ਬਣੇ ਤੇ ਇਕਲੌਤੇ ਵਾਰਸ ਜਬਰਜੰਗ ਸਿੰਘ ਜੋ ਕਿ ਮੁਰੱਬੇ ਜ਼ਮੀਨ ਦਾ ਮਾਲਕ ਹੈ, ਸ਼ੇਰ ਸਿੰਘ ਦੀ ਮੁੱਠ 'ਚ ਆਵੇ। ਸ਼ੇਰ ਸਿੰਘ ਨੇ ਜਬਰਜੰਗ ਸਿੰਘ ਨੂੰ ਬਚਾਣ ਦੀ ਕੋਸ਼ਿਸ਼ ਕੀਤੀ, ਜਿਸ ਕੋਸ਼ਿਸ਼ ਵਿਚ ਉਸ ਦੇ ਪੱਟ ਵਿਚ ਵੀ ਗੋਲੀ ਵੱਜੀ। ਪੱਟ ਦੀ ਹੱਡੀ ਬਚ ਗਈ ਸੀ ਤੇ ਮਾਸ ਦਾ ਲੋਥੜਾ ਲੱਥ ਗਿਆ ਸੀ। ਕੁਝ ਕੁ ਛਰਰੇ ਭਾਊ ਚੜ੍ਹਤ ਸਿੰਘ ਦੀਆਂ ਲੱਤਾਂ ਵਿਚ ਵੀ ਲੱਗੇ ਸਨ। ਛੇ ਨੰਬਰੀ ਕਾਰਤੂਸ ਹੋਣ ਕਰਕੇ ਛਰਰੇ ਮਾਸ 'ਚ ਹੀ ਬਾਹਰ ਡਿੱਗ ਪਏ ਸਨ। ਇਹ ਸਾਰਾ ਵੇਰਵਾ ਐਫ.ਆਈ.ਆਰ. 'ਚ ਦਿੱਤਾ ਹੋਇਆ ਸੀ। ਸ਼ੇਰ ਸਿੰਘ ਦੇ ਕਰੀਬੋਂ ਗੋਲੀ ਮਾਰੀ ਗਈ ਸੀ ਤੇ ਭਾਊ ਦੀਆਂ ਲੱਤਾਂ 'ਚ ਤੋੜ ਤਪਾ-ਤਪਾ ਕੇ ਲਾਇਆ ਗਿਆ ਸੀ। ਡਰਾਈਵਰ ਦੀ ਗਰਦਨ ਵੀ ਪਾਸੇ ਤੋਂ ਤੋੜ ਨਾਲ ਸਾੜ ਦਿੱਤੀ ਸੀ। ਡਾਕਟਰੀ ਮੁਆਇਨਾ ਸਭ ਦਾ ਹੋ ਚੁੱਕਿਆ ਸੀ। ਕਿਸੇ ਗਵਾਹ ਦੀ ਗਵਾਹੀ ਵੀ ਝੂਠੀ ਨਹੀਂ ਪੈ ਸਕਦੀ ਸੀ।

ਇਹ ਸਾਰਾ ਕੁਝ ਥਾਣੇ 'ਚ ਬਹਿ ਕੇ ਕੀਤਾ ਗਿਆ ਸੀ। ਥਾਣੇਦਾਰ ਘਰ ਦਾ ਬੰਦਾ ਹੋਣ ਕਰਕੇ ਪੰਜ ਹਜ਼ਾਰ ਰੁਪਏ ਨਾਲ ਹੀ ਮੁਕੱਦਮਾ ਗੁੰਦ ਲਿਆ ਗਿਆ ਸੀ। ਹਸਪਤਾਲ ਦੇ ਡਾਕਟਰ ਨੂੰ ਵੀ ਥੋੜ੍ਹਾ ਹੱਥ ਝਾੜਨ ਨਾਲ ਹੀ ਤੁਰੰਤ ਮੁਆਇਨਾ ਹੋ ਗਿਆ।

ਮੁਲਜ਼ਮਾਂ ਨੂੰ ਅੱਧੀ ਰਾਤ ਤੋਂ ਪਹਿਲਾਂ ਹੀ ਹਵਾਲਾਤ ਵਿਚ ਡੱਕ ਲਿਆ ਗਿਆ। ਵਾਰਦਾਤ ਵਾਲੀਆਂ ਸਾਰੀਆਂ ਬੰਦੂਕਾਂ ਤੇ ਜੀਪ ਥਾਣੇ 'ਚ ਲਿਆਂਦੀ ਗਈ ਤੇ ਸੀਲ ਕੀਤੀ ਗਈ।

ਚੀਰ-ਫਾੜ ਮਗਰੋਂ ਜਬਰਜੰਗ ਸਿੰਘ ਦੀ ਲੋਥ ਪਿੰਡ ਲਿਆ ਕੇ ਫੂਕੀ ਗਈ, ਤਦ ਤੱਕ ਸਾਰੇ ਇਲਾਕੇ ਦੀ ਭੀੜ ਜਮ੍ਹਾਂ ਹੋ ਗਈ।

ਸਾਰੀਆਂ ਰਸਮਾਂ ਪੂਰੀਆਂ ਕਰਨ ਮਗਰੋਂ ਦੁਸ਼ਮਣਾਂ ਦੇ ਘਰ-ਘਾਟ ਸਾੜਨ ਦੀ ਸਕੀਮ ਬਣੀ ਪਰ ਮੁਕੱਦਮੇ ਦੇ ਫੈਸਲੇ ਤੱਕ ਸਬਰ ਕਰਨ ਦਾ ਫ਼ੈਸਲਾ ਕੀਤਾ ਗਿਆ।

"ਸ਼ੇਰ ਸਿਆਂ ਤੈਨੂੰ ਸਰਬੰਧੀ ਬਣਾ ਕੇ ਮੂੜ ਮੈਂ ਆਪਣਾ ਸਰਬੰਸ ਖ਼ਤਮ ਕਰਾ ਛੱਡਿਆ।"

"ਭਰਾਵਾ ਮੇਰੀ ਜਾਨ ਦੀ ਲੋੜ ਪਏ ਤਾਂ ਹਾਜ਼ਰ ਹਾਂ।"

"ਹੁਣ ਤੂੰ ਹੀ ਮੇਰਾ ਸਰਬੰਸ ਤੋਰ ਸਕਦੈਂ।"

"ਜਬਰਜੰਗ ਦੀ ਅਮੜੀ ਤਾਂ ਮੁੜ ਸੁਕ ਸੜ ਕੇ ਕਰੰਗ ਹੋ ਗਈ। ਇਕ ਹਰਾ ਪੱਤਾ ਵੀ ਨਹੀਂ ਫੁੱਟ ਸਕਦਾ। ਹੁਣ ਤੂੰ ਹੀ ਕੁਛ ਕਰੇਂ ਤਾਂ ਕਰੇਂ।"

"ਬੋਲ ਮੈਂ ਕੀ ਕਰ ਸਕਦਾਂ।"

"ਦੇਖ ਸ਼ਗਨਾਂ ਦਾ ਛਿਲੜ ਜਬਰਜੰਗ ਦੀ ਅਮੜੀ ਤੇਰੀ ਨੱਢੀ ਦੇ ਹੱਥ ਦੇ ਆਈ ਏ। ਉਹ ਸਮਝ ਹੁਣ ਮੇਰੇ ਲਈ ਦਿੱਤਾ ਗਿਆ"

"...."

"ਮੁੜ ਸੱਪ ਕਿਉਂ ਸੁੰਘ ਗਿਆ। ਮੈਂ ਜਵਾਨ ਪੁੱਤਰ ਮਰਵਾ ਛੱਡਿਆ ਈ ਤੇਰੀ ਖ਼ਾਤਰ। ਹੌਸਲੇ ਨਾਲ ਹੱਥ ਮਿਲਾ। ਮੈਨੂੰ ਸ਼ੇਰ ਸਿੰਘ ਅਜੇ ਮੁੜ ਕੁਛ ਨਹੀਂ ਹੋਇਆ। ਮੈਂ ਇਕੋ ਸਾਹੇ ਸੌ ਡੰਡ ਮਾਰ ਸਕਦਾਂ। ਖ਼ੁਰਾਕ ਜੋ ਪੂਰੀ ਹੈ। ਸਿਆਣਿਆਂ ਨੇ ਠੀਕ ਹੀ ਤਾਂ ਕਿਹੈ-ਮਰਦ ਤੇ ਘੋੜੇ ਕਦੇ ਬੁੱਢੇ ਨਹੀਂ ਹੁੰਦੇ, ਜੇਕਰ ਮਿਲਣ ਖ਼ੁਰਾਕਾਂ। ਨਾਲੇ ਧੀਆਂ ਤਾਂ ਰੂੜੀ ਦਾ ਕੂੜਾ ਹੁੰਦਾ ਈ, ਜਿਹੜਾ ਆਖ਼ਿਰ ਰੂੜੀ 'ਤੇ ਹੀ ਸਿੱਟਣਾ ਹੋਇਆ। ਮੇਰਾ ਚਿਹਰਾ ਤਾਂ ਮੁੜ ਲਾਲ ਝਰੰਗ ਪਿਆ ਈ। ਬਸ ਦਾਹੜੀ ਨੂੰ ਕਲਫ਼ ਲਾਣ ਦੀ ਦੇਰ ਹੈ। ਤੀਹ ਸਾਲਾ ਮੁੰਡ-ਮਛਹਿਰਾ ਬਣ ਕੇ ਢੁੱਕਾਂਗਾ। ਸਾਰੀ ਘਾਣੀ ਲੋਟ ਆ ਜਾਏਗੀ। ਤੇਰੇ ਦੁਸ਼ਮਣ ਫਾਹੇ ਲਗਦਿਆਂ-ਲਗਦਿਆਂ ਮੈਂ ਇਕ ਹੋਰ ਜਬਰਜੰਗ ਬਣਾ ਸੁੱਟਾਂਗਾ। ਜੇ ਕੁੜੀ ਦੀ ਕੁੱਖ ਮੁੜ ਸੁਲੱਖਣੀ ਹੋਈ ਤਾਂ ਹਰ ਸਾਲ ਪੁੱਤਰ ਜੰਮੇਗੀ। ਮੇਰੇ ਅੰਦਰੋਂ ਤਾਕਤ ਨਹੀਂ ਮੁੱਕੀ। ਮੁੜ ਜਬਰ ਦੀ ਮਾਂ ਹੀ ਤਾਂਬੜ ਮੱਝ ਬਣ ਗਈ। ਨਾਲੇ ਪਤਾ ਲੱਗ ਜਾਏਗਾ ਤੂੰ ਕਿੰਨਾ ਕੁ ਵੱਡਾ ਮਰਦ ਏਂ।"

"ਮੈਂ ਮਰਦ ਹਾਂ ਚੜ੍ਹਤ ਸਿਆਂ, ਜਾਹ ਨੂਰੀ ਤੈਨੂੰ ਦਿੱਤੀ।"

ਸ਼ੇਰ ਸਿੰਘ ਨੇ ਕਸ ਕੇ ਹੱਥ ਮਿਲਾ ਕੇ ਕਿਹਾ।

"ਇਹ ਹੋਈ ਨਾ ਮਰਦਾਂ ਵਾਲੀ ਗੱਲ। ਬਸੰਤ ਕੌਰੇ ਅੰਦਰ ਆ ਤੇ ਗੱਲ ਰਮਾਣ ਨਾਲ ਸੁਣ। ਹੁਣ ਸਮਝ ਤੇਰੇ ਵਿਹੜੇ 'ਚ ਸਾਲ ਤੋਂ ਪਹਿਲਾਂ-ਪਹਿਲਾਂ ਜਬਰਜੰਗ ਸਿੰਘ ਖੇਡੇਗਾ।" ਤੇ ਬਸੰਤ ਕੌਰ ਨੂੰ ਸਾਰੀ ਸਕੀਮ ਦੱਸੀ ਗਈ।

"ਗਵਜੀਆਂ ਟੱਟੀ ਵਾਲੇ ਹੱਥ ਧੋ ਕੇ ਤਾਂ ਤੈਥੋਂ ਉਠਿਆ ਨਹੀਂ ਜਾਂਦਾ ਤੇ ਨੱਢੀ ਲਿਆਉਣ ਦੀ ਸੋਚਦੈਂ। ਪਹਿਲਾਂ ਜਵਾਨ ਪੁੱਤ ਖੋਇਆ ਤੇ ਹੁਣ ਤੂੰ ਸਿਵਿਆਂ ਦੀ ਤਿਆਰੀ ਕਰਨ ਦੀ ਸੋਚਦੈਂ।"

"ਮੁੜ ਘਿਉ ਚਾਰੀਂ। ਚੂਚਿਆਂ ਦਾ ਰਸ ਪੀਆਂਗਾ ਤੇ ਸੂਰਾਂ ਤੇ ਮੁਰਗਿਆਂ ਦੇ ਅਚਾਰ ਦਾ ਮੱਟ ਖਾ ਛੱਡਾਂਗਾ। ਮੇਰੀ ਤੂੰ ਚਾਲ ਦੇਖੀਂ।"

"ਸੋਚ ਛੱਡ ਕਿਤੇ ਜਵਾਨ ਨੱਢੀ ਦੂਜੇ ਸਾਲ ਰੰਡੀ ਨਾ ਹੋ ਜੇ-ਪਤਾ ਲੱਗੇ ਘਰ ਰੰਡੀਆਂ ਦਾ ਇੱਜੜ ਜਮ੍ਹਾਂ ਹੋ ਗਿਆ।"

"ਮਖਿਆ ਤੂੰ ਪਰਵਾਹ ਨਾ ਕਰ ਬਸੰਤੀਏ, ਇਕ ਵਾਰ "ਹਾਂ" ਕਹਿ ਆਪਣੇ ਸਰਬੰਸ ਦਾ ਸਵਾਲ ਈ-ਨਹੀਂ ਤਾਂ ਐਨੇ ਮੁਰੱਬੇ ਜ਼ਮੀਨ ਕਾਂ ਕੁੱਤੇ ਹੀ ਖਾਣਗੇ। ਮੁੜ ਸ਼ਰੀਕ ਗਿੱਧਾ ਪਾਇਆ ਕਰਨਗੇ।"

"ਠੀਕ ਹੈ, ਕਰ ਛੱਡ। ਮੈਂ ਤਾਂ ਮੁੜ ਬਿਲਕੁਲ ਫੰਡਰ ਹੋ ਗਈ ਨਹੀਂ ਤਾਂ ਮੈਂ ਹੀ ਦੁਆਈ ਬੂਟੀ ਲੈ ਵੇਖਦੀ ਜਾਂ ਕੋਈ ਕਾਲੇ ਇਲਮ ਦਾ ਤਵੀਤ ਤਾਘਾ ਕਰਵਾ ਵੇਖਦੀ। ਚਲ ਠੀਕ ਹੈ। ਸਰਬੰਸ ਵਾਸਤੇ ਕੀ-ਕੀ ਨਹੀਂ ਕਰਨਾ ਪੈਂਦਾ।"

"ਵਾਹ ਸ਼ੇਰ ਦੀਏ ਬੱਚੀਏ।" ਭਾਊ ਚੜ੍ਹਤ ਸਿੰਘ ਨੇ ਇਕ ਭਬਕ ਜੇਹੀ ਮਾਰੀ ਤੇ ਬੋਤਲ ਦੀ ਡਾਟ ਪੱਟ ਲਈ। ਉਹ ਸਾਰੀ ਦੀ ਸਾਰੀ ਬੋਤਲ ਸ਼ਰਬਤ ਵਾਂਗ

ਡੀਕ ਲਾ ਕੇ ਪੀ ਗਿਆ। ਜਵਾਨ ਪੁੱਤ ਦੀ ਮੌਤ ਦਾ ਦੁੱਖ ਜਿਵੇਂ ਭੁੱਲ ਹੀ ਗਿਆ।

ਥੋੜ੍ਹੀ ਦੇਰ ਮਗਰੋਂ ਭਾਊ ਪੂਰਾ ਸ਼ਰਾਬੀ ਸੀ। ਉਹ ਅਸਮਾਨ 'ਚ ਗੋਲੀਆਂ ਚਲਾਣ ਲੱਗ ਪਿਆ ਸੀ। ਉਸ ਦਾ ਭੋਥਾ ਖੁੱਲ੍ਹ ਗਿਆ ਸੀ। ਸਿਰ ਦੇ ਵਾਲ ਖਿੱਲਰ ਗਏ ਸਨ। ਪੈਰਾਂ ਦੀ ਜੁੱਤੀ ਲੱਥ ਗਈ ਸੀ। ਸ਼ੇਰ ਸਿੰਘ ਨੂੰ ਨਸ਼ਾ ਹੋ ਗਿਆ ਸੀ ਪਰ ਉਹ ਥੋੜ੍ਹਾ ਚੁੱਪ ਸੀ। ਉਸ ਨੂੰ ਮਾਣ ਸੀ ਕਿ ਭਾਊ ਵਰਗਾ ਯਾਰ ਜਾਂ ਕਹੋ ਰਿਸ਼ਤੇਦਾਰ ਮਿਲਿਆ ਸੀ, ਜਿਹੜਾ ਰੋਜ਼-ਰੋਜ਼ ਨਹੀਂ ਮਿਲਦਾ। ਕੁੜੀਆਂ-ਕੱਤਰੀਆਂ ਤਾਂ ਰੂੜੀ ਦਾ ਕੂੜਾ ਹੈ, ਜਿਹੜਾ ਅਖ਼ੀਰ ਰੂੜੀ 'ਤੇ ਹੀ ਸੁੱਟਿਆ ਜਾਣੈ। ਉਹ ਰੂੜੀ ਜਬਰਜੰਗ ਸੀ ਜਾਂ ਭਾਊ ਚੜ੍ਹਤ ਸਿਉਂ- ਸ਼ੇਰ ਸਿੰਘ ਸੋਚ ਰਿਹਾ ਸੀ।

* * *

ਸਾਰੀ ਗੱਲ ਤੈਅ ਹੋ ਗਈ ਸੀ।

ਤੇਜਪਾਲ ਸਹਿਮਤ ਸੀ। ਉਸ ਦੇ ਘਰ ਵਾਲਿਆਂ ਦੀ ਕੋਈ ਮਨਾਹੀ ਨਹੀਂ ਹੋ ਸਕਦੀ। ਤੇਜਪਾਲ ਸਿੰਘ ਨੇ ਆਪਣੀ ਗ਼ਰੀਬ ਕਿਸਾਨੀ ਸਪਸ਼ਟ ਦੱਸ ਦਿੱਤੀ ਸੀ। ਇਹ ਗੱਲ ਨੂਰੀ ਤੇ ਉਸ ਦੀ ਮਾਂ ਤੇ ਤਾਇਆ ਜੀ ਨੂੰ ਬਹੁਤ ਹੀ ਪਸੰਦ ਆਈ ਸੀ।

ਨੂਰੀ ਨੇ ਛੇਤੀ ਤੇ ਚੋਰੀ ਵਿਆਹ ਕਰਨ ਦੀ ਕਹਾਣੀ ਦੱਸ ਦਿੱਤੀ ਸੀ।

"ਕੀ ਬਾਪੂ ਜੀ ਮੰਨ ਨਹੀਂ ਸਕਦੇ?" ਤੇਜਪਾਲ ਨੇ ਕਿਹਾ ਸੀ।

"ਸੱਪ ਦੇ ਮੂੰਹੋਂ ਕਦੇ ਅੰਮ੍ਰਿਤ ਨਹੀਂ ਨਿਕਲ ਸਕਦਾ।" ਮਾਂ ਨੇ ਤੁਰੰਤ ਹੀ ਕਿਹਾ ਸੀ।

"ਮਾਂ ਮੈਂ ਇਕ ਵਾਰ ਕੋਸ਼ਿਸ਼ ਕਰਕੇ ਵੇਖਾਂ?" ਨੂਰੀ ਨੇ ਪੁੱਛਿਆ।

"ਕਦੇ ਨਹੀਂ। ਤੁਹਾਨੂੰ ਵੱਸ ਲਗਦੀ ਇਕ ਸਾਲ ਜਾਂ ਵੱਧ ਉਸ ਨੂੰ ਅਸੀਂ ਮਿਲਣ ਵੀ ਨਹੀਂ ਦੇਵਾਂਗੇ। ਧੀਏ ਤੂੰ ਉਸ ਬੰਦੇ ਦੀ ਕਿਸਮ ਨਹੀਂ ਜਾਣਦੀ।"

"ਪਾਣੀ ਰਿੜਕਣ ਨਾਲ ਮੱਖਣ ਨਹੀਂ ਮਿਲਦਾ।" ਜਗਤਾਰ ਨੇ ਵਿਚਾਰਾਂ ਦੀ ਲੜੀ ਬਦਲਣੀ ਚਾਹੀ।

"ਤੁਸੀਂ ਧੀਏ ਬਾਹਰ ਸੜਕ 'ਤੇ ਘੁੰਮ ਆਓ।"

"ਠੀਕ ਹੈ ਬੇ ਜੀ।" ਨੂਰੀ ਨੇ ਕਿਹਾ।

ਸੜਕ 'ਤੇ ਠੰਡ ਉਤਰ ਆਈ ਸੀ। ਸੁੰਨੀ ਸੜਕ ਦਾ ਪਿੰਡਾ ਬਿਜਲੀ ਦੇ ਖੰਭਿਆਂ ਦੀਆਂ ਬੱਤੀਆਂ ਨਾਲ ਦੂਰ ਤੱਕ ਚਮਕ ਰਿਹਾ ਸੀ। ਨੂਰੀ ਤੇ ਤੇਜਪਾਲ ਇਕ ਦੂਜੇ ਦੇ ਸਹਾਰੇ ਚੱਲ ਰਹੇ ਸਨ।

"ਅੱਜ ਵੀ ਯਕੀਨ ਨਹੀਂ ਆ ਰਿਹਾ ਨੂਰੀ ਮੇਰੀ ਹੋਣ ਵਾਲੀ ਹੈ।"

"ਵਾਲੀ ਨਹੀਂ, ਹੋ ਚੁੱਕੀ ਹੈ।"

"ਲਗਦੈ ਦੁਨੀਆ ਦੀ ਹਰ ਨੇਹਮਤ ਮਿਲ ਗਈ ਹੈ।"

"ਮੈਨੂੰ ਭਰੋਸਾ ਦਿਉ ਕਿ ਤੁਸੀਂ ਖੇਡਾਂ 'ਚ, ਦੌੜਾਂ 'ਚ ਸੰਸਾਰ ਦਾ ਰਿਕਾਰਡ ਕਾਇਮ ਕਰੋਗੇ। ਨਹੀਂ ਤਾਂ ਮੈਨੂੰ ਦੁੱਖ ਰਹੇਗਾ ਕਿ ਮੈਂ ਤੁਹਾਨੂੰ ਤੁਹਾਡੇ ਆਸ਼ੇ ਤੋਂ ਭਟਕਾ ਦਿੱਤਾ।"

"ਤੇਰਾ ਹੱਥ ਮਿਲ ਗਿਆ, ਮੈਂ ਨਵੇਂ ਰਿਕਾਰਡ ਪੈਦਾ ਕਰਕੇ ਦਿਖਾਵਾਂਗਾ ਨੂਰੀ। ਮੈਂ ਹਿਮਾਲਾ ਦੀ ਚੋਟੀ ਵਾਂਗ ਉੱਚਾ ਹੋ ਚੁੱਕਿਆਂ ਨੂਰੀ।" ਤੇਜਪਾਲ ਨੇ ਨੂਰੀ ਨੂੰ ਬਾਹਾਂ 'ਚ ਲਪੇਟ ਰੱਖਿਆ ਸੀ। ਉਹ ਠੰਡੀ 'ਤੇ ਚੁੱਪ ਸੜਕ 'ਤੇ ਤੁਰ ਨਹੀਂ ਤੈਰ ਰਹੇ ਸਨ। ਉਨ੍ਹਾਂ ਨੂੰ ਪਤਾ ਨਾ ਲੱਗਿਆ ਉਹ ਕਦ ਹੋਟਲ ਪਰਤ ਆਏ ਸਨ।

ਉਹ ਪਰਤੇ ਤਾਂ ਅੱਗੇ ਇਕ ਘਰ ਦਾ ਕਾਮਾ ਪਹੁੰਚਿਆ ਹੋਇਆ ਸੀ। ਉਸਨੇ ਜਬਰਜੰਗ ਸਿੰਘ ਦੀ ਮੌਤ ਦੀ ਖ਼ਬਰ ਤੇ ਸ. ਸ਼ੇਰ ਸਿੰਘ ਦੇ ਪੱਟ 'ਚ ਗੋਲੀ ਲੱਗਣ ਦੀ ਕਹਾਣੀ ਦੱਸੀ ਸੀ। ਸ਼ੇਰ ਸਿੰਘ ਠੀਕ-ਠਾਕ ਸੀ। ਘਰ ਸੁੰਨਾ ਸੀ, ਜਿਸ ਕਰਕੇ ਕਾਮਾ ਸਰਦਾਰਨੀ ਤੇ ਜਗਤਾਰ ਸਿੰਘ ਨੂੰ ਲੈਣ ਵਾਸਤੇ ਆਇਆ ਸੀ। ਕਾਮਾ ਕਾਫ਼ੀ ਚਤੁਰ ਬੰਦਾ ਸੀ, ਜਿਸ ਨੇ ਕਾਲਜ ਤੋਂ ਅੱਗੋਂ ਪਤਾ ਨਹੀਂ ਕਿਵੇਂ ਹੋਟਲ 'ਚ ਠਹਿਰਨ ਦੀ ਸੂਹ ਕੱਢੀ ਸੀ।

"ਬਾਈ ਜੀ ਹੁਣ ਤਾਂ ਭਾਵੇਂ ਆਪਾਂ ਵਿਆਹ ਪਿੰਡ ਹੀ ਕਰੀਏ?"

ਸਰਦਾਰਨੀ ਨੇ ਜਗਤਾਰ ਸਿੰਘ ਦੀ ਰਾਏ ਪੁੱਛੀ।

"ਤੁਹਾਡੀ ਮਰਜ਼ੀ ਹੈ।"

"ਮੈਂ ਸੋਚਦੀ ਹਾਂ ਮੇਰੀ ਸੁੱਖ ਨਾਲ ਇਕੋ ਧੀ ਐ। ਉਸ ਦਾ ਵਿਆਹ ਵੀ ਚੋਰਾਂ ਵਾਂਗ ਕਰ ਲਿਆ ਤਾਂ ਦੁਨੀਆ ਪਤਾ ਨਹੀਂ ਕੀ ਕਿੱਸੇ ਕਹਾਣੀਆਂ ਜੋੜੇਗੀ। ਮੇਰੀ ਧੀ 'ਤੇ ਆਂਚ ਨਹੀਂ ਆਣੀ ਚਾਹੀਦੀ।"

"ਸ਼ੇਰ ਸਿੰਘ ਝੁੱਜੂ ਤਾਂ ਨਹੀਂ ਪਾ ਲਏਗਾ?"

"ਉਸ ਦਾ ਆਸ਼ੀਰਵਾਦ ਹੀ ਚਾਹੀਦੈ। ਦਿੱਤਾ ਨਾ ਦਿੱਤਾ ਇਕ ਬਰਾਬਰ ਹੈ ਪਰ ਮੈਂ ਆਪਣੀ ਸੁਲੱਖਣੀ ਧੀ ਨੂੰ ਪੂਰੀ ਸ਼ਾਨ ਨਾਲ ਵਿਆਹ ਕੇ ਤੋਰਨਾ ਚਾਹੁੰਦੀ ਹਾਂ।"

"ਠੀਕ ਹੈ।" ਜਗਤਾਰ ਸਿੰਘ ਨੇ ਕਿਹਾ।

ਨੂਰੀ ਤੇ ਤੇਜਪਾਲ ਸਿੰਘ ਵੀ ਮੰਨ ਗਏ।

* * *

ਪਿੰਡ ਪਹੁੰਚ ਕੇ ਸਰਦਾਰਨੀ ਤੇ ਜਗਤਾਰ ਸਿੰਘ ਨੇ ਵਿਆਹ ਦੀ ਤਿਆਰੀ ਕਰਨੀ ਸ਼ੁਰੂ ਕਰ ਦਿੱਤੀ। ਸ਼ੇਰ ਸਿੰਘ ਕੋਈ ਜੰਗ ਜਿੱਤ ਕੇ ਪਰਤਿਆ ਨਹੀਂ ਸੀ। ਸਰਦਾਰਨੀ ਨੇ ਭਰਾਵਾਂ ਨੂੰ ਵਿਆਹ ਦਾ ਨਿਉਂਦਾ ਭੇਜ ਦਿੱਤਾ ਸੀ। ਪਿੰਡ ਵਿਚ ਚਰਚਾ ਸੀ ਸਰਦਾਰਨੀ ਨੇ ਕੱਛ 'ਚੋਂ ਮੂੰਗਲਾ ਕੱਢ ਮਾਰਿਆ ਸੀ। ਅਚਾਨਕ ਵਿਆਹ ਕਰਨ ਦਾ ਕੀ ਕਾਰਨ ਸੀ? ਲੋਕਾਂ ਨੂੰ ਇਹ ਤਾਂ ਗੱਲ ਬਿਲਕੁਲ ਹੀ ਅਚੰਭੇ ਵਾਲੀ

ਲੱਗਦੀ ਸੀ। ਲੜਕਾ ਭਰਾਵਾਂ ਵਾਲੇ ਪਿੰਡੋਂ ਸੀ। ਸਿਆਣੇ ਬੰਦਿਆਂ ਨੂੰ ਯਕੀਨ ਨਹੀਂ ਆਂਦਾ ਸੀ। ਪਿੰਡ ਦੀਆਂ ਔਰਤਾਂ ਮੂੰਹ ਜੋੜ-ਜੋੜ ਗੱਲਾਂ ਕਰਦੀਆਂ ਸਨ।

ਸਰਦਾਰਨੀ ਦੇ ਭਰਾਵਾਂ ਦਾ ਸ਼ੌਕ ਠੰਡਾ ਪੈ ਗਿਆ ਸੀ, ਜਦ ਉਨ੍ਹਾਂ ਨੂੰ ਪਤਾ ਲੱਗਿਆ ਸੀ ਬਰਾਤ ਭਰਾਵਾਂ ਦੇ ਪਿੰਡੋਂ ਢੁੱਕ ਰਹੀ ਸੀ। ਇਕ ਭਰਾ ਉਚੇਚਾ ਆਇਆ ਸੀ।

"ਭੈਣ, ਨੂਰੀ ਦਾ ਰਿਸ਼ਤਾ ਕੀਹਨੇ ਕਰਾਇਐ?"

"...ਸ਼ਾਇਦ ਨੂਰੀ ਦੀ ਸਹੇਲੀ ਨੇ।"

"ਜ਼ਮੀਨ ਜਾਇਦਾਦ ਦੀ ਪੜਤਾਲ ਕੀਤੀ ਹੈ?"

"ਨਹੀਂ।"

"ਨਹੀਂ। ਉਹ ਕਿਉਂ?"

"ਬੱਸ ਲੜਕਾ ਹੀ ਵੇਖਿਐ। ਲੱਖਾਂ 'ਚੋਂ ਨਹੀਂ ਕਰੋੜਾਂ 'ਚੋਂ ਇਕ ਹੈ।"

"ਪਰ ਰੰਗ ਰੂਪ ਦੇ ਨਾਲ ਜਾਇਦਾਦ ਵੀ ਹੋਣੀ ਚਾਹੀਦੀ ਹੈ।"

"ਜਾਇਦਾਦ ਮੇਰੀ ਹੈ ਕਰਮ ਸਿਆਂ।" ਜਗਤਾਰ ਸਿੰਘ ਨੇ ਦਖ਼ਲ ਦੇ ਕੇ ਗੱਲ ਖ਼ਤਮ ਕਰਨੀ ਚਾਹੀ।

"ਤੇ ਤੁਸੀਂ ਕੀ ਖਾਓਗੇ?"

"ਰੋਟੀ ਦਾ ਕੋਈ ਫ਼ਿਕਰ ਨਹੀਂ।"

"ਗੱਲ ਦਾ ਕੋਈ ਲੱਲ ਨਹੀਂ ਲੱਗਿਆ।" ਕਰਮ ਸਿੰਘ ਚੁੱਪ-ਚੁਪੀਤਾ ਆਪਣੇ ਪਿੰਡ ਨੂੰ ਪਰਤ ਗਿਆ। ਉਹ ਭੈਣ ਤੇ ਜਗਤਾਰ ਸਿੰਘ ਦੀਆਂ ਗੱਲਾਂ 'ਤੇ ਸਹਿਮਤ ਨਹੀਂ ਸੀ। ਸ਼ੇਰ ਸਿੰਘ ਨਾਲ ਨਾ ਉਸ ਦੀ ਮੱਤ ਮਿਲਦੀ ਸੀ ਤੇ ਨਾ ਹੀ ਸ਼ੇਰ ਸਿੰਘ ਦੀ ਮੱਤ ਕਿਸੇ ਕੰਮ ਦੀ ਹੀ ਸੀ। ਅਗਰ ਸ਼ੇਰ ਸਿੰਘ ਕਿਸੇ ਕੰਮ ਦਾ ਬੰਦਾ ਹੁੰਦਾ ਤਾਂ ਨੂਰੀ ਦਾ ਵਿਆਹ ਇੰਨੇ ਛੋਟੇ ਘਰ ਨਾ ਹੁੰਦਾ। ਨੂਰੀ ਇਕੋ ਇਕ ਇਸ ਵੱਡੇ ਘਰ ਦੀ ਧੀ ਸੀ। ਸੁਨੱਖੀ ਸੀ, ਸਿਆਣੀ ਤੇ ਸ਼ਰੀਫ਼ ਕੁੜੀ ਸੀ। ਬਹੁਤੇ ਲੋਕਾਂ ਨੂੰ ਤਾਂ ਇਹ ਕੇਵਲ ਪਤਾ ਹੀ ਸੀ ਕਿ ਨੂਰੀ ਕੋਈ ਧੀ ਹੈ ਪਰ ਕਿਸੇ ਨੇ ਉਸ ਨੂੰ ਦੇਖਿਆ ਨਹੀਂ ਸੀ, ਉਹ ਕਾਲਜ ਸਕੂਲੋਂ ਆਂਦੀ ਸੀ ਤਾਂ ਹਵੇਲੀ 'ਚੋਂ ਕਦੇ ਬਾਹਰ ਨਹੀਂ ਨਿਕਲਦੀ ਸੀ।

ਤੇ ਅੱਜ ਉਸੀ ਨੂਰੀ ਦਾ ਵਿਆਹ ਸੀ। ਸਮਝੋ ਵਿਆਹ ਨਹੀਂ ਸੀ, ਫਾਹਾ ਵੱਢਿਆ ਜਾ ਰਿਹਾ ਸੀ। ਇਸ ਤਰ੍ਹਾਂ ਤਾਂ ਕਿਸੇ ਦਾਗੀ ਧੀ ਦਾ ਹੀ ਵਿਆਹ ਕੀਤਾ ਜਾ ਸਕਦਾ ਸੀ। ਕਰਮ ਸਿੰਘ ਇਹ ਸੋਚਦਾ ਜਾ ਰਿਹਾ ਸੀ। ਵੈਸੇ ਉਸ ਨੂੰ ਯਕੀਨ ਸੀ ਨੂਰੀ ਵਿਚ ਕੋਈ ਕਾਣ ਨਹੀਂ ਸੀ।

ਸਰਦਾਰਨੀ ਤੇ ਜਗਤਾਰ ਸਿੰਘ ਨੇ ਚਾਰ ਦਿਨਾਂ 'ਚ ਹੀ ਵਿਆਹ ਦੀ ਤਿਆਰੀ ਕਰ ਲਈ ਸੀ। ਕੱਪੜੇ, ਗਹਿਣਾ ਤੇ ਬਾਕੀ ਸਮਾਨ ਇਕ ਹੀ ਦਿਨ 'ਚ ਖ਼ਰੀਦ ਲਿਆ ਸੀ। ਮਿਠਾਈ ਤੇ ਰੋਟੀ ਦਾ ਇਕ ਹੋਟਲ ਨੂੰ ਕੰਟਰੈਕਟ ਦੇ ਦਿੱਤਾ ਸੀ। ਬਰਾਤ ਦੇ ਕੇਵਲ ਪੰਜ ਬੰਦੇ ਆ ਰਹੇ ਸਨ। ਘਰ 'ਚ ਅੱਜ ਅਖੰਡ ਪਾਠ ਦਾ

ਆਰੰਭ ਕਰਵਾ ਦਿੱਤਾ ਸੀ। ਨੂਰੀ ਪਿੰਡ ਦੀਆਂ ਸਹੇਲੀਆਂ ਨਾਲ ਰੁੱਝੀ ਰਹਿੰਦੀ ਸੀ। ਕੁਝ ਕੁ ਪੱਕੀਆਂ ਸਹੇਲੀਆਂ ਨੂਰੀ ਨੂੰ ਇਕ ਪਲ ਵੀ ਛੱਡ ਕੇ ਨਹੀਂ ਜਾਂਦੀਆਂ ਸਨ।

ਸ਼ੇਰ ਸਿੰਘ ਨਹੀਂ ਆਇਆ ਸੀ।

ਸ਼ੇਰ ਸਿੰਘ ਦੀ ਕਿਸੇ ਨੂੰ ਉਡੀਕ ਨਹੀਂ ਸੀ, ਸਗੋਂ ਮਨ ਹੀ ਮਨ ਦਾਤੇ ਦੇ ਅੱਗੇ ਹੱਥ ਜੋੜੇ ਜਾ ਰਹੇ ਸਨ ਕਿ ਉਹ ਨੂਰੀ ਦੀ ਵਿਦਾਈ ਮਗਰੋਂ ਪਰਤੇ। ਘਰ 'ਚ ਇਕ ਸਹਿਮ ਸੀ। ਇਕ ਡਰ ਸੀ। ਜਿਉਂ-ਜਿਉਂ ਵਿਆਹ ਦਾ ਦਿਨ ਨੇੜੇ ਆ ਰਿਹਾ ਸੀ, ਡਰ ਨਾਲ ਸਰਦਾਰਨੀ ਤੇ ਜਗਤਾਰ ਸਿੰਘ ਦੇ ਬੁੱਲ੍ਹ ਸੁਕਦੇ ਜਾ ਰਹੇ ਸਨ ਤੇ ਪਰਾਣ ਖ਼ੁਸ਼ਕ ਹੁੰਦੇ ਜਾ ਰਹੇ ਸਨ।

ਨੂਰੀ ਖ਼ੁਸ਼ ਸੀ। ਉਹ ਹਰ ਸਮੇਂ ਮਨ ਹੀ ਮਨ 'ਚ ਤੇਜਪਾਲ ਸਿੰਘ ਨਾਲ ਗੱਲਾਂ ਕਰਦੀ ਰਹਿੰਦੀ ਸੀ। ਉਹ ਭੁੱਲ ਹੀ ਜਾਂਦੀ ਸੀ ਕਿ ਉਹ ਤਾਂ ਸਹੇਲੀਆਂ 'ਚ ਬੈਠੀ ਹੁੰਦੀ ਸੀ ਪਰ ਅਚਾਨਕ ਉਹਦੀ ਚੀਕ ਨਿਕਲ ਜਾਂਦੀ ਸੀ, ਜਿਵੇਂ ਉਸ ਦੇ ਅਚੇਤ ਮਨ ਦਾ ਡਰ ਜ਼ੁਬਾਨ 'ਤੇ ਆ ਜਾਂਦਾ ਸੀ। ਉਸ ਸੁੰਦਰ ਜਿਹੇ ਮੁਖੜੇ 'ਤੇ ਡਰ ਦਾ ਪਰਛਾਵਾਂ ਜ਼ਰੂਰ ਝੁਕਿਆ ਰਹਿੰਦਾ ਸੀ।

"ਮੰਮੀ ਮੈਨੂੰ ਡਰ ਕਿਉਂ ਲਗਦਾ ਰਹਿੰਦੈ?"

"ਵਿਆਹ ਤੋਂ ਪਹਿਲਾਂ ਕੁੜੀਆਂ ਇਸ ਤਰ੍ਹਾਂ ਹੀ ਡਰੀਆਂ ਰਹਿੰਦੀਆਂ ਨੇ। ਪਰਾਏ ਘਰ ਜਾਣ ਦਾ ਡਰ ਮਨ ਨੂੰ ਹਮੇਸ਼ਾ ਡਰਾਂਦਾ ਰਹਿੰਦੈ। ਮੈਂ ਹਫ਼ਤਾ ਭਰ ਰੋਟੀ ਨਹੀਂ ਖਾਧੀ ਸੀ। ਸੁੱਕ ਗਈ ਸਾਂ। ਬੱਗੀ ਪੂਣੀ ਵਾਂਗ ਹੋ ਗਈ ਸੀ। ਮੇਰਾ ਤਾਂ ਵਿਆਹ ਵੀ ਤੇਰੇ ਬਾਪੂ ਨਾਲ ਹੋ ਰਿਹਾ ਸੀ, ਜਿਸ ਦੀ ਪਹਿਲਾਂ ਹੀ ਸਾਰੇ ਪਾਸੀਂ ਬਦਨਾਮੀ ਸੀ। ਤੇਰਾ ਤਾਂ ਤੇਜਪਾਲ ਨਾਲ ਵਿਆਹ ਹੋ ਰਿਹੈ। ਸੱਤਪੁਨਾ ਜੁਗ-ਜੁਗ ਜੀਏ, ਤੂੰ ਤਾਂ ਸੁਰਗਾਂ 'ਚ ਹੋਵੇਂਗੀ। ਬਹੁਤ ਜ਼ਮੀਨ ਸੁੱਖ ਨਹੀਂ ਦਿੰਦੀ। ਮੈਂ ਇਕ ਦਿਨ ਸੁੱਖ ਦਾ ਨਹੀਂ ਦੇਖਿਆ, ਰਾਤ ਸੁੱਖ ਦੀ ਨੀਂਦ ਲੈ ਕੇ ਨਹੀਂ ਦੇਖੀ।"

"ਮੈਨੂੰ ਡਰ ਚਾਚਾ ਜੀ ਤੋਂ ਲਗਦੈ।"

"ਉਹਦਾ ਡਰ ਤੈਨੂੰ ਕਾਹਦਾ। ਮੇਰੇ ਨਾਲ ਜੋ ਕਰੇ ਸੋ ਕਰੇ। ਵੱਧ ਤੋਂ ਵੱਧ ਮੈਨੂੰ ਹੀ ਕੁੱਟੇ-ਮਾਰੇਗਾ। ਸਾਰੀ ਉਮਰ ਇਹੀ ਕੁਝ ਕਰਦਾ ਰਿਹੈ। ਹੁਣ ਧੀ ਦੇ ਨਾਂ 'ਤੇ ਮਾਰ ਲਏਗਾ। ਮੈਨੂੰ ਕੋਈ ਡਰ ਨਹੀਂ। ਮੇਰੀ ਧੀ ਤਾਂ ਸੁਰਗ 'ਚ ਵਸਣੀ ਚਾਹੀਦੀ ਹੈ।" ਸਰਦਾਰਨੀ ਨੇ ਧੀ ਨੂੰ ਘੁੱਟ ਕੇ ਗਲਵੱਕੜੀ 'ਚ ਲੈ ਲਿਆ। ਨੂਰੀ ਦਾ ਸਰੀਰ ਪਾਰੇ ਵਾਂਗ ਕੰਬ ਰਿਹਾ ਸੀ।

"ਮਾਂ-ਧੀ ਕੀ ਗੱਲਾਂ ਕਰ ਰਹੀਐਂ?" ਜਗਤਾਰ ਸਿੰਘ ਚਾਣਚੱਕ ਅੰਦਰ ਆਇਆ ਸੀ।

"ਬਾਈ ਜੀ, ਮਾਂ ਦਾ ਦਿਲ ਉਛਲ ਪਿਆ। ਸੁਲੱਖਣੀ ਨੇ ਕੱਲ੍ਹ ਨੂੰ ਬੇਗਾਨੀ ਹੋ ਜਾਣੈ। ਸੰਸਾਰ ਦੀ ਰੀਤ ਜਿਉਂ ਹੋਈ।"

"ਨਹੀਂ, ਅਸੀਂ ਇਹ ਰੀਤ ਤੋੜਾਂਗੇ। ਮੈਂ ਨੂਰੀ ਨੂੰ ਸਦਾ ਕੋਲੇ ਹੀ ਰੱਖਾਂਗਾ।"

"ਧੀਆਂ ਨੂੰ ਕੋਲ ਤਾਂ ਰਾਜੇ ਰਾਣੇ ਨਾ ਰੱਖ ਸਕੇ, ਸਾਡੀ ਕੀ ਹਸਤੀ ਹੈ ਬਾਈ ਜੀ।"

"ਨਹੀਂ, ਮੈਂ ਆਪਣੀ ਧੀ ਨੂੰ ਦੂਰ ਨਹੀਂ ਭੇਜਣਾ।" ਜਗਤਾਰ ਸਿੰਘ ਬੱਚਿਆਂ ਵਾਂਗ ਫੁੱਟ-ਫੁੱਟ ਕੇ ਰੋਣ ਲੱਗ ਪਿਆ ਤੇ ਉਹ ਕਿੰਨੀ ਹੀ ਦੇਰ ਰੋਂਦਾ ਰਿਹਾ। ਨੂਰੀ ਉਸ ਨੂੰ ਚੁੱਪ ਕਰਾਂਦੀ ਰਹੀ ਤੇ ਕਦੇ-ਕਦੇ ਗਲ ਲੱਗ ਕੇ ਖ਼ੁਦ ਵੀ ਰੋਣ ਲੱਗ ਪੈਂਦੀ ਸੀ। ਧੀਆਂ ਧਨ ਬੇਗਾਨਾ।

* * *

ਫਿਰ ਵੀ ਮਾਂ ਨੇ ਵਹੁਟੀ ਵਾਸਤੇ ਕੁਝ ਕੁ ਸੂਟ ਬਣਵਾਏ ਸਨ ਤੇ ਆਪਣੇ ਗਹਿਣੇ ਤੁੜਵਾ ਕੇ ਡੇਢ ਤੋਲੇ ਦੀ ਇਕ ਨਿਸ਼ਾਨੀ ਬਣਵਾਈ ਸੀ।

"ਤੂੰ ਖ਼ੁਸ਼ ਕਿਉਂ ਨਹੀਂ ਤੇਜ ਦੇ ਬਾਪੂ?"

"ਖ਼ੁਸ਼ ਤਾਂ ਬਹੁਤ ਹਾਂ ਪਰ ਮੈਨੂੰ ਪਤਾ ਨਹੀਂ ਕਿਉਂ ਇਹ ਸੱਚ ਨਹੀਂ ਲਗਦਾ ਕਿਉਂ ਕੀ ਮੇਰਾ ਪੁੱਤਰ ਰਾਜੇ ਘਰ ਦੀ ਧੀ ਵਿਆਹ ਕੇ ਲੈ ਆਏਗਾ, ਅੱਜ ਤੱਕ ਇਹ ਹੋਇਆ ਤਾਂ ਨਹੀਂ। ਹਾਂ, ਕਿੱਸੇ ਘਾਣੀਆਂ ਬਹੁਤ ਸੁਣੇ ਨੇ।"

"ਹੁਣ ਸਮਾਂ ਬਦਲ ਗਿਆ ਤੇਜ ਦੇ ਬਾਪੂ।"

"ਚੰਗਾ। ਭਲੀ ਹੋਈ ਜੇ ਬਦਲ ਗਿਆ ਪਰ ਮੇਰਾ ਅੰਦਰਲਾ ਡਰਦੈ। ਮੇਰੇ ਪੁੱਠੇ ਅੰਗ ਵੀ ਫਰਕਦੇ ਐ। ਮਹਾਰਾਜ ਭਲੀ ਕਰੇ, ਜੇ ਜਿਊਣ ਜੋਗਾ ਰਾਜਕੁਮਾਰੀ ਨੂੰ ਗਰੀਬ ਕਿਸਾਨ ਦੇ ਘਰ ਲੈ ਆਏ। ਮੇਰਾ ਦਿਲ ਥਾਵੇਂ ਨਹੀਂ। ਮੈਨੂੰ ਸਿੱਧਾ ਸਾਹ ਨਹੀਂ ਆਉਂਦਾ। ਨੀਂਦ ਨਹੀਂ ਆਉਂਦੀ। ਜਿਵੇਂ ਬੁਰੇ ਦਿਖਾਈ ਦੇ ਰਹੇ ਨੇ।"

"ਵੇ ਚੰਦਰਿਆ ਸੁੱਖ ਬੋਲ।"

"ਮੇਰੇ ਸੁੱਖ ਬੋਲਣ ਨਾਲ ਕੁਝ ਨਹੀਂ ਹੋਣਾ। ਜੋ ਦਾਤਾ ਕਰੇਗਾ, ਉਹੀ ਹੋਏਗਾ ਪਰ ਮੇਰਾ ਦਿਲ ਟਿਕਾਣੇ 'ਤੇ ਨਹੀਂ। ਮੈਂ ਕਰਮਾਂ ਵਾਲੇ ਨੂੰ ਰੋਕ ਵੀ ਨਹੀਂ ਸਕਦਾ।" ਬਜ਼ੁਰਗ ਸੋਟੀ 'ਤੇ ਝੁਕਿਆ ਖੜ੍ਹਾ ਸੀ। ਚਾਰ ਹੀ ਦਿਨਾਂ 'ਚ ਉਹ ਸੁੱਕ ਕੇ ਕਾਨੇ ਵਾਂਗ ਹੋ ਗਿਆ ਸੀ। ਮੂੰਹ 'ਤੇ ਰੋਈ ਨਹੀਂ ਸੀ। ਉਹ ਡਰਿਆਂ ਵਾਂਗ ਚਾਰੇ ਪਾਸੀਂ ਝਾਕਦਾ ਸੀ।

ਤੇਜਪਾਲ ਦੀ ਮਾਂ ਨੇ ਗੁਆਂਢੀ ਕੁੜੀਆਂ ਬੁਲਾ ਕੇ ਚਾਰ ਦਿਨਾਂ ਤੋਂ ਗੀਤ ਸ਼ੁਰੂ ਕਰ ਦਿੱਤੇ। ਚਾਰ ਕੁ ਕੁੜੀਆਂ ਵੱਡੀ ਰਾਤ ਤੱਕ ਵਿਆਹ ਦੇ ਗੀਤ ਗਾਂਦੀਆਂ ਰਹਿੰਦੀਆਂ ਸਨ। ਸਾਰੇ ਪਿੰਡਾਂ 'ਚ ਖ਼ਬਰ ਸੀ ਕਿ ਤੇਜਪਾਲ ਸਿੰਘ ਚੱਕਾਂ ਵਾਲੇ ਸਰਦਾਰਾਂ ਦੇ ਢੁਕ ਰਿਹਾ ਸੀ ਪਰ ਬਰਾਤ ਨਹੀਂ ਜਾ ਰਹੀ ਸੀ, ਇਸ ਕਰਕੇ ਲੋਕਾਂ ਨੂੰ ਯਕੀਨ ਨਹੀਂ ਆਂਦਾ ਸੀ। ਲੋਕਾਂ ਭਾਣੇ ਇਹ ਵਿਆਹ ਨਹੀਂ ਇਕ ਤਮਾਸ਼ਾ ਹੈ। ਲੋਕ ਮੰਨਣ ਲਈ ਤਿਆਰ ਨਹੀਂ ਸੀ ਕਿ ਤੇਜਪਾਲ ਰਾਜ ਘਰ ਦੀ ਰਾਜਕੁਮਾਰੀ ਵਿਆਹੁਣ ਵਾਲਾ ਸੀ। ਨੂਰੀ ਹੈ ਵੀ ਤਾਂ ਰਾਜਕੁਮਾਰੀ ਸੀ।

...ਪਰ ਰਾਤ ਸਮੇਂ ਕੁੜੀਆਂ ਤੇਜਪਾਲ ਦੇ ਵਿਆਹ ਦੇ ਗੀਤ ਗਾਂਦੀਆਂ ਰਹਿੰਦੀਆਂ ਸਨ।

ਤੇਜ ਬੂਰਾਂ 'ਚ ਸੂਰਜ ਦਾ ਗੋਲਾ ਵਰ੍ਹਨ ਹੀ ਵਾਲਾ ਸੀ ਜਦ ਸ਼ੇਰ ਸਿੰਘ ਤੇ ਭਾਊ ਚੜ੍ਹਤ ਸਿੰਘ ਦੀਆਂ ਜੀਪਾਂ ਚੱਕੀਂ ਪਹੁੰਚੀਆਂ ਸਨ। ਭਾਊ ਪਹਿਚਾਣ 'ਚ ਨਹੀਂ ਆ ਰਿਹਾ ਸੀ। ਉਸਨੇ ਦਾਹੜੀ ਰੰਗ ਕੀਤੀ ਹੋਈ ਸੀ। ਜਿਹੜੀ ਤਵੇ ਵਾਂਗ ਕਾਲੀ-ਕਾਲੀ ਨਜ਼ਰ ਆ ਰਹੀ ਸੀ ਪਰ ਦਾਹੜੀ ਕਤਰੀ ਤੇ ਕਾਲੀ ਕਰਨ ਕਰਕੇ ਉਸ ਦੀਆਂ ਹੜਬਾਂ ਨਜ਼ਰ ਆ ਰਹੀਆਂ ਸੀ। ਮੂੰਹ ਜਿਵੇਂ ਰਬੜ ਦੀ ਖੁੱਦੋ 'ਚੋਂ ਫੂਕ ਨਿਕਲ ਗਈ ਹੋਵੇ। ਉਸ ਦਾ ਦੰਦ ਪਹਿਲੇ ਨਾਲੋਂ ਵੱਧ ਚਮਕ ਰਿਹਾ ਸੀ ਕਿਉਂਕਿ ਭਾਊ ਨੇ ਮੁੱਛਾਂ ਥੱਲੇ ਤੱਕ ਕਤਰਾ ਲਈਆਂ ਸਨ। ਮੁੰਡਾ-ਖੁੰਡਾ ਬਣਨ ਦੇ ਚੱਕਰ 'ਚ ਅਜੀਬ ਹੀ ਰੂਪ ਧਾਰੀ ਬੈਠਾ ਸੀ। ਸਰੀਰੋਂ ਉਹ ਫੁਰਤੀਲਾ ਬਣਨ ਦੀ ਕੋਸ਼ਿਸ਼ ਕਰਦਾ ਸੀ ਪਰ ਲੱਕ ਪੂਰੀ ਤਰ੍ਹਾਂ ਸਿੱਧਾ ਨਾ ਹੋਣ ਕਰਕੇ ਔਕੜੂ ਜਿਹਾ ਹੋ ਕੇ ਚਲਦਾ ਸੀ। ਉਸ ਨੇ ਅਸਮਾਨ 'ਚ ਗੋਲੀਆਂ ਛੱਡੀਆਂ। ਸ਼ਾਇਦ ਉਹ ਸਹੁਰੇ ਘਰ ਢੁਕਣ ਦੀ ਤਿਆਰੀ 'ਚ ਸੀ। ਨੂਰੀ ਦਾ ਮਰਦ ਬਣਨ ਦਾ ਪੱਕਾ ਇਰਾਦਾ ਬਣਾ ਚੁੱਕਿਆ ਸੀ।

"ਮੁੜ ਆਪਣੇ ਆਉਣ ਦੀ ਖ਼ਬਰ ਘੱਲ ਛੱਡੀ ਸੀ ਕਿ ਸ਼ੇਰ ਸਿਆਂ?" ਭਾਊ ਦੇਖ ਰਿਹਾ ਸੀ ਘਰ ਦਾ ਵਿਹੜਾ ਵਿਆਹ ਵਾਲੀਆਂ ਰੰਗ-ਬਰੰਗੀਆਂ ਝੰਡੀਆਂ ਨਾਲ ਸਜਿਆ ਹੋਇਆ ਸੀ। ਹਰ ਨਿਸ਼ਾਨੀ ਤੋਂ ਪਤਾ ਲਗਦਾ ਸੀ ਕਿ ਵਿਆਹ ਹੋਣ ਵਾਲਾ ਸੀ।

ਸ਼ੇਰ ਸਿੰਘ ਭਮੱਤਰਿਆਂ ਵਾਂਗ ਚਾਰੇ ਪਾਸੇ ਝਾਕ ਰਿਹਾ ਸੀ। ਉਸ ਨੂੰ ਕਿਸੇ ਵੀ ਗੱਲ ਦਾ ਸਿਰਾ ਨਹੀਂ ਲਭਦਾ ਸੀ।

"ਇਹ ਕੀ ਹੈ?" ਸ਼ੇਰ ਸਿੰਘ ਨੇ ਇਕ ਨੌਕਰ ਤੋਂ ਪੁੱਛਿਆ।

"ਨੂਰੀ ਭੈਣ ਦਾ ਵਿਆਹ ਹੈ ਨਾ ਕੱਲ੍ਹ।" ਨੌਕਰ ਨੇ ਕਿਹਾ।

"ਵਿਆਹ?"

"ਵਿਆਹ?" ਭਾਊ ਨੇ ਗਿੱਦੜ ਵਾਂਗ ਚੀਕ ਮਾਰੀ। "ਇਹ ਕੀ ਪਿਆ ਕੂੰਦਾ ਈ ਕਿ ਸਾਡੇ ਨਾਲ ਮੁੜ ਧੋਖਾ ਕਰ ਛੱਡਿਆ ਈ। ਤੂੰ ਸਾਡੇ ਕੋਲ ਮੁੜ ਨਾਗ ਦੀ ਕਿਸਮ 'ਚੋਂ ਈ-ਇਕ-ਇਕ ਨੂੰ ਫੂਕ ਦਿਆਂਗਾ। ਸ਼ੇਰਿਆ, ਮੇਰੇ ਨਾਲ ਕੋਈ ਧੋਖਾ ਕਰਕੇ ਬਚ ਨਹੀਂ ਸਕਦਾ। ਨੂਰੀ ਮੁੜ ਮੇਰੀ ਮੰਗ ਏ। ਤੂੰ ਮੁੜ ਮੇਰੇ ਨਾਲ ਹੱਥ ਮਿਲਾ ਚੁੱਕਿਐਂ ਤੇ ਬਸੰਤੀ ਸ਼ਗਨ ਦਾ ਛਿੱਲੜ ਦੇ ਚੁੱਕੀ ਊ। ਮੈਂ ਸਵੇਰੇ ਸਿਹਰੇ ਬੰਨ੍ਹ ਕੇ ਆਵਾਂਗਾ ਤੇ ਦੇਖਾਂਗਾ ਮੇਰੀ ਮੰਗ ਮੈਥੋਂ ਬਗੈਰ ਕੌਣ ਸੂਰ ਖੜ੍ਹਦਾ ਈ।" ਭਾਊ ਨੇ ਜੀਪ ਤੇਜੀ ਨਾਲ ਵਿਹੜੇ 'ਚੋਂ ਘੁਮਾਈ। ਜੀਪ ਦੇ ਪਹੀਆਂ ਨੇ ਤੇਜ ਕਟਾਈ ਕਰਕੇ ਚੀਕਾਂ ਛੱਡੀਆਂ। ਘਰ ਤੋਂ ਬਾਹਰ ਨਿਕਲਣ ਤੋਂ ਪਹਿਲਾਂ ਭਾਊ ਨੇ ਲਗਾਤਾਰ ਫਾਇਰ ਕੀਤੇ। ਪੰਛੀ ਉਡ ਗਏ ਸਨ। ਸੂਰਜ ਛੁਪ ਗਿਆ ਸੀ। ਸ਼ੇਰ ਸਿੰਘ ਠਠੰਬਰਿਆ ਵਿਹੜੇ ਦੇ ਵਿਚਕਾਰ ਖੜ੍ਹਾ ਸੀ। ਉਸ ਦੀਆਂ ਅੱਖਾਂ ਸੁਰਖ ਸਨ।

ਇਸ ਤਰ੍ਹਾਂ ਲਗਦਾ ਸੀ, ਜਿਵੇਂ ਉਹ ਥਾਂ 'ਤੇ ਹੀ ਪੱਥਰ ਹੋ ਗਿਆ ਸੀ।

ਪਲ-ਪਲ ਉਹ ਰਾਤ ਦੇ ਹਨੇਰੇ ਵਿਚ ਗਰਕਦਾ ਜਾ ਰਿਹਾ ਸੀ। ਕਹੋ ਪਰੇਤ ਨਹੀਂ ਜਿੰਨ, ਕਹੋ ਭੂਤ, ਕਹੋ ਕੋਈ ਦੈਂਤ ਖੜ੍ਹਾ ਸੀ। ਪੱਥਰ ਦਾ ਪੱਥਰ।

ਸ਼ਾਇਦ ਸਰਦਾਰਨੀ ਡਰ ਗਈ ਸੀ। ਜਗਤਾਰ ਸਿੰਘ ਦਹਿਲ ਗਿਆ ਸੀ। ਜਗਤਾਰ ਸਿੰਘ ਲਈ ਸ਼ੇਰ ਸਿੰਘ ਕੋਈ ਡਰਾਉਣੀ ਚੀਜ਼ ਨਹੀਂ ਸੀ ਪਰ ਉਹ ਨਹੀਂ ਚਾਹੁੰਦਾ ਸੀ ਕਿ ਨੂਰੀ ਦੇ ਵਿਆਹ 'ਚ ਕੋਈ ਵਿਘਨ ਪਏ। ਪੁੰਨ ਦਾਨ ਦਾ ਕੰਮ ਸੀ। ਕੋਈ ਬੋਲ ਬੁਲਾਰਾ ਵਿਆਹ ਦੇ ਗੀਤਾਂ 'ਚ ਬਦਸ਼ਗਨੀ ਸੀ। ਆਪਣੇ ਸਾਹ ਦੇ ਕੇ ਵੀ ਜਗਤਾਰ ਸਿੰਘ ਨੂਰੀ ਦੇ ਸ਼ਗਨ ਪੂਰੇ ਕਰਨਾ ਚਾਹੁੰਦਾ ਸੀ।

ਚਾਣਚੱਕ ਬੰਦੂਕ ਚੱਲੀ। ਗੋਲੀ ਨੇ ਘਰ ਦੇ ਵਰਾਂਡੇ ਦੀਆਂ ਇੱਟਾਂ ਭੰਨ ਦਿੱਤੀਆਂ। ਗੋਲੀ ਨੇ ਘਰ 'ਚ ਤਣੀ ਚੁੱਪ ਦਾ ਸੀਨਾ ਪਾੜਿਆ ਪਰ ਚੁੱਪ ਤਦ ਵੀ ਤਣੀ ਹੋਈ ਸੀ। ਵਿਆਹ ਦੇ ਮੇਲ ਨੂੰ ਸੱਪ ਸੁੰਘ ਗਿਆ ਸੀ। ਸਭ ਦੀ ਸੰਘੀ ਘੁੱਟੀ ਗਈ ਸੀ।

ਇਕ ਹੋਰ ਗੋਲੀ ਚੱਲੀ ਤੇ ਫੇਰ ਇਕ ਹੋਰ ਤੇ ਇਕ ਹੋਰ। ਪੂਰੀਆਂ ਛੇ ਗੋਲੀਆਂ ਚੱਲੀਆਂ। ਘਰ 'ਚ ਇਕ ਵਾਰ ਭੱਜ ਦੌੜ ਜੇਹੀ ਮੱਚੀ, ਜਿਵੇਂ ਲੋਕ ਜਾਨ ਬਚਾਣ ਲਈ ਓਟ 'ਚ ਹੋ ਰਹੇ ਸੀ।

"ਇਹ ਕੰਡੇ ਤੂੰ ਬੀਜੇ ਆ ਸਰਦਾਰਨੀਏ।" ਸ਼ੇਰ ਸਿੰਘ ਗਰਜਿਆ।

"ਸ਼ੇਰ ਸਿਆਂ ਮੈਂ ਇਹ ਸਾਰਾ ਕੁਛ ਕੀਤੈ, ਸਰਦਾਰਨੀ ਦਾ ਇਸ 'ਚ ਕੋਈ ਦੋਸ਼ ਨਹੀਂ।"

"ਨਹੀਂ ਬਾਈ ਜੀ, ਇਹ ਚਾਲ ਇਸ ਕੁੱਤੀ ਦੀ ਹੈ। ਤੈਨੂੰ ਮੈਂ ਸੌ ਕਤਲ ਮੁਆਫ਼ ਕਰ ਸਕਦਾਂ ਪਰ ਅੱਜ ਦੀ ਰਾਤ ਮੈਂ ਇਸ ਨੂੰ ਨਹੀਂ ਛੱਡਣਾ।"

ਜਗਤਾਰ ਸਿੰਘ ਨੇ ਖਾਲੀ ਬੰਦੂਕ ਸ਼ੇਰ ਸਿੰਘ ਦੇ ਹੱਥੋਂ ਫੜ ਲਈ ਸੀ। ਸ਼ੇਰ ਸਿੰਘ ਦੁਬਾਰਾ ਕਾਰਤੂਸ ਭਰਨ ਦਾ ਯਤਨ ਕਰ ਰਿਹਾ ਸੀ।

ਬੰਦੂਕ ਦੇ ਫਾਇਰ ਜਿਵੇਂ ਨੂਰੀ ਦੇ ਕਲੇਜੇ 'ਚ ਵੱਜੇ ਸਨ। ਉਹ ਬੁੜ੍ਹਕ ਕੇ ਡਿੱਗੀ ਸੀ, ਜਿਸ ਗੱਲੋਂ ਉਹ ਡਰਦੀ ਸੀ, ਉਹੀ ਗੱਲ ਹੋ ਰਹੀ ਸੀ ਕਿ ਅਚੇਤ ਮਨ 'ਚ ਬੈਠਾ ਕੋਈ ਡਰ ਸਾਹਮਣੇ ਸ਼ੇਰ ਸਿੰਘ ਦਾ ਰੂਪ ਧਾਰ ਕੇ ਖੜ੍ਹਾ ਹੋ ਗਿਆ ਸੀ। ਉਹ ਬੁੱਕੀਂ ਰੋ ਰਹੀ ਸੀ।

"ਸ਼ੇਰ ਸਿਆਂ ਧੀ ਦੇ ਵਿਆਹ 'ਚ ਵਿਘਨ ਨਹੀਂ ਪਾਈਦਾ। ਇਹ ਪਾਪ ਹੈ। ਇਸ ਪਾਪ ਦਾ ਲੇਖਾ ਕਿਹੜੇ ਜਨਮ ਦੇਵੇਂਗਾ।" ਜਗਤਾਰ ਸਿੰਘ ਕਹਿ ਰਿਹਾ ਸੀ।

"ਸ਼ੇਰ ਸਿਆਂ ਹਵੇਲੀ ਤੋਂ ਬਾਹਰ ਦੁਨੀਆ ਸੁਣ ਰਹੀ ਹੈ। ਸ਼ਾਂਤੀ ਨਾਲ ਗੱਲ ਕਰ।" ਕਰਮ ਸਿੰਘ ਨੇ ਕਿਹਾ।

"ਤੂੰ ਵੀ ਆਇਐਂ, ਤੈਨੂੰ ਵੀ ਨਿਉਂਦਾ ਦਿੱਤੈ, ਇਕ ਮੈਨੂੰ ਹੀ ਕੋਲ ਬੈਠੇ ਨੂੰ ਸੁਨੇਹਾ ਨਹੀਂ ਭੇਜਿਆ। ਹੁਣ ਕੀ ਤੂੰ ਕੁੜੀ ਦਾ ਡੋਲਾ ਮੇਰੀ ਮਰਜ਼ੀ ਦੇ ਖਿਲਾਫ਼ ਭੇਜ ਸਕੇਂਗੀ? ਮੈਂ ਇਕ-ਇਕ ਨੂੰ ਫੂਕ ਕੇ ਰੱਖ ਦਿਆਂਗਾ।"

"ਸ਼ੇਰ ਸਿਆਂ ਹੁਣ ਸਾਰਾ ਕੁਝ ਹੋ ਗਿਆ, ਕਿਉਂ ਝੱਜੂ ਪਾਣੈਂ।"

"ਬਾਈ ਅਜੇ ਕੁਛ ਨਹੀਂ ਹੋਇਆ। ਕੱਚੇ ਚੌਲਾਂ ਦਾ ਕੁਛ ਨਹੀਂ ਵਿਗੜਿਆ। ਮੇਰੀ ਧੀ ਦਾ ਵਿਆਹ ਉਥੇ ਹੀ ਹੋਏਗਾ, ਜਿਥੇ ਮੈਂ ਚਾਹਾਂਗਾ।"

"ਨੂਰੀ ਤੇਰੀ ਨਹੀਂ ਬਾਈ ਜੀ ਦੀ ਧੀ ਹੈ। ਉਹਦਾ ਵਿਆਹ ਓਥੇ ਹੀ ਹੋਏਗਾ, ਜਿਥੇ ਬਾਈ ਜੀ ਚਾਹੁਣਗੇ।"

"ਬਾਈ ਜੀ ਮੇਰੀ ਮਰਜ਼ੀ ਦੇ ਉਲਟ ਕੁਛ ਨਹੀਂ ਕਰਨਗੇ।"

"ਸ਼ੇਰ ਸਿਆਂ ਮੇਰੀ ਨੂਰੀ ਮੇਰੀ ਝੋਲੀ ਪਾ ਦੇ। ਮੈਂ ਤੈਥੋਂ ਅੱਜ ਤੱਕ ਕੁਛ ਨਹੀਂ ਮੰਗਿਆ। ਰੱਬ ਦੇ ਵਾਸਤੇ ਮੇਰੀ ਧੀ ਮੇਰੀ ਝੋਲੀ ਪਾ ਦੇ।" ਜਗਤਾਰ ਸਿੰਘ ਝੋਲੀ ਅੱਡ ਕੇ ਛੋਟੇ ਭਰਾ ਸਾਹਮਣੇ ਗੋਡਿਆਂ 'ਤੇ ਬੈਠਾ ਸੀ। ਉਸ ਦੀਆਂ ਅੱਖਾਂ ਦਾ ਨੀਰ ਉਸ ਦੀ ਸਾਊ ਦਾਹੜੀ 'ਚ ਤਰ ਰਿਹਾ ਸੀ। ਉਸ ਦਾ ਬੁੱਢਾ ਸਰੀਰ ਕੰਬ ਰਿਹਾ ਸੀ।

"ਤੂੰ ਨੂਰੀ ਦਾ ਵਿਆਹ ਕਿੱਥੇ ਕਰਨਾ ਚਾਹੁਣੈਂ।"

"ਜਿਥੇ ਨੂਰੀ ਚਾਹੁੰਦੀ ਹੈ।"

"ਹੈਂ, ਨੂਰੀ ਚਾਹੁੰਦੀ ਹੈ?"

"ਮੇਰਾ ਮਤਲਬ ਜਿਥੇ ਪੱਕਾ ਹੋ ਚੁੱਕਿਆ ਹੈ। ਲੜਕਾ ਸਵੇਰੇ ਬਰਾਤ ਲੈ ਕੇ ਆ ਰਿਹੈ।"

"ਕੋਈ ਨੰਗ-ਮਲੰਗ ਤਾਂ ਨਹੀਂ ਆ ਰਿਹੈ?"

"ਦੌਲਤ ਦਾ ਗੁਮਾਨ ਨਾ ਕਰ ਸ਼ੇਰ ਸਿਆਂ। ਮਾਇਆ ਚੰਚਲ ਅੱਜ ਤੱਕ ਕਿਸੇ ਦੀ ਵੀ ਨਹੀਂ ਹੋਈ।"

"ਬਾਈ, ਤੂੰ ਗੋਲ ਗੱਲਾਂ ਨਾ ਕਰ। ਸੱਚ ਦੱਸ ਕਿਹੜੇ ਸਰਦਾਰਾਂ ਦਾ ਕਾਕਾ ਢੁਕ ਰਿਹੈ?"

"ਭਰਾਵਾਂ ਦੇ ਪਿੰਡ ਦਾ।"

"ਨੰਗ-ਮਲੰਗ ਪਿੰਡ ਦਾ ਮੁੰਡਾ ਮੇਰੀ ਧੀ ਵਿਆਹੁਣ ਆ ਰਿਹੈ? ਮੈਂ ਉਸ ਨੂੰ ਆਪਣੇ ਚੱਕਾਂ ਦੀ ਜੂਹ 'ਤੇ ਗੋਲੀ ਮਾਰ ਦਿਆਂਗਾ। ਬਾਈ ਜਗਤਾਰ ਸਿਆਂ, ਮੈਂ ਇਹ ਨਹੀਂ ਹੋਣ ਦੇਣਾ। ਕੋਈ ਨੰਗ-ਮਲੰਗ ਮੇਰਾ ਜੁਆਈ ਬਣੇ, ਮੈਂ ਇਹ ਕਤਈ ਨਹੀਂ ਹੋਣ ਦਿਆਂਗਾ। ਮੈਂ ਉਸ ਨੂੰ ਗੋਲੀ ਮਾਰਾਂਗਾ ਤੇ ਉਸ ਮਗਰੋਂ ਨੂਰੀ ਨੂੰ ਗੋਲੀ ਮਾਰਾਂਗਾ।"

"ਮਗਰੋਂ ਕਿਉਂ ਪਹਿਲਾਂ ਮਾਰੋ ਚਾਚਾ ਜੀ।" ਅਚਾਨਕ ਨੂਰੀ ਨੇ ਅੱਗੇ ਵਧ ਕੇ ਕਿਹਾ।

"ਚਾਚਾ, ਲੱਗਾਂ ਤੇਰਾ ਪਿਉ ਤੇ ਕਹੇਂ ਚਾਚਾ!"

"ਮੇਰਾ ਬਾਪੂ ਇਹ ਸਤਜੁਗੀ ਬੰਦਾ ਹੈ। ਜੇ ਤੁਸੀਂ ਮੇਰੇ ਪਿਉ ਹੋਵੋਂ ਤਾਂ ਇਹ ਗੋਲੀਆਂ ਮਾਰਨ ਦੀਆਂ ਗੱਲਾਂ ਨਾ ਕਰੋ। ਕੋਈ ਬਾਪ ਧੀ ਨੂੰ ਗੋਲੀ ਨਹੀਂ ਮਾਰਦਾ, ਆਪਣੀ ਧੀ ਦੀ ਖ਼ੁਸ਼ੀ ਨੂੰ ਗੋਲੀ ਨਹੀਂ ਮਾਰਦਾ।"

"ਬਾਪ ਹੀ ਤਾਂ ਗੋਲੀ ਮਾਰਦੇ ਨੇ। ਅਣਖੀ ਬਾਪ। ਆਪਣੀ ਅਣਖ ਲਈ ਧੀਆਂ ਦਾ ਕਤਲ ਕਰਦੇ ਨੇ, ਜਿਹੜੀਆਂ ਧੀਆਂ ਆਪਣੇ ਬਾਪ ਦੀ ਚਿੱਟੀ ਪਗੜੀ ਨੂੰ ਦਾਗ਼ ਲੁਆਂਦੀਆਂ ਨੇ।"

"ਇਹ ਨਾ ਕਹਿ ਸ਼ੇਰ ਸਿਆਂ। ਮੇਰੀ ਨੂਰੀ 'ਤੇ ਇਹ ਤੋਹਮਤ ਨਾ ਲਾ। ਮੇਰੀ ਨੂਰੀ ਵਰਗੀਆਂ ਰੋਜ਼-ਰੋਜ਼ ਜਨਮ ਨਹੀਂ ਲੈਂਦੀਆਂ।" ਜਗਤਾਰ ਸਿੰਘ ਬੋਲ ਨਹੀਂ, ਸਗੋਂ ਚੀਖ ਰਿਹਾ ਸੀ।

"ਜੇਕਰ ਮੈਂ ਮਾਪਿਆਂ ਦੀ ਇੱਜ਼ਤ ਨੂੰ ਦਾਗ਼ ਲਾਇਆ ਹੈ ਤਾਂ ਮੇਰੇ ਗੋਲੀ ਦਾਗ਼ ਦਿਉ ਚਾਚਾ।" ਨੂਰੀ ਨੇ ਸ਼ੇਰ ਸਿੰਘ ਦੀ ਬੰਦੂਕ ਆਪਣੀ ਛਾਤੀ 'ਤੇ ਰੱਖ ਲਈ।

"ਹਟ ਜਾ ਧੀਏ, ਇਹ ਆਦਮਖੋਰ ਧੀਆਂ-ਪੁੱਤਾਂ ਦਾ ਪਿਆਰ ਕੀ ਜਾਣੇ।"

"ਮੈਂ ਆਦਮਖੋਰ ਹਾਂ ਬਾਈ? ਇਹ ਗੱਲ ਤੂੰ ਮੈਨੂੰ ਕਹਿ ਰਿਹੈਂ?"

"ਆਦਮਖੋਰ ਨੂੰ ਆਦਮਖੋਰ ਹੀ ਕਿਹਾ ਜਾ ਸਕਦੈ।" ਸਰਦਾਰਨੀ ਨੇ ਕੰਬਦੀ ਦੇ ਹੰਝੂਆਂ ਭਰੀ ਆਵਾਜ਼ 'ਚ ਕਿਹਾ।

"ਦੂਰ ਹੋ ਜਾ ਕੁੱਤੀਏ।" ਸ਼ੇਰ ਸਿੰਘ ਨੇ ਸਰਦਾਰਨੀ ਦੀ ਛਾਤੀ 'ਚ ਬੰਦੂਕ ਦੀ ਜ਼ੋਰਦਾਰ ਹੁੱਜ ਮਾਰੀ। ਸਰਦਾਰਨੀ ਦੀ ਚੀਕ ਨਿਕਲ ਗਈ। ਨੂਰੀ ਦੀ ਭੁੱਬ ਨਿਕਲ ਗਈ। ਜਗਤਾਰ ਸਿੰਘ ਨੇ ਸਰਦਾਰਨੀ ਨੂੰ ਸੰਭਾਲਿਆ, "ਓਏ ਪਾਪੀਆ ਤੇਰਾ ਨਰਕਾਂ 'ਚ ਵਾਸਾ ਹੋਏ।"

"ਸਰਦਾਰ ਸ਼ੇਰ ਸਿਆਂ ਬਸ ਕਰ ਜਾ, ਬਹੁਤ ਹੋ ਗਈ।" ਚੁੱਪ ਖੜ੍ਹਾ ਕਰਮ ਸਿੰਘ ਭੈਣ ਦੀ ਹਾਲਤ ਦੇਖ ਚੁੱਪ ਨਾ ਰਹਿ ਸਕਿਆ।

"ਤੂੰ ਕਰਮ ਸਿਆਂ ਸਾਡੇ ਮਾਮਲੇ 'ਚ ਨਾ ਬੋਲ। ਇਹ ਮੇਰੀ ਸਿਹਰਿਆਂ ਦੀ ਵਿਆਹ ਕੇ ਲਿਆਂਦੀ ਰੰਨ ਹੈ। ਇਸ ਦੇ ਮੈਂ ਟੋਟੇ ਵੀ ਕਰ ਸਕਦਾਂ।"

"ਮੇਰੇ ਸਾਹਮਣੇ ਤੂੰ ਮੇਰੀ ਭੈਣ ਨੂੰ ਉਂਗਲ ਵੀ ਨਹੀਂ ਲਾ ਸਕਦਾ।"

"ਬਾਈ ਜੀ ਤੁਸੀਂ ਬਾਹਰ ਜਾਓ। ਅੱਜ ਮੈਨੂੰ ਵੇਖ ਲੈਣ ਦਿਉ ਇਸ ਨੂੰ ਟੋਟੇ ਕਰਨ ਵਾਲੇ ਨੂੰ।" ਸਰਦਾਰਨੀ ਨੇ ਆਪਣੇ ਵੀਰ ਨੂੰ ਕਮਰੇ 'ਚੋਂ ਕੱਢਦਿਆਂ ਕਿਹਾ। ਕਰਮ ਸਿੰਘ ਚੁੱਪ-ਚਾਪ ਬਾਹਰ ਚਲਾ ਗਿਆ।

"ਹੁਣ ਬੋਲ ਸਰਦਾਰਾ। ਕਰ ਮੇਰੇ ਟੋਟੇ। ਜੇ ਤੂੰ ਮੇਰੇ ਅੱਜ ਦੀ ਰਾਤ ਟੋਟੇ ਨਾ ਕੀਤੇ, ਮੈਂ ਸਮਝਾਂਗੀ ਤੈਨੂੰ ਮਾਂ ਨੇ ਨਹੀਂ ਜਣਿਆ। ਮਾਰ ਮੇਰੇ-ਮੇਰੀ ਛਾਤੀ 'ਚ ਗੋਲੀ ਮਾਰ। ਮੇਰਾ ਨਿੱਤ-ਨਿੱਤ ਦਾ ਝਗੜਾ ਮੁਕਾ।" ਸਰਦਾਰਨੀ ਸ਼ੇਰ ਸਿੰਘ ਦੀ ਬੰਦੂਕ ਖੋਹ-ਖੋਹ ਕੇ ਨਾਲੀ ਆਪਣੀ ਛਾਤੀ 'ਤੇ ਧਰ ਰਹੀ ਸੀ।

"ਚਾਚਾ ਜੀ, ਜੇ ਤੁਸੀਂ ਅਣਖੀ ਹੋ ਤਾਂ ਸਾਡਾ ਦੋਵਾਂ ਮਾਵਾਂ-ਧੀਆਂ ਦਾ ਭੋਗ ਪਾ ਦਿਉ।"

ਨੂਰੀ ਵੀ ਮਾਂ ਦੇ ਬਰਾਬਰ ਖੜ੍ਹੀ ਸੀ। ਉਹਦੀ ਚੁੰਨੀ ਡਿੱਗ ਪਈ ਸੀ। ਵਾਲ ਖੁੱਲ੍ਹ ਗਏ ਸਨ। ਸਰਦਾਰਨੀ ਦੇ ਵਾਲ ਇਕਦਮ ਬਿਖਰ ਗਏ ਸਨ। ਉਸਦਾ ਚਿਹਰਾ ਹੰਝੂਆਂ ਤੇ ਪਸੀਨੇ ਨਾਲ ਬਿਕਰਾਲ ਹੋ ਚੁੱਕਿਆ ਸੀ।

"ਜਾਂ ਤਾਂ ਸਰਦਾਰਾ ਗੋਲੀ ਚਲਾ ਜਾਂ ਹਮੇਸ਼ਾ ਲਈ ਚੁੱਪ ਵੱਟ ਜਾ। ਮੈਂ ਆਪਣੀ ਲਾਡਲੀ ਦਾ ਵਿਆਹ ਸਵੇਰੇ ਉਥੇ ਹੀ ਕਰਾਂਗੀ, ਜਿਥੇ ਮੈਂ ਤੈਅ ਕਰ ਚੁੱਕੀ ਹਾਂ। ਮੈਂ ਇਸ ਦੀ ਮਾਂ ਹਾਂ। ਉਹ ਮਾਂ, ਜਿਸ ਨੇ ਆਪਣੇ ਪੇਟ 'ਚ ਨੌਂ ਮਹੀਨੇ ਰੱਖਿਆ ਹੈ। ਇਸ ਬੂਟੇ ਨੂੰ ਆਪਣੇ ਖ਼ੂਨ ਨਾਲ ਸਿੰਜਿਆ ਹੈ। ਮੈਂ ਇਸ ਨੂੰ ਤੱਤੀ ਵਾਅ ਵੀ ਨਹੀਂ ਲੱਗਣ ਦਿਆਂਗੀ। ਮੈਨੂੰ ਕਮਜ਼ੋਰ ਔਰਤ ਜਾਤ ਨਾ ਸਮਝੀਂ, ਮੈਂ ਅੱਜ ਦੀ ਘੜੀ ਸ਼ੀਹਣੀ ਹਾਂ ਸ਼ੀਹਣੀ।"

"ਚਾਚਾ ਜੀ, ਤੁਸੀਂ ਮੇਰਾ ਵਿਆਹ ਕਿੱਥੇ ਕਰਨਾ ਚਾਹੁੰਦਾ ਹੋ?" ਨੂਰੀ ਨੇ ਪੁੱਛਿਆ, ਉਹ ਸ਼ੇਰ ਸਿੰਘ ਦਾ ਹੱਥ ਫੜ ਕੇ ਬੈਠ ਗਈ ਸੀ।

"ਨੂਰੀ, ਇਹ ਤੂੰ ਕੀ ਪੁੱਛ ਰਹੀ ਹੈਂ?" ਸਰਦਾਰਨੀ ਨੇ ਕਿਹਾ।

"ਮਾਂ ਜੀ, ਅੱਜ ਮੈਂ ਆਪਣੇ ਚਾਚੇ ਤੋਂ ਨਹੀਂ, ਆਪਣੇ ਬਾਪੂ ਤੋਂ ਪੁੱਛ ਰਹੀ ਹਾਂ। ਇਨ੍ਹਾਂ ਨੂੰ ਹਮੇਸ਼ਾ ਇਤਰਾਜ਼ ਹੈ ਨਾ ਕਿ ਮੈਂ ਇਨ੍ਹਾਂ ਨੂੰ ਚਾਚਾ ਜੀ ਕਹਿੰਦੀ ਹਾਂ। ਅੱਜ ਮੈਂ ਵੇਖਦੀ ਹਾਂ ਇਹ ਬਾਪੂ ਜੀ ਬਣ ਕੇ ਆਪਣੀ ਧੀ ਦੇ ਸੁੱਖ ਲਈ ਕੀ ਸੋਚਦੇ ਨੇ। ਬਾਪੂ ਜਿਥੇ ਪੱਗੜੀ ਦੀ ਸ਼ਾਨ ਚਾਹੁੰਦੈ, ਉਥੇ ਧੀ ਦਾ ਸੁੱਖ ਵੀ ਚਾਹੁੰਦੈ। ਕਿਹਾ ਜਾਂਦੈ ਹੈ ਨਾ ਮਾਪੇ ਕੁਮਾਪੇ ਨਹੀਂ ਹੁੰਦੇ, ਧੀਆਂ-ਪੁੱਤ ਹੀ ਬਦਲ ਜਾਂਦੇ ਨੇ। ਜੋ ਮੇਰਾ ਬਾਪ ਚਾਹੇਗਾ, ਅੱਜ ਉਹੀ ਹੋਵੇਗਾ। ਆਪਣੀ ਧੀ ਦਾ ਹੱਥ ਜਿਸ ਦੇ ਹੱਥ ਵੀ ਦੇਵੇਗਾ, ਮੈਂ ਉਸ ਦੇ ਨਾਲ ਤੁਰ ਜਾਵਾਂਗੀ ਕਿਉਂਕਿ ਇਸ ਗੱਲ 'ਚ ਮੇਰਾ ਬਾਪ ਮੇਰਾ ਸੁੱਖ ਸਮਝਦਾ ਹੈ ਤੇ ਇਸ ਗੱਲ 'ਚ ਹੀ ਮੇਰਾ ਬਾਪ ਖ਼ੁਸ਼ ਹੈ। ਬੋਲੋ ਕਿੱਥੇ ਕਰਨਾ ਚਾਹੁੰਦੇ ਹੋ ਮੇਰਾ ਵਿਆਹ?"

"ਰੱਤੇ ਟਿੱਬੇ।"

"ਪਰ ਉਹ ਲੜਕਾ ਤਾਂ ਮਰ ਚੁੱਕਿਐ?" ਜਗਤਾਰ ਸਿੰਘ ਨੇ ਡਰ ਕੇ ਪੁੱਛਿਆ।

"ਹਾਂ, ਪਰ ਮੈਂ ਨੂਰੀ ਦੀ ਸ਼ਾਦੀ ਭਾਊ ਚੜ੍ਹਤ ਸਿੰਘ ਨਾਲ ਕਰਨਾ ਚਾਹੁੰਦਾਂ।"

"ਹੈਂ?" ਸਰਦਾਰਨੀ ਦੀ ਚੀਕ ਨਿਕਲ ਗਈ।

"...." ਨੂਰੀ ਚੁੱਪ ਸੀ।

"ਤੇਰਾ ਨਰਕਾਂ 'ਚ ਵਾਸਾ ਹੋਏ ਪਾਪੀਆ।" ਜਗਤਾਰ ਸਿੰਘ ਦੀ ਬੈਠਦਿਆਂ ਨਹੀਂ, ਡਿਗਦਿਆਂ ਚੀਕ ਨਿਕਲ ਗਈ।

"ਮੈਂ ਮਰ ਸਕਦੀ ਹਾਂ, ਇਹ ਨਹੀਂ ਹੋਣ ਦਿਆਂਗੀ।"

"ਮੈਂ ਮਰਦਾਂ ਵਾਲਾ ਵਚਨ ਦੇ ਚੁੱਕਿਆਂ। ਜਬਰਜੰਗ ਸਿੰਘ ਮੇਰੀ ਖ਼ਾਤਰ ਮਰਿਐ। ਚੜ੍ਹਤ ਸਿੰਘ ਦਾ ਸਰਬੰਸ ਖ਼ਤਮ ਹੋ ਗਿਐ। ਉਹ ਸਵੇਰੇ ਢੁੱਕੇਗਾ।"

"ਪਾਪੀਆ, ਇਹ ਤੂੰ ਸੋਚ ਕਿਵੇਂ ਲਿਆ?" ਜਗਤਾਰ ਸਿੰਘ ਕਹਿ ਨਹੀਂ, ਵਿਲਕ ਰਿਹਾ ਸੀ।

"ਨਹੀਂ ਬਾਪੂ ਜੀ, ਮੈਂ ਉਥੇ ਹੀ ਸ਼ਾਦੀ ਕਰਾਂਗੀ। ਮੈਂ ਤੁਹਾਡੇ ਤੇ ਆਪਣੀ ਮਾਤਾ ਅੱਗੇ ਹੱਥ ਜੋੜਦੀ ਹਾਂ ਕਿ ਮੇਰੇ ਨਵੇਂ ਬਾਪੂ ਜੀ ਦੇ ਹੁਕਮ ਦੀ ਮੈਨੂੰ ਪਾਲਣਾ ਕਰਨ ਦਿਉ।"

"ਤੂੰ ਬੈਠਾ ਹੀ ਮੁੱਕ ਜਾਏਂ ਪਾਪੀਆ।" ਸਰਦਾਰਨੀ ਕਹਿ ਰਹੀ ਸੀ।

"ਤਾਇਆ ਜੀ, ਤੇਜ ਨੂੰ ਖ਼ਬਰ ਭੇਜ ਦਿਉ ਕਿ ਉਹ ਬਰਾਤ ਲੈ ਕੇ ਨਾ ਆਏ।"

"ਮੈਂ ਤੇਰਾ ਤਾਇਆ ਜੀ ਕਦੋਂ ਤੋਂ ਹੋ ਗਿਆ ਨੂਰੀ?"

"ਜਦੋਂ ਤੋਂ ਮੇਰਾ ਨਵਾਂ ਬਾਪੂ ਮੇਰੇ ਦੁੱਖ-ਸੁੱਖ ਦਾ ਦਾਅਵੇਦਾਰ ਬਣ ਗਿਆ। ਧੀਆਂ ਧਨ ਬੇਗਾਨਾ ਹੀ ਸਮਝਣਾ ਚਾਹੀਦੈ ਤਾਇਆ ਜੀ।"

"ਇਹ ਤਾਇਆ ਵਾਰ-ਵਾਰ ਕਹਿ ਕੇ ਮੇਰਾ ਅਪਮਾਨ ਨਾ ਕਰ ਧੀਏ। ਮੈਂ ਤਾਂ ਖੜ੍ਹਾ-ਖੜੋਤਾ ਹੀ ਮਰ ਗਿਆ। ਭਾਵੀ ਦੀ ਇਹ ਕੀ ਗਤੀ ਹੈ। ਮੇਰੀ ਭਗਤੀ 'ਚ ਕੋਈ ਖੋਟ ਰਿਹਾ ਜਾਂ ਤੇਰੇ ਕਰਮਾਂ 'ਚ ਫ਼ਰਕ। ਐਨੀ ਸੁਹਣੀ ਧੀ ਦੀ ਤਕਦੀਰ ਐਨੀ ਖੋਟੀ?"

"ਬੱਸ ਬਾਪੂ, ਤਾਇਆ ਜੀ। ਰਾਤ ਵੱਡੀ ਹੋ ਗਈ। ਅਨੰਦ ਕਾਰਜ ਦੀ ਤਿਆਰੀ ਕਰੋ ਤਾਂ ਕਿ ਮੇਰੇ ਨਵੇਂ ਬਾਪੂ ਆਪਣੀ ਧੀ ਦਾ ਦਾਨ ਕਰਕੇ ਖ਼ੁਸ਼ ਹੋ ਸਕਣ। ਤੇਜ ਵੱਲ ਜੀਪ ਭੇਜ ਦੇਣੀ ਤਾਇਆ ਜੀ।"

ਨੂਰੀ ਦੂਜੇ ਕਮਰੇ ਵੱਲ ਚਲੀ ਗਈ ਸੀ। ਉਸ ਦੀਆਂ ਅੱਖਾਂ ਦੇ ਹੰਝੂ ਸੁੱਕ ਗਏ ਸਨ। ਉਸ ਨੇ ਆਪਣੇ ਖਿਲਰੇ ਵਾਲ ਸੰਭਾਲ ਲਏ ਸਨ।

ਸਰਦਾਰਨੀ ਪੱਥਰ ਹੋਈ ਖੜ੍ਹੀ ਸੀ।

ਜਗਤਾਰ ਸਿੰਘ ਪਾਗਲਾਂ ਵਾਂਗ ਝਾਕ ਰਿਹਾ ਸੀ। ਵਿਆਹ ਦੇ ਗੀਤ ਗੂੰਜਣੇ ਬੰਦ ਹੋ ਗਏ। ਕੋਈ ਗੱਲ ਨਹੀਂ ਕਰ ਰਿਹਾ ਸੀ। ਸਾਰੇ ਘਰ ਵਿਚ ਜਿਵੇਂ ਦਿਉ ਫਿਰ ਗਿਆ ਸੀ। ਸ਼ਾਇਦ ਕਿਸੇ ਨੇ ਵੀ ਖਾਧਾ-ਪੀਤਾ ਨਹੀਂ ਸੀ।

ਰਾਤ ਵੱਡੀ ਹੋ ਗਈ ਸੀ। ਪਿੰਡ ਸੌਂ ਚੁੱਕਿਆ ਸੀ। ਬੰਦੂਕ ਤੇ ਭੜਾਕਿਆਂ ਨਾਲ ਗਲੀਆਂ ਦੇ ਕੁੱਤੇ ਵੀ ਸਾਹ ਰੋਕੀ ਬੈਠੇ ਸਨ।

ਨੂਰੀ ਆਪਣੇ ਕਮਰੇ 'ਚ ਵੱਡੇ ਸ਼ੀਸ਼ੇ ਦੇ ਸਾਹਮਣੇ ਬੈਠੀ ਸੀ। ਉਹ ਚਿਹਰਾ ਦੇਖ ਰਹੀ ਸੀ। ਮੱਥੇ ਦੀਆਂ ਰੇਖਾ ਪੜ੍ਹਨ ਦਾ ਯਤਨ ਕਰ ਰਹੀ ਸੀ। ਅਚਾਨਕ ਤੇਜਪਾਲ ਸਿੰਘ ਅੰਦਰ ਆ ਗਿਆ। ਉਸ ਦੇ ਮੱਥੇ 'ਤੇ ਸਿਹਰਾ ਲਟਕ ਰਿਹਾ ਸੀ। ਸਿਹਰੇ ਅੰਦਰੋਂ ਖ਼ੁਸ਼ ਖ਼ੁਸ਼ ਉਸ ਦਾ ਚਿਹਰਾ ਨਜ਼ਰ ਆ ਰਿਹਾ ਸੀ। ਉਸਦੀਆਂ ਅੱਖਾਂ 'ਚ ਨੂਰੀ ਦੀ ਮੂਰਤ ਹੱਸ ਰਹੀ ਸੀ। ਉਸ ਨੇ ਅੱਗੇ ਵਧ ਕੇ ਨੂਰੀ ਨੂੰ ਛੂਹਣ ਦਾ ਯਤਨ ਕੀਤਾ।

"ਨਹੀਂ ਤੇਜ, ਮੈਨੂੰ ਮਤ ਛੂਹ। ਮੈਂ ਤੇਰੀ ਇਮਾਨਤ ਨਹੀਂ। ਮੈਂ ਕਿਸੇ ਤਾਕਤਵਰ ਦਾ ਸਮਾਨ ਹਾਂ। ਹਾਂ ਸਮਾਨ, ਜਿਹੜਾ ਜ਼ਿੰਦਾ ਨਹੀਂ ਹੁੰਦਾ। ਮਰਦਾਂ ਦੇ ਬਚਨ ਦੀ ਅਹੂਤੀ, ਸਰਬੰਸ ਚਲਾਣ ਦਾ ਸਾਧਨ ਤੇਰੀ ਨੂਰੀ ਇਸ ਤੋਂ ਵੱਧ ਕੁਝ ਵੀ ਨਹੀਂ। ਤੂੰ ਮੈਨੂੰ ਭੁੱਲ ਜਾ। ਮੈਨੂੰ ਨਫ਼ਰਤ ਕਰ। ਬੇਵਫ਼ਾ ਕਹਿ। ਮੈਂ ਤੇਰੇ ਸੁਪਨੇ ਜਗਾਏ, ਸਜਾਏ ਤੇ ਹੀਰ ਵਾਂਗ ਦੂਜੇ ਦੀ ਡੋਲੀ ਚੜ੍ਹ ਗਈ। ਮੇਰੀ ਖ਼ੁਨਾਮੀ ਮੁਆਫ਼ ਕਰਨ ਦੇ ਕਾਬਲ ਤਾਂ ਨਹੀਂ ਪਰ ਤਦ ਵੀ ਮੈਨੂੰ ਮੁਆਫ਼ ਕਰ ਦੇ। ਮੈਂ ਤੇਰੀ ਨੂਰੀ

ਹਾਂ, ਜਿਸ ਨੂੰ ਤੂੰ ਪਿਆਰ ਕਰਦਾ ਹੈਂ। ਜਿਹੜੀ ਕਦੇ ਤੈਨੂੰ ਵੀ ਪਿਆਰ ਕਰਦੀ ਸੀ। ਜੇ ਮੈਂ ਤੈਨੂੰ ਪਿਆਰ ਨਹੀਂ ਕਰ ਸਕਦੀ, ਤੂੰ ਮੈਨੂੰ ਮੁਆਫ਼ ਤਾਂ ਕਰ ਹੀ ਸਕਦਾ ਹੈਂ। ਤੇਰਾ ਦਿਲ ਵਿਸ਼ਾਲ ਹੈ। ਪਿਆਰ ਕਰਨ ਵਾਲਿਆਂ ਦਾ ਦਿਲ ਵਿਸ਼ਾਲ ਹੁੰਦਾ ਹੈ। ਇਕਰਾਰ ਕਰਦੀ ਹਾਂ, ਕਿਸੇ ਜਨਮ ਜ਼ਰੂਰ ਤੇਰੀ ਬਣਾਂਗੀ। ਸ਼ਾਇਦ ਉਸ ਜਨਮ ਮੇਰੇ ਬਾਪੂ ਜੀ, ਜਗਤਾਰ ਸਿੰਘ ਤਾਇਆ ਜੀ ਹੋਣਗੇ ਤੇ ਉਹ ਬਾਪੂ ਧੀ ਪਾਸੋਂ ਕੋਈ ਕੁਰਬਾਨੀ ਨਹੀਂ ਮੰਗੇਗਾ। ਬੱਸ ਹੁਣ ਮੈਨੂੰ ਮੁਆਫ਼ ਕਰ। ਮੈਨੂੰ ਕੁਰਬਾਨੀ ਲਈ ਤਿਆਰ ਹੋਣ ਦੇ, ਅਲਵਿਦਾ।" ਨੂਰੀ ਕਹਿ ਰਹੀ ਸੀ। ਤੇਜਪਾਲ ਥਾਂ 'ਤੇ ਹੀ ਪਥਰਾਇਆ ਖੜ੍ਹਾ ਸੀ। ਉਸ ਦੇ ਚਿਹਰੇ ਦਾ ਸਿਹਰਾ ਝੜ ਜੇਹਾ ਗਿਆ ਸੀ। ਅੱਖਾਂ ਦਾ ਪਾਣੀ ਸੁੱਕ ਜਿਹਾ ਗਿਆ ਸੀ। ਥੋੜ੍ਹੀ ਦੇਰ ਮਗਰੋਂ ਚੁੱਪ-ਚਾਪ ਉਹ ਪਰਤ ਗਿਆ। ਨੂਰੀ ਸ਼ੀਸ਼ੇ ਸਾਹਮਣੇ ਪਥਰਾਈ ਬੈਠੀ ਸੀ।

ਚੁੱਪ ਰਾਤ ਸਵੇਰ 'ਚ ਬਦਲਣ ਲੱਗ ਪਈ ਸੀ। ਚੰਦ ਮੱਧਮ ਹੋਣ ਦੀ ਤਿਆਰੀ 'ਚ ਸੀ। ਚੜ੍ਹਦੇ ਵਾਲੇ ਪਾਸੇ ਸਿਤਾਰੇ ਮਿਟ ਕੇ ਰੌਸ਼ਨੀ ਜਿਹੀ ਬਣ ਗਏ ਸਨ।

ਦੂਰ ਕਿਸੇ ਕੁੱਕੜ ਨੇ ਬਾਂਗ ਦਿੱਤੀ।

ਸੁੱਤੇ ਜੀਵਨ 'ਚ ਹਰਕਤ ਆ ਗਈ।

ਸ਼ੇਰ ਸਿੰਘ ਥਾਂ 'ਤੇ ਹੀ ਸਾਰੀ ਰਾਤ ਗੁੱਟ ਹੋਇਆ ਰਿਹਾ ਸੀ। ਸਰਦਾਰਨੀ ਕੰਧ ਨਾਲ ਢੋ ਲਾ ਕੇ ਅਧਮਰੀ ਜਿਹੀ ਬੇਸੁੱਧ ਬੈਠੀ ਰਹੀ ਸੀ।

"ਬਾਈ ਜਗਤਾਰ ਸਿਆਂ।" ਖੂੰਜੇ ਲੱਗੇ ਖੜ੍ਹੇ ਸਾਰੀ ਰਾਤ ਦੇ ਲੱਕੜ ਹੋਏ ਜਗਤਾਰ ਸਿੰਘ ਦੇ ਕੰਨੀਂ ਆਵਾਜ਼ ਪਈ। ਸ਼ੇਰ ਸਿੰਘ ਉਸ ਨੂੰ ਬੁਲਾ ਰਿਹਾ ਸੀ। ਜੋ ਵੀ ਕਦੇ ਹੁੰਦਾ ਸੀ, ਪਰ ਸ਼ੇਰ ਦੀ ਅੱਧੀ ਆਵਾਜ਼ 'ਤੇ ਜਗਤਾਰ ਸਿੰਘ ਦੌੜ ਤੁਰਦਾ ਸੀ।

"ਆਇਆ ਸ਼ੇਰ ਸਿਆਂ।" ਜਗਤਾਰ ਸਿੰਘ ਸੰਭਲਦਾ ਪਾਗਲਾਂ ਵਾਂਗ ਸ਼ੇਰ ਸਿੰਘ ਦੇ ਕਮਰੇ ਵੱਲ ਦੌੜਿਆ।

"ਕਾਕਾ ਬਰਾਤ ਲੈ ਕੇ ਛੇਤੀ ਆ ਸਕਦੈ?"

"ਕਿਉਂ ਨਹੀਂ ਸੂਰਜ ਚੜ੍ਹਨ ਤੋਂ ਪਹਿਲਾਂ ਆ ਸਕਦੈ।"

"ਜਾਹ ਜਾ ਕੇ ਲੈ ਕੇ ਆ।"

"ਐਨੀ ਛੇਤੀ ਕਿਉਂ?"

"ਭਾਊ ਸਿਹਰਾ ਬੰਨ੍ਹ ਕੇ ਜ਼ਰੂਰ ਆਏਗਾ। ਮੈਂ ਨਹੀਂ ਚਾਹੁੰਦਾ ਮੇਰੀ ਧੀ ਦੇ ਕਾਰਜ ਵਿਚ ਵਿਘਨ ਪਏ। ਮਗਰੋਂ ਜੋ ਵੀ ਹੋਏਗੀ, ਨਜਿੱਠ ਲਵਾਂਗੇ।"

"ਦਾਰੂ ਦੇ ਨਸ਼ੇ 'ਚ ਤਾਂ ਨਹੀਂ ਕਹਿ ਰਿਹਾ।" ਸਰਦਾਰਨੀ ਪਾਸ ਆ ਚੁੱਕੀ ਸੀ।

"ਨਹੀਂ, ਨਸ਼ਾ ਉਤਰ ਗਿਆ। ਮੈਂ ਵਾਕਿਆ ਹੀ ਨਰਕਾਂ ਦਾ ਅਧਿਕਾਰੀ ਹਾਂ। ਕਦੇ ਪੁੰਨ ਦਾ ਕੰਮ ਨਹੀਂ ਕੀਤਾ। ਮਰਨ ਤੋਂ ਪਹਿਲਾਂ ਵੱਡਾ ਪੁੰਨ ਤਾਂ ਕਰ ਜਾਵਾਂ।"

"ਬਾਪੂ ਜੀ।" ਨੂਰੀ ਡਡਿਆ ਕੇ ਸ਼ੇਰ ਸਿੰਘ ਗਲ ਲੱਗ ਗਈ। ਉਹ ਧਾਹਾਂ ਮਾਰ-ਮਾਰ ਰੋ ਰਹੀ ਸੀ।

ਜਗਤਾਰ ਸਿੰਘ ਤੇਜਪਾਲ ਦੇ ਪਿੰਡ ਤੁਰ ਗਿਆ ਸੀ।

ਸਰਦਾਰਨੀ ਨੇ ਸਾਰਾ ਘਰ ਜਗਾ ਲਿਆ ਸੀ। ਉਹ ਖ਼ੁਸ਼ੀ 'ਚ ਉਡੀ ਫਿਰਦੀ ਸੀ। ਮੇਲ ਗੀਤ ਗਾਣ ਲੱਗ ਪਿਆ ਸੀ। ਅਖੰਡ ਪਾਠ ਚੱਲ ਰਿਹਾ ਸੀ।

"ਪਾਠ ਦੀ ਸਮਾਪਤੀ ਕਿੰਨੇ ਵਜੇ ਹੋ ਜਾਏਗੀ?" ਸਰਦਾਰਨੀ ਨੇ ਪੁੱਛਿਆ।

"ਛੇ ਵਜੇ।" ਭਾਈ ਨੇ ਦੱਸਿਆ।

"ਬਸ ਛੇ ਵਜੇ ਹੀ ਅਨੰਦ ਕਾਰਜ ਸ਼ੁਰੂ ਕਰਨੈ।"

"ਸਤਬਚਨ ਸਰਦਾਰਨੀ ਜੀ। ਬੀਬੀ ਦੀ ਨਹਾਈ ਧੋਈ ਸ਼ੁਰੂ ਕਰੋ।"

"ਉਹ ਸਭ ਹੋ ਰਿਹੈ।"

"ਧੀਆਂ ਦਾਤੇ ਨੂੰ ਵੀ ਪਿਆਰੀਆਂ ਹੁੰਦੀਆਂ ਨੇ।" ਕਰਮ ਸਿੰਘ ਨੇ ਸ਼ੇਰ ਸਿੰਘ ਪਾਸ ਆ ਕੇ ਕਿਹਾ।

"ਕਰਮ ਸਿਆਂ ਤੁਸੀਂ ਲੋਕਾਂ ਨੇ ਮੈਨੂੰ ਘੋਰ ਪਾਪ ਕਰਨ ਤੋਂ ਬਚਾ ਲਿਆ। ਤੁਹਾਡੇ ਕੋਲ ਅਸਲੇ ਕਿੰਨੇ ਨੇ?"

"ਬਹੁਤ ਹੈ।"

"ਕਾਰਤੂਸ?"

"ਪੇਟੀਆਂ ਭਰੀਆਂ ਨੇ ਪਰ ਕਿਉਂ?"

"ਭਾਊ ਟਲਣ ਵਾਲਾ ਨਹੀਂ।"

"ਭਾਊ ਦੀ ਮਾਂ ਦੀ....ਪਤੰਗਿਆਂ ਵਾਂਗ ਉਡਾ ਦਿਆਂ। ਇਹ ਉਦੋਂ ਤੱਕ ਸੀ, ਜਦ ਤੱਕ ਸਾਡਾ ਜੀਜਾ ਸਾਡੇ ਨਾਲ ਵਿੰਗਾ ਸੀ।" ਸਾਲੇ-ਭਣੋਈਏ ਨੇ ਵਰ੍ਹਿਆਂ ਮਗਰੋਂ ਘੁੱਟ ਕੇ ਜੱਫੀ ਪਾਈ ਸੀ। "ਚੱਲ ਧੀਏ ਨਹਾ ਕੇ ਤਿਆਰ ਹੋ। ਅੱਜ ਸਾਡੇ 'ਤੇ ਰੱਬ ਮਿਹਰਬਾਨ ਹੋ ਗਿਆ।" ਕਰਮ ਸਿੰਘ ਨੇ ਕਿਹਾ।

ਨੂਰੀ ਤੁਰ ਗਈ।

ਸੂਰਜ ਚੜ੍ਹ ਗਿਆ, ਆਨੰਦ ਕਾਰਜ ਹੋ ਗਿਆ। ਮਾਮਿਆਂ ਦੇ ਪੁੱਤ ਭਰਾਵਾਂ ਨੇ ਨੂਰੀ 'ਤੇ ਫੁੱਲਾਂ ਦਾ ਮੀਂਹ ਵਰ੍ਹਾਇਆ।

"ਖੜ੍ਹੇ ਹੋ ਕੇ ਲੜਕੀ ਦਾ ਬਾਪ ਧੀ ਦਾ ਦਾਨ ਕਰੇ।"

ਸਾਰੇ ਸ਼ੇਰ ਸਿੰਘ ਵੱਲ ਝਾਕੇ।

"ਖੜ੍ਹੇ ਹੋ ਕੇ ਲੜਕੇ ਦਾ ਬਾਪ ਲੜਕੇ ਦਾ ਦਾਨ ਕਰੇ।"

ਲੜਕੇ ਦਾ ਬਾਪ ਕੰਬਦਾ-ਕੰਬਦਾ ਖੜ੍ਹਾ ਹੋ ਗਿਆ।

"ਸ਼ੇਰ ਸ਼ਿਆਂ ਖੜ੍ਹਾ ਹੋ ਭਾਈ।" ਜਗਤਾਰ ਸਿੰਘ ਨੇ ਕਿਹਾ।

"ਧੀ ਦੇ ਬਾਪੂ ਨੂੰ ਖੜ੍ਹਾ ਹੋਣ ਵਾਸਤੇ ਕਿਹੈ। ਚਾਚੇ ਨੂੰ ਨਹੀਂ। ਤੂੰ ਨੂਰੀ ਦਾ ਅਸਲੀ ਬਾਪ ਹੈਂ, ਚੱਲ ਖੜ੍ਹਾ ਹੋ।" ਸ਼ੇਰ ਸਿੰਘ ਨੇ ਜਗਤਾਰ ਨੂੰ ਕਿਹਾ ਤੇ ਬਾਹੋਂ ਫੜ ਕੇ ਖੜ੍ਹਾ ਕਰਨ ਦੀ ਕੋਸ਼ਿਸ਼ ਕੀਤੀ।

ਨੂਰੀ ਭਿੱਜੀਆਂ ਤੇ ਖ਼ੁਸ਼ ਅੱਖਾਂ ਨਾਲ ਦੇਖ ਰਹੀ ਸੀ।

"ਨਾ ਭਾਈ, ਇਹ ਕੰਮ ਤੇਰਾ ਹੈ।" ਜਗਤਾਰ ਸਿੰਘ ਅੱਖਾਂ ਪੂੰਝਦਾ ਕਹਿ ਰਿਹਾ ਸੀ।

"ਨਹੀਂ ਬਾਈ ਜੀ, ਮੈਂ ਸੱਚੇ ਦਿਲ ਨਾਲ ਅੱਜ ਨੂਰੀ ਤੇਰੀ ਝੋਲੀ ਪਾਂਦਾ। ਧੀ ਦਾ ਦਾਨ ਤੂੰ ਕਰ।"

"ਸ਼ਾਬਾਸ਼ੇ ਭਾਈ।"

"ਬੱਲੇ-ਬੱਲੇ, ਭਾਈ ਹੋਣ ਤਾਂ ਏਹੋ ਜੇਹੇ।"

ਵਾਹ-ਵਾਹ ਜੈਕਾਰਿਆਂ ਵਿਚ ਬਦਲ ਗਈ। ਅਰਦਾਸ ਹੋਈ ਤੇ ਜੈਕਾਰਾ ਛੱਡਿਆ ਗਿਆ।

ਬਾਹਰ ਭਾਊ ਸਿਹਰਾ ਬੰਨ੍ਹ ਕੇ ਢੁੱਕਿਆ ਖੜ੍ਹਾ ਸੀ। ਉਸ ਦੀ ਜੀਪ ਮਗਰ ਕਿੰਨੀਆਂ ਹੀ ਜੀਪਾਂ ਰੰਗ-ਬਰੰਗੇ ਬਰਾਤੀਆਂ ਤੇ ਬੰਦੂਕਾਂ ਨਾਲ ਭਰੀਆਂ ਖੜ੍ਹੀਆਂ ਸਨ।

ਘਰ ਦਾ ਵੱਡਾ ਦਰਵਾਜ਼ਾ ਬੰਦ ਸੀ। ਭਾਊ ਤੇ ਪਾਰਟੀ ਬਾਹਰ ਬੰਦੂਕਾਂ ਚਲਾ ਰਹੇ ਸਨ। ਗਾਹਲਾਂ ਕੱਢ ਰਹੇ ਸਨ ਤੇ ਲਲਕਾਰੇ ਮਾਰ ਰਹੇ ਸਨ।

ਨੂਰੀ ਤੇ ਤੇਜਪਾਲ ਸਿੰਘ ਨੂੰ ਜੀਪ 'ਚ ਬੈਠਾ ਕੇ ਦੂਜੇ ਦਰਵਾਜ਼ਿਉਂ ਵਿਦਾ ਕਰ ਦਿੱਤਾ।

ਸ਼ੇਰ ਸਿੰਘ ਤੇ ਉਸ ਦੇ ਸਾਲਿਆਂ ਨੇ ਬੰਦੂਕਾਂ ਭਰ ਕੇ ਦਰਵਾਜ਼ੇ ਦੀ ਛੱਤ 'ਤੇ ਗੋਡੀਆਂ ਲਾ ਲਈਆਂ। ਫਾਇਰ ਕਰਨੇ ਸ਼ੁਰੂ ਕਰ ਦਿੱਤੇ ਪਰ ਅਚਾਨਕ ਭਾਊ ਨੇ ਜੀਪ ਮੋੜ ਕੇ ਲਾੜਾ-ਲਾੜੀ ਦੀ ਜੀਪ ਮਗਰ ਲਾ ਲਈ। ਉਸ ਨੂੰ ਖ਼ਬਰ ਲੱਗ ਗਈ ਸੀ ਕਿ ਦੂਜੇ ਦਰਵਾਜ਼ੇ ਤੋਂ ਵਿਦਾਈ ਹੋ ਗਈ ਸੀ।

ਚੱਕਾਂ ਤੋਂ ਬਾਹਰ ਪਿੰਡ ਦੀ ਜੂਹ ਖ਼ਤਮ ਹੋਣ ਤੋਂ ਪਹਿਲਾਂ ਭਾਊ ਨੇ ਲਾੜਾ-ਲਾੜੀ ਦੀ ਜੀਪ ਘੇਰ ਲਈ ਸੀ।

"ਮੂੜ ਅਸੀਂ ਤਾਂ ਖ਼ਰਬੂਜਾ ਚੋਰੀ ਕਰਨ ਵਾਲੇ ਨੂੰ ਕਦੇ ਸੁੱਕਾ ਨਹੀਂ ਜਾਣ ਦਿੱਤਾ ਤੇ ਤੂੰ ਮੂੜ ਸਾਡੀ ਮੰਗ ਚੋਰੀ ਕਰਕੇ ਭੱਜਿਆ ਲੱਗਿਆ ਜਾਣੈਂ। ਤੈਨੂੰ ਭਾਊ ਚੜ੍ਹਤ ਸਿੰਘ ਦਾ ਕੋਈ ਡਰ ਨਹੀਂ ਸੀ?" ਭਾਊ ਨੇ ਤੇਜਪਾਲ ਸਿੰਘ ਦੇ ਸੀਨੇ ਵਿਚ ਗੋਲੀ ਦਾਗ ਦਿੱਤੀ। "ਤੇ ਨੱਢੀਏ ਤੂੰ ਕਿੱਧਰ ਪਈ ਭੱਜਦੀ ਐਂ, ਤੇਰੀ ਸੁਹਾਗ ਰਾਤ ਤਾਂ ਮੂੜ ਭਾਊ ਚੜ੍ਹਤ ਸਿੰਘ ਨੇ ਅੱਜ ਮਨਾਣੀ ਸੀ। ਲਾਵਾਂ ਮੂੜ ਆਪਣੇ ਵਿਹੜੇ ਲੈ ਲਵਾਂਗੇ, ਉਥੇ ਕਿਹੜਾ ਗ੍ਰੰਥ ਸਾਹਿਬ ਹੈ ਨਹੀਂ।" ਭਾਊ ਅੱਗੇ ਵਧ ਕੇ ਨੂਰੀ ਦੀ ਬਾਂਹ ਫੜਨ ਦੀ ਕੋਸ਼ਿਸ਼ ਕਰ ਰਿਹਾ ਸੀ। ਪਿੱਛੋਂ ਉਸ ਦੀ ਪਿੱਠ 'ਚ ਗੋਲੀ ਲੱਗੀ, ਜਿਸ ਨਾਲ ਉਹੀ ਤਖ਼ਤੇ ਵਾਂਗ ਧਰਤੀ 'ਤੇ ਡਿੱਗਿਆ। ਸ਼ੇਰ ਸਿੰਘ ਨੇ ਅੱਗੇ ਵਧ ਕੇ ਉਸ ਦੀ ਪਿੱਠ 'ਤੇ ਚੜ੍ਹ ਕੇ ਸਾਰੀਆਂ ਗੋਲੀਆਂ ਵਾਰੀ-ਵਾਰੀ ਭਾਊ ਤੋਂ ਪਾਰ ਕਰ ਦਿੱਤੀਆਂ। ਭਾਊ ਦਾ ਸਰੀਰ ਥਲ 'ਤੇ ਮਤੀਰੇ ਵਾਂਗ ਫਟ ਗਿਆ ਸੀ। ਇਕ ਹੀ ਵਾਰ ਉਸ ਦੀ ਛਾਤੀ ਦਾ ਖ਼ੂਨ ਧਰਤੀ 'ਤੇ ਡੁੱਲ੍ਹ ਗਿਆ ਸੀ।

ਤੇਜਪਾਲ ਦਾ ਬੇਮੋਖਾ ਖ਼ੂਨ ਵਹਿ ਗਿਆ ਸੀ। ਉਸ ਦੀਆਂ ਨਬਜ਼ਾਂ ਟੁੱਟ ਗਈਆਂ ਸਨ ਤੇ ਅੱਖਾਂ ਖੜ੍ਹ ਗਈਆਂ ਸਨ। ਉਸ ਦਾ ਭੌਰ ਉਡ ਗਿਆ ਸੀ।

"ਨੂਰੀ ਧੀਏ ਉਠ।" ਜਗਤਾਰ ਸਿੰਘ ਆਪਣੀ ਧੀ ਨੂੰ ਉਠਾ ਰਿਹਾ ਸੀ ਪਰ ਨੂਰੀ ਦੀ ਰੂਹ ਵੀ ਤੇਜਪਾਲ ਦੇ ਨਾਲ ਹੀ ਉਡ ਗਈ। ਜਗਤਾਰ ਸਿੰਘ ਦੀ ਰੱਬ ਜੇਡੀ ਭੁੱਬ ਨਿਕਲੀ ਸੀ। "ਬਾਈ ਜਗਤਾਰ ਸਿਆਂ, ਹੁਣ ਮੈਨੂੰ ਫਾਹੇ ਤੋਂ ਨਾ ਬਚਾਈਂ। ਧੀਆਂ ਦੇ ਕਾਤਲ ਫਾਹੇ ਲੱਗਣੇ ਹੀ ਚਾਹੀਦੇ ਨੇ।"

ਸ਼ੇਰ ਸਿੰਘ ਥਾਣੇ ਵੱਲ ਤੁਰਿਆ ਜਾ ਰਿਹਾ ਸੀ।

ਜਗਤਾਰ ਸਿੰਘ ਵੱਖੀਆਂ 'ਚ ਮੁੱਠੀਆਂ ਦੇਈ ਥਾਂ 'ਤੇ ਹੀ ਭੁੱਬਾਂ ਮਾਰ ਰਿਹਾ ਸੀ।

ਸਾਰਾ ਚੱਕ ਅੱਗੜ-ਪਿੱਛੜੇ ਜੂਹ ਵੱਲ ਭੱਜਿਆ ਆ ਰਿਹਾ ਸੀ।

ਸਰਦਾਰਨੀ ਦੁਹੱਥੜੀਂ ਪਿੱਟਦੀ ਆ ਰਹੀ ਸੀ।

ਸੂਰਜ ਧਰਤੀ ਤੋਂ ਉੱਚਾ ਉਠ ਕੇ ਰੁਕ ਕੇ ਝਾਕ ਰਿਹਾ ਸੀ।

ਚੁਗਿਰਦੇ ਵੈਣਾਂ ਦੀ ਆਵਾਜ਼ ਫੈਲ ਗਈ ਸੀ।

* * *